Biolojia Katika Biblia

Sayansi ya Kimungu ya Maisha: Ukweli wa Kibiblia katika Biolojia na Ufufuo

Dr. Maxwell Shimba

Shimba Publishing, LLC

JEDWALI LA YALIYOMO

UTANGULIZI

Utangulizi huu unaleta mwangaza wa kipekee kuhusu jinsi tunavyoweza kuelewa biolojia kwa mtazamo wa Biblia. Biblia, kitabu kitakatifu cha maelekezo ya kiroho, pia inaonyesha maarifa mengi yanayohusiana na maisha, viumbe, na asili ya uumbaji. Kitabu hiki kinalenga kuonyesha jinsi Biblia inavyogusa masuala ya kibaiolojia, na kuelezea kwamba mafundisho yake si ya kiroho pekee, bali pia yanaweza kueleweka kupitia maarifa ya kisayansi ya sasa.

Swali la msingi tunalojaribu kujibu ni: *Je, Biblia inaelezea michakato ya kibaiolojia? Na kama ni hivyo, je, mafundisho haya ni ya kisasa na yanahusiana na biolojia ya leo?* Biblia ina simulizi nyingi zinazofafanua uumbaji wa maisha, maendeleo ya viumbe, na utunzaji wa uumbaji wa Mungu. Hii inajumuisha mfano wa uumbaji wa ulimwengu katika Mwanzo 1-2, ambapo mpangilio wa viumbe unatolewa, ukianzia nuru na giza, mbingu na nchi, maji na ardhi, mimea, wanyama, na hatimaye mwanadamu, ambaye aliumbwa kwa sura ya Mungu.

Katika muktadha wa kibaiolojia, simulizi la uumbaji linaonyesha kanuni muhimu za maisha, kama vile:

1. *Mfumo wa Kiikolojia*: Biblia inataja mgawanyiko wa maji, nchi kavu, na hewa (Mwanzo 1:6-10). Hii inalingana na uelewa wa sasa wa mifumo ya kiikolojia ambayo inategemeana ili kudumisha maisha.
2. *Mchakato wa Uhai*: Uumbaji wa mimea inayotoa mbegu (Mwanzo 1:11) unalingana na dhana za kisayansi za usanisinuru na mzunguko wa uzazi wa mimea.

3. *Muujiza wa Maisha ya Binadamu*: Mwanadamu aliumbwa kwa udongo na kupuliziwa pumzi ya uhai (Mwanzo 2:7). Katika biolojia, tunaelewa kuwa miili yetu imeundwa kwa vipengele vya asili, huku uzima wetu ukitegemea mifumo changamano kama vile upumuaji, mzunguko wa damu, na neva.

Biblia pia inasisitiza umuhimu wa utunzaji wa uumbaji. Mungu alimwamuru Adamu kulima na kutunza bustani ya Edeni (Mwanzo 2:15). Katika hali ya kisasa, hii inatuonyesha wajibu wa mwanadamu wa kutunza mazingira, kuhifadhi viumbe hai, na kuhakikisha mifumo ya kiikolojia inabaki imara. Kwa mfano, sheria za Walawi kuhusu vyakula safi na najisi (Mambo ya Walawi 11) zinaonyesha maarifa ya kiafya ambayo yalikuwa hatua za awali kuelekea kuelewa bakteria na vimelea.

Kwa mtazamo wa kisayansi, Biblia pia inagusia dhana za kisasa kama vile:

- *Harmoni na Maisha*: Katika Zaburi 139:13-14, mwandishi anashangazwa na jinsi Mungu alivyomuumba kwa namna ya ajabu na ya kutisha, akifafanua ukuaji wa kijusi tumboni mwa mama. Hii ni sambamba na utafiti wa kisasa wa kibaiolojia kuhusu ukuaji wa kijusi na ujenzi wa DNA.
- *Damu Kama Uhai*: Biblia inasema, "Uhai wa kila kiumbe uko katika damu" (Mambo ya Walawi 17:11). Hii ni kweli kisayansi, kwani damu hubeba oksijeni, virutubisho, na kinga zinazodumisha maisha ya viumbe vyote.

Hivyo basi, utangulizi huu unatoa wito wa kutafakari jinsi Biblia inavyoonyesha kanuni za msingi za biolojia. Kutazama maisha kupitia mtazamo wa Biblia si tu kunapanua uelewa wetu wa viumbe hai, bali pia hutupa maarifa ya kiroho ambayo yanaweza kuboresha jinsi tunavyohusiana na uumbaji wa Mungu. Biolojia na Biblia, kwa pamoja, zinatufundisha umuhimu wa maisha, mshikamano wa mifumo ya kiasili, na wajibu wetu wa kuyalinda.

Sura ya 01

Mwanzo wa Maisha

Simulizi la uumbaji katika kitabu cha Mwanzo linaweka msingi wa kuelewa maisha, sio tu kwa mtazamo wa kiroho bali pia wa kibaiolojia. Katika sura hii, tutachunguza maswali makuu mawili: *Maisha ni nini, theolojia na kibaiolojia? Na maisha yalianzaje?* Tutaunganisha maarifa ya Biblia na sayansi ili kutoa picha kamili ya mwanzo wa maisha.

1. Maisha ni nini Kulingana na Theolojia?

Theolojia inafafanua maisha kama zawadi kutoka kwa Mungu, muumbaji wa kila kitu. Katika Biblia, maisha yanaelezewa kama hali ya uwepo inayotolewa na Mungu mwenyewe. Mwanzo 2:7 unasema:

"BWANA MUNGU AKAMFANYA MTU KWA MAVUMBI YA ARDHI, AKAMPULIZIA PUMZI YA UHAI PUANI MWAKE; MTU AKAWA NAFSI HAI."

Hapa, tunaona kwamba maisha ni zaidi ya uhai wa kimwili; ni pumzi ya Mungu inayotoa roho na kuleta uhai wa kiroho. Maisha yanahusiana moja kwa moja na Mungu, ambaye ndiye chanzo cha kila uhai (Zaburi 36:9: **"MAANA KWAKO WEWE NDIPO PENYE CHEMCHEMI YA UZIMA."**). Katika mtazamo wa theolojia, maisha yana maana zaidi inapounganishwa na uhusiano kati ya mwanadamu na Muumba.

Biblia pia inasisitiza kwamba maisha yote, kutoka kwa mimea hadi kwa wanyama na binadamu, yanatokana na neno la Mungu. Mwanzo 1:11-12 inasema:

"MUNGU AKASEMA, 'NCHI NA IZAE MAJANI, MIMEA INAYOTOA MBEGU, NA MITI YA MATUNDA INAYOTOA MATUNDA YENYE MBEGU NDANI YAKE, KULINGANA NA AINA ZAKE.' NA IKAWA HIVYO."

Hii inaonyesha kanuni ya Mungu ya uzazi na uhai wa aina mbalimbali, dhana ambayo inalingana na utofauti wa viumbe hai tunaouona leo.

---

2. Maisha ni nini Kulingana na Biolojia?

Kwa mtazamo wa kisayansi, maisha yanaweza kufafanuliwa kama hali inayojumuisha uwezo wa kukua, kuzaliana, kujibu mazingira, na kudumisha homeostasis (usawa wa ndani wa mwili). Maisha yote duniani yana sifa za msingi zifuatazo:

- *Chembehai (Cellular Structure):* Chembe ni kitengo cha msingi cha maisha, iwe ni seli moja (kama bakteria) au viumbe wenye seli nyingi (kama binadamu).

- *Metabolismu:* Mchakato wa kemikali unaoruhusu viumbe hai kupata nishati na kudumisha mifumo yao.
- *Uzazi:* Uwezo wa kuzaa viumbe wapya kupitia njia za kijinsia au zisizo za kijinsia.

Hadi sasa, sayansi inakubaliana kwamba maisha duniani yanategemea maji, oksijeni, na vinasaba (DNA na RNA), ambavyo vinaongoza ukuaji na tabia za viumbe hai. Hii inalingana na Biblia ambayo inasisitiza kwamba maji yalikuwa chanzo muhimu cha maisha (Mwanzo 1:2).

---

3. Maisha Yalianzaje?

Biblia Inasema:

Simulizi la Biblia linaelezea kwamba maisha yote yalianza kwa amri ya Mungu. Mungu alisema, "Iwepo nuru," na nuru ikawa (Mwanzo 1:3). Mpangilio wa uumbaji unaonyesha hatua za kipekee ambazo Mungu alitumia kuanzisha maisha:

1. Kuundwa kwa nuru kama chanzo cha nishati.
2. Mgawanyo wa maji na ardhi, kuandaa mazingira ya uhai.
3. Uumbaji wa mimea inayotegemea mwanga wa jua kwa usanisinuru.
4. Uumbaji wa wanyama wa nchi, baharini, na angani.

5. Hatimaye, uumbaji wa mwanadamu, aliyepewa nafasi ya pekee kama msimamizi wa viumbe vyote.

Sayansi Inasema:

Sayansi imejaribu kuelezea asili ya maisha kupitia nadharia kama vile "Nadharia ya Asili ya Kemia ya Uhai," ambayo inasema kwamba molekuli za kikemia kama amino asidi zilikutana kwa bahati na kuunda chembe hai za kwanza. Hata hivyo, hadi leo, wanasayansi hawajafanikiwa kuunda maisha kutoka kwa vitu visivyo na uhai bila usaidizi wa majaribio yaliyoongozwa na akili ya kibinadamu. Hili linaonyesha kikomo cha sayansi na nafasi ya kipekee ya Mungu kama chanzo cha maisha.

4. Mpangilio wa Kibaiolojia katika Uumbaji

Simulizi la Biblia linaonyesha mpangilio wa kibaiolojia wa uumbaji wa Mungu:

- *Mimea Kwanza:* Mwanzo 1:11-12 inasema kwamba mimea iliumbwa kabla ya wanyama. Hii inalingana na uelewa wa kisasa kwamba mimea ni msingi wa mnyororo wa chakula kupitia usanisinuru.
- *Wanyama Kisha:* Mwanzo 1:20-25 inazungumzia uumbaji wa samaki, ndege, na wanyama wa nchi kavu, kwa mpangilio unaoendana na maendeleo ya kiikolojia.
- *Binadamu Mwisho:* Mwanzo 1:26-27 inasema kwamba binadamu aliumbwa wa mwisho, akiwa na jukumu la kipekee la kutawala na kutunza viumbe vyote.

5. Maisha Kama Nafsi Hai

Katika Mwanzo 2:7, maisha ya mwanadamu yanatajwa kuwa pumzi ya Mungu. Theolojia inafundisha kwamba maisha haya ya kiroho yanaifanya nafsi ya mwanadamu kuwa ya kipekee, tofauti na wanyama. Hata hivyo, pia kuna uhusiano wa kibaiolojia kati ya binadamu na viumbe wengine, kwani wote wana mifumo inayoshabihiana kama mzunguko wa damu, upumuaji, na utendaji wa seli.

6. Maisha na Mifano Halisi

Mfano wa Kiroho:

Yesu Kristo alisema, "**MIMI NDIMI NJIA, NA KWELI, NA UZIMA**" (Yohana 14:6). Hii inaonyesha kwamba maisha ya kweli yanapatikana katika uhusiano wa kiroho na Mungu.

Mfano wa Kisayansi:

Sayansi ya biolojia inaonyesha jinsi maisha yanavyodumishwa na michakato ya ajabu kama vile kupumua, ambapo oksijeni hutumika kutengeneza nishati. Hii inalingana na Biblia ambayo inasema pumzi ya Mungu ndio chanzo cha maisha.

Maisha, yanapochunguzwa kutoka kwa mtazamo wa Biblia na sayansi, yanathibitisha ukuu wa Mungu. Theolojia inaeleza maisha kama zawadi ya kipekee ya kiroho, ilhali biolojia inaonyesha uzuri wa mifumo ya kimwili inayodumisha uhai. Hali hii ya mshikamano kati ya Biblia na biolojia inathibitisha kwamba mwanzo wa maisha ni kazi ya mikono ya Mungu, ambaye ni Muumba wa kila kitu.

Swali la Tafakari: Je, kuelewa maisha kupitia mtazamo wa Biblia na sayansi kunakusaidiaje kutambua ukuu wa Mungu na thamani ya maisha?

Mgawanyiko wa Ardhi, Maji, na Hewa Kama Mifumo ya Kiikolojia

Katika simulizi la uumbaji, Biblia inatoa picha ya mpangilio wa mazingira ambayo ni msingi wa uhai wote duniani. Mwanzo 1:6-10 inasema:

"MUNGU AKASEMA, 'IWE ANGA KATIKATI YA MAJI, LIKAYATENGE MAJI NA MAJI.' MUNGU AKALIFANYA ANGA NA KUTENGA MAJI YALIYO CHINI YA ANGA NA MAJI YALIYO JUU YA ANGA. IKAWA HIVYO. MUNGU AKAPAITA ANGA, MBINGU... MUNGU AKASEMA, 'MAJI YALIYO CHINI YA MBINGU NA YAKUSANYIKE MAHALI PAMOJA, ILI PAKAVU PAONEKANE.' IKAWA HIVYO. MUNGU AKAPAITA PAKAVU, NCHI; NA KUSANYIKO LA MAJI AKALIITA BAHARI."

Simulizi hili linaonyesha hatua za Mungu katika kuanzisha mifumo ya kiikolojia: ardhi, maji, na hewa. Mifumo hii inategemeana na ni muhimu kwa uhai wa viumbe hai. Katika sura hii, tutaangazia uhusiano wa kiikolojia kati ya ardhi, maji, na hewa, na pia kuzingatia mchango wa dini katika kuelewa na kuhifadhi mifumo hii.

---

1. Mgawanyiko wa Ardhi, Maji, na Hewa Kulingana na Biblia

Biblia inasisitiza kwamba Mungu aliumba ardhi, maji, na hewa kwa mpangilio wa kipekee ili kuwezesha maisha.

Ardhi iliumbwa kutoa makazi kwa mimea, wanyama, na binadamu. Maji, ambayo ni chanzo cha uhai (Mwanzo 1:20), yanatumika kwa kunywa, kusafisha, na kudumisha mifumo ya kiikolojia kama mito, bahari, na maziwa. Hewa, ambayo inajumuisha oksijeni na gesi nyingine muhimu, inategemewa na viumbe wote hai kwa upumuaji.

Katika maandiko haya, tunaona kanuni za msingi za mazingira:

- *Ardhi:* Mungu aliiita "pakavu" kuwa nchi na akaiagiza izae mimea (Mwanzo 1:11-12). Hii inaonyesha kwamba ardhi ni msingi wa uzalishaji wa chakula na makazi.
- *Maji:* Mungu alikusanya maji mahali pamoja na kuyaita bahari. Maji haya yana jukumu la kudumisha uhai wa viumbe wa majini na pia kuhifadhi mzunguko wa maji duniani.
- *Hewa:* Anga lililoundwa na Mungu linahusiana na mfumo wa hali ya hewa, mzunguko wa maji, na maisha ya kila siku ya viumbe hai.

Kwa ujumla, Biblia inafundisha kwamba Mungu aliumba dunia kwa mpangilio uliokusudiwa kuhifadhi uhai na kuhakikisha ustawi wa viumbe vyote.

2. Uhusiano wa Dini na Ikolojia: Kwa Nini Ni Muhimu?

Dini nyingi duniani zinahusisha mafundisho yanayosisitiza uhusiano wa wanadamu na mazingira. Katika miaka ya hivi karibuni, wanatheolojia kutoka dini mbalimbali wameanza kukabiliana na mitazamo ya kidini kuhusu asili na kushiriki katika mazungumzo kuhusu mgogoro wa kimazingira. Swali kuu linalojitokeza ni: *Je, dini inaweza kuwa suluhisho la matatizo ya kimazingira?*

i. Mtazamo wa Maadili ya Kidini Kuhusu Mazingira

Dini zimepanua mtazamo wa maadili ili kujumuisha uhusiano wa wanadamu na viumbe vingine na mifumo ya kiikolojia. Katika Biblia, tunasoma kwamba binadamu walipewa jukumu la kutawala na kutunza dunia: **"MUNGU AKASEMA, 'NA TUFANYE MTU KWA MFANO WETU, KWA SURA YETU; WAKATAWALE SAMAKI WA BAHARINI, NDEGE WA ANGANI, WANYAMA WA MWITUNI, NA VIUMBE WOTE WATAMBAAO JUU YA NCHI.'"** (Mwanzo 1:26).

Hii inamaanisha kwamba wanadamu si wamiliki wa uumbaji bali ni wasimamizi. Maadili haya ya uwajibikaji yanapaswa kutafsiriwa kwa vitendo vya kutunza mazingira, kupunguza uharibifu wa ardhi, na kuhifadhi mifumo ya kiikolojia.

ii. Mazingira Katika Utamaduni wa Kidini

Mazungumzo ya sasa yanahusu jinsi tamaduni za kidini zimewahi kuona asili na jinsi mitazamo hii inavyoweza kurekebishwa. Katika mila za Kiyahudi na Kikristo, asili mara nyingi imechukuliwa kama uumbaji wa Mungu uliotakasika. Hata hivyo, ukosoaji umeibuka kwamba mitazamo ya zamani iliwahi kupuuza mazingira, na matokeo yake ni uharibifu wa mazingira.

Wanafikra wa kidini sasa wanasema kwamba uelewa mpya wa mafundisho ya kidini unapaswa kuzingatia:

- Kuhifadhi mifumo ya kiikolojia kama sehemu ya ibada.

- Kutumia rasilimali kwa uwajibikaji, kulingana na maagizo ya Biblia kama mwaka wa Sabato (Mambo ya Walawi 25:4-5), ambapo ardhi ilipewa mapumziko.
- Kurekebisha sera za kilimo na teknolojia kwa misingi ya haki za kimazingira.

---

3. Uchunguzi wa Kisayansi wa Mifumo ya Kiikolojia

Sayansi ya kisasa inaunga mkono dhana ya Biblia kuhusu umuhimu wa mifumo ya kiikolojia:

- *Ardhi:* Mimea hutegemea udongo kwa virutubisho na maji. Mfumo wa mizizi huboresha udongo na kuzuia mmomonyoko wa ardhi.
- *Maji:* Mzunguko wa maji unahusisha uvukizi, mvua, na mtiririko wa maji ambao unadumisha maisha kwenye ardhi na baharini.
- *Hewa:* Anga linaweka uwiano wa gesi muhimu kama oksijeni na kaboni dioksidi. Usawa huu unadumishwa na mchakato wa usanisinuru wa mimea na upumuaji wa viumbe hai.

Kwa mtazamo wa sayansi, tunapoharibu mifumo hii kupitia uchafuzi, ukataji miti, au matumizi mabaya ya rasilimali, tunaharibu pia maisha yetu wenyewe.

---

4. Maadili ya Kidini na Mazingira Leo

Katika enzi hii ya mgogoro wa kimazingira, maadili ya kidini yamekuwa yakibadilika ili kukabiliana na changamoto mpya. Mazungumzo kuhusu jinsi teknolojia, sera za nishati, kilimo, na uchumi vinavyoharibu mazingira sasa yanashirikiana na hoja za kidini. Kwa mfano:

- *Ibada za Kihisia:* Dini zinahimiza ibada na sala zinazotambua uharibifu wa mazingira, zikiambatana na maombi ya msamaha na nia ya kurekebisha.
- *Mafunzo Mapya ya Theolojia:* Mafundisho mapya yameibuka, yakihimiza watu kuona asili kama sehemu ya uumbaji mtakatifu wa Mungu, na si kama kitu cha kuchukuliwa kwa faida ya binadamu tu.

---

5. Uhusiano wa Dini na Ikolojia

Simulizi la Biblia linatufundisha kwamba ardhi, maji, na hewa ni mifumo iliyoundwa kwa hekima ya Mungu ili kuhakikisha uhai wa viumbe vyote. Mafundisho ya kidini, yanapounganishwa na sayansi, yanatoa msingi madhubuti wa kuhifadhi mazingira. Tunaposhughulikia mgogoro wa kimazingira leo, ni muhimu kutambua kwamba dini ina nafasi muhimu ya kufundisha maadili, kutia moyo uwajibikaji, na kuhimiza heshima kwa uumbaji.

Tafakari: Je, mtazamo wako wa kidini unakufanya uwe mwangalifu zaidi kuhusu mazingira? Je, unachukua hatua gani kutunza mifumo ya kiikolojia katika maisha yako ya kila siku?

Uumbaji wa Mimea na Nafasi Yake Katika Kudumisha Mnyororo wa Chakula

Katika simulizi la uumbaji kwenye kitabu cha Mwanzo, mimea inatajwa kuwa mojawapo ya viumbe vya kwanza ambavyo Mungu aliumba. Mwanzo 1:11-12 inasema: **"MUNGU AKASEMA, 'NCHI NA IZAE MAJANI, MIMEA INAYOTOA MBEGU, NA MITI YA MATUNDA INAYOTOA MATUNDA YENYE MBEGU NDANI YAKE, KULINGANA NA AINA ZAKE.' IKAWA HIVYO. NCHI IKAZAA MAJANI, MIMEA INAYOTOA MBEGU KULINGANA NA AINA ZAKE, NA MITI INAYOTOA MATUNDA YENYE MBEGU NDANI YAKE KULINGANA NA AINA ZAKE. MUNGU AKAONA KUWA NI VYEMA."**

Maandiko haya yanasisitiza nafasi ya pekee ya mimea katika mpangilio wa uumbaji wa Mungu. Mimea ni chanzo cha uhai kwa viumbe hai wengine na msingi wa mnyororo wa chakula. Katika sura hii, tutachunguza uumbaji wa mimea kwa mtazamo wa kiroho na kisayansi, na kuelewa jinsi mimea inavyodumisha maisha duniani.

---

1. Uumbaji wa Mimea Kulingana na Mtazamo wa Theolojia

Biblia inaonyesha kwamba mimea iliundwa kwa amri ya Mungu, kama sehemu ya mpangilio wa uumbaji. Uumbaji wa mimea ulikuwa wa kipekee kwa sababu:

- *Mimea Ilizaliwa Kutoka Ardhi:* Mungu aliamuru ardhi izae mimea, ikionyesha uhusiano wa karibu kati ya mimea na mazingira. Mimea hutegemea udongo kwa virutubisho, ikionyesha hekima ya Mungu katika kuunda mfumo unaojitegemea.

- *Uzazi na Uendelevu:* Mungu aliumba mimea ikiwa na uwezo wa kuzaa mbegu kulingana na aina zake. Hii inamaanisha kwamba mimea iliumbwa kuwa endelevu, ikijizalisha na kudumisha maisha yake.
- *Chanzo cha Chakula:* Mimea iliumbwa kama chanzo cha chakula kwa wanyama na binadamu. Mwanzo 1:29 inasema: **"MUNGU AKASEMA, 'TAZAMA, NIMEWAPA KILA MIMEA INAYOTOA MBEGU JUU YA USO WA NCHI YOTE, NA KILA MTI WENYE MATUNDA YENYE MBEGU NDANI YAKE. VITAKUWA CHAKULA CHENU.'"**

Theolojia inasisitiza kwamba uumbaji wa mimea haukuwa wa bahati mbaya, bali ulikuwa sehemu ya mpango wa Mungu wa kudumisha maisha duniani. Mimea inahusishwa na wingi wa neema ya Mungu, ikitoa chakula, makazi, na uzuri kwa uumbaji wake wote.

---

2. Uumbaji wa Mimea Kulingana na Mtazamo wa Biolojia

Kwa mtazamo wa kisayansi, mimea ni msingi wa mnyororo wa chakula na chanzo kikuu cha nishati kwa viumbe hai wote. Mimea hufanya kazi kupitia mchakato wa usanisinuru (photosynthesis), ambapo inatumia mwanga wa jua kutengeneza chakula. Mchakato huu ni wa msingi kwa sababu:

- *Usanisinuru:* Mimea hutumia mwanga wa jua, maji, na dioksidi kaboni kutengeneza glukosi na oksijeni. Mchakato huu siyo tu unatoa nishati kwa mimea yenyewe bali pia hutoa oksijeni kwa viumbe wengine wote.

- *Chanzo cha Nishati:* Katika mnyororo wa chakula, mimea ni watengenezaji wa kwanza (producers). Wanyama wa kwanza kula mimea (herbivores) hutegemea mimea kwa nishati, na wanyama wanaokula nyama (carnivores) hutegemea wanyama waliokula mimea.
- *Udumishaji wa Ikolojia:* Mimea husaidia kusawazisha gesi katika angahewa kwa kunyonya dioksidi kaboni na kutoa oksijeni, na hivyo kudumisha hali ya maisha duniani.

Katika biolojia, mimea ina nafasi muhimu katika mifumo ya kiikolojia, kama vyanzo vya virutubisho, makazi ya wanyama, na sehemu ya mzunguko wa maji duniani.

---

3. Nafasi ya Mimea Katika Mnyororo wa Chakula

Katika mnyororo wa chakula, mimea huchukua nafasi ya msingi kama "watengenezaji." Mnyororo wa chakula unahusisha viumbe vya viwango tofauti vya lishe (trophic levels), na mimea ni sehemu ya kwanza ya mfumo huu.

- *Watengenezaji (Producers):* Mimea huzalisha nishati ya kemikali inayotumika na viumbe vingine vyote.
- *Wanyama Walaji wa Mimea (Primary Consumers):* Wanyama wa kwanza kama ng'ombe, punda milia, na ndovu hutegemea mimea kama chanzo chao cha chakula.

- *Walaji wa Nyama (Secondary and Tertiary Consumers):* Hawa hutegemea wanyama walaji wa mimea, lakini mnyororo wao wa maisha bado unatokana na mimea kama chanzo cha msingi cha nishati.

Kwa mfano, mnyama kama simba hutegemea wanyama wa kula mimea kama swala kwa chakula. Bila mimea, swala zisingeweza kuishi, na hivyo simba pia angekosa chakula. Hii inaonyesha kwamba mimea ni msingi wa maisha ya kila kiumbe.

---

4. Changamoto za Kihifadhi kwa Mimea na Mazingira

Leo, mimea inakabiliwa na changamoto nyingi, ikiwemo:

- *Ukataji wa Miti:* Ukataji holela wa miti unaathiri mzunguko wa maji na huchangia mmomonyoko wa udongo.
- *Mabadiliko ya Tabianchi:* Mabadiliko ya hali ya hewa yanaathiri ukuaji wa mimea na mzunguko wa maisha wa viumbe hai.
- *Uchafuzi wa Mazingira:* Kemikali na uchafuzi wa maji vinaathiri uwezo wa mimea kuendelea kuwa sehemu ya mnyororo wa chakula.

Theolojia inasisitiza jukumu la binadamu kama watunzaji wa mazingira. Mungu alimpa Adamu jukumu la kutunza bustani ya Edeni (Mwanzo 2:15), ambalo linaweza kutafsiriwa kuwa wajibu wa kuhifadhi mimea na mifumo ya kiikolojia.

---

5. Mafundisho ya Kidini Kuhusu Kutunza Mimea

Dini nyingi zinahimiza heshima kwa uumbaji wa Mungu, ikiwa ni pamoja na mimea. Mafundisho haya yanasisitiza:

- *Kutumia Rasilimali Kwa Hekima:* Mwanzo 1:29-30 inatuonyesha kwamba Mungu aliumba mimea kwa ajili ya chakula, lakini pia kwa ajili ya huduma nyingine kama tiba na makazi. Hii inatuonyesha kwamba rasilimali za asili zinapaswa kutumika kwa uwajibikaji.
- *Kuhifadhi Mazingira:* Sheria za Biblia kama mwaka wa Sabato (Mambo ya Walawi 25:4-5) zinaonyesha umuhimu wa kupumzisha ardhi ili kudumisha uzalishaji wake.

Uumbaji wa mimea, kama unavyosimuliwa katika Biblia na kueleweka kupitia biolojia, unasisitiza nafasi yake ya msingi katika kudumisha maisha duniani. Mimea siyo tu chanzo cha chakula, bali pia ni mhimili wa mifumo ya kiikolojia, ikihifadhi hali ya hewa, kutoa oksijeni, na kutunza mazingira. Mafundisho ya kidini na kisayansi yanatufundisha thamani ya mimea na jukumu letu la kuhakikisha inadumishwa kwa vizazi vijavyo.

Swali la Tafakari: Je, unachukua hatua gani kuimarisha na kuhifadhi mimea kama sehemu ya uumbaji wa Mungu? Je, maisha yako yanawiana na jukumu lako kama mtunzaji wa mazingira?

Utambulisho wa Uhai wa Wanyama na Dhana ya "Aina" Katika Vinasaba

Simulizi la uumbaji katika Biblia linatoa mwanga wa kipekee juu ya jinsi uhai ulianza, hasa uumbaji wa wanyama na nafasi yao katika mfumo wa uumbaji wa Mungu. Mwanzo 1:20-25 inasema:

"MUNGU AKASEMA, 'MAJI NA YAJAWE NA VIUMBE HAI TELE, NA NDEGE WARUKE JUU YA NCHI KATIKA ANGA LA MBINGU.' MUNGU AKAWAUMBA SAMAKI WAKUBWA NA VIUMBE VYOTE HAI VITAMBAAVYO VILIVYOJAA KATIKA MAJI, KILA KIMOJA KULINGANA NA AINA YAKE, NA KILA NDEGE KULINGANA NA AINA YAKE. MUNGU AKAONA KUWA NI VYEMA."

Hii inasisitiza kwamba wanyama waliumbwa kulingana na "aina" zao, dhana ambayo ina maana ya kipekee, kisayansi na kiroho. Katika sura hii, tutachunguza uumbaji wa wanyama, dhana ya "aina" katika vinasaba, na kuchanganua nadharia ya chemosynthetic kuhusu asili ya uhai. Tutaunganisha mtazamo wa theolojia na biolojia ili kupata uelewa wa kina wa hatua zinazowezekana katika asili ya uhai.

---

1. Uumbaji wa Wanyama Kulingana na Mtazamo wa Theolojia

Biblia inasisitiza kwamba wanyama ni sehemu muhimu ya uumbaji wa Mungu. Walipewa nafasi ya kipekee kama viumbe wa aina mbalimbali wenye uhai na nafasi zao za kiikolojia. Katika simulizi la Mwanzo:

- *Uumbaji wa Samaki na Ndege:* Mungu aliumba viumbe wa majini na ndege ili kujaa kwenye maji na anga (Mwanzo 1:20-22). Hii inaonyesha kwamba Mungu alikusudia uhai wa wanyama kuwa wa aina mbalimbali na wa kuzidiana.

- *Uumbaji wa Wanyama wa Nchi Kavu:* Mwanzo 1:24-25 unasema Mungu aliumba wanyama wa nchi kavu kulingana na "aina" zao, akisisitiza utofauti na mpangilio katika uumbaji.

Dhana ya "aina" inarejelea mpangilio wa kimaumbile wa kila kiumbe, ambapo kila mmoja anaweza kuzaa kulingana na aina yake. Hii inahusiana na mpango wa Mungu wa kudumisha uzazi na maisha kwa wanyama.

Mafunzo ya Theolojia:

- *Uwajibikaji wa Binadamu:* Mwanzo 1:26 inasema Mungu alimpa mwanadamu mamlaka juu ya wanyama wote. Hii inaonyesha jukumu la binadamu la kuwa msimamizi wa wanyama, si tu kama rasilimali, bali pia kama sehemu ya uumbaji wa Mungu unaostahili heshima.
- *Uhusiano wa Kiroho:* Biblia inaonyesha kwamba wanyama ni sehemu ya mpango wa Mungu wa uumbaji na hutumika pia kama mifano ya kiroho. Kwa mfano, Yesu alijulikana kama "Mwanakondoo wa Mungu" (Yohana 1:29), akisisitiza nafasi ya wanyama katika muktadha wa kimafumbo.

---

2. Dhana ya "Aina" Katika Vinasaba

Kwa mtazamo wa kisayansi, dhana ya "aina" inahusiana na vinasaba (DNA) na mpangilio wa urithi wa viumbe hai.

- *Ufafanuzi wa "Aina":* Katika biolojia, "aina" mara nyingi hujulikana kama viumbe wanaoweza kuzaliana pamoja na kuleta kizazi kinachoweza kuendelea kuzaa. Hii inaendana na dhana ya Biblia kwamba kila mnyama aliumbwa "kulingana na aina yake."
- *Uhusiano wa Vinasaba:* DNA, ambayo ni kitambulisho cha urithi wa viumbe hai, inaonyesha jinsi "aina" zinavyohifadhiwa na kurithiwa kutoka kizazi kimoja hadi kingine. Kwa mfano, simba na chui ni wa familia moja ya wanyama wa nyama (Felidae), lakini ni wa "aina" tofauti kwa sababu hawawezi kuzaliana pamoja kwa njia ya asili.
- *Tofauti na Marekebisho:* Ingawa Biblia inasisitiza kwamba wanyama waliumbwa kulingana na aina zao, biolojia inaonyesha kwamba mabadiliko madogo yanaweza kutokea ndani ya "aina" moja, jambo linalojulikana kama mabadiliko ya kimaumbile (microevolution).

3. Chemosynthetic Theory ya Asili ya Uhai

Nadharia ya Chemosynthetic inatoa mtazamo wa kisayansi juu ya jinsi uhai ulianza kwa njia ya michakato ya kikemia. Ingawa Biblia inahusisha mwanzo wa uhai moja kwa moja na Mungu, nadharia hii inajitahidi kuelezea hatua za asili za kibaiolojia ambazo zinaweza kueleza mwanzo wa uhai.

i. Nadharia ya Chemosynthetic:

Nadharia hii inasema kwamba uhai ulianza kupitia hatua zifuatazo:

1. *Muundo wa Masi za Kikemia:* Atomi rahisi kama kaboni, hidrojeni, oksijeni, na nitrojeni ziliungana kutengeneza molekuli rahisi kama amino asidi.
2. *Muundo wa Polima:* Molekuli hizi rahisi zilijiunga kutengeneza polima kama protini na asidi za kiini (nucleic acids), kama vile DNA na RNA.
3. *Mfumo wa Kujitegemea:* Molekuli hizi ziliunda miundo yenye uwezo wa kujitegemea na kuzaa, ambayo ilikuwa msingi wa chembehai za kwanza.
4. *Mazingira ya Awali:* Mazingira ya dunia ya awali, yenye volkeno na gesi, yalitoa hali zinazofaa kwa mchakato huu.

ii. Changamoto za Nadharia:

- Hakuna ushahidi wa moja kwa moja unaothibitisha kwamba maisha yalitokea kwa njia hii pekee bila uingiliaji wa kimungu.
- Nadharia hii haiwezi kuelezea jinsi mfumo changamano wa DNA na RNA ulivyoibuka kwa bahati nasibu.

---

4. Hatua Zinazowezekana Katika Mwanzo wa Uhai

Kwa kuunganisha mtazamo wa Biblia na sayansi, tunaweza kuona hatua zinazowezekana katika mwanzo wa uhai:

- *Hatua ya Kiroho:* Mungu ndiye chanzo cha uhai wote, kama Biblia inavyosema katika Mwanzo 1:20-25. Mungu aliumba wanyama moja kwa moja kwa mpangilio na hekima.
- *Hatua ya Kiasili:* Sayansi inaonyesha kwamba mazingira ya dunia ya awali yalitoa hali zinazofaa kwa kuibuka kwa uhai. Hii inaweza kuwa sehemu ya mpango wa Mungu wa kuweka mazingira bora ya maisha.
- *Hatua ya Kiikolojia:* Uumbaji wa wanyama ulizingatia mahitaji ya kiikolojia, ambapo wanyama hutegemeana kwa chakula, makazi, na uzazi, jambo linaloonyesha utaratibu wa Mungu.

Simulizi la Biblia kuhusu uumbaji wa wanyama na dhana ya "aina" linaendana kwa njia ya ajabu na mtazamo wa kisayansi wa vinasaba na mifumo ya uhai. Ingawa nadharia ya chemosynthetic inatoa maelezo ya kisayansi ya jinsi uhai ulianza, haina uwezo wa kuelezea kikamilifu chanzo cha maisha bila kuzingatia nafasi ya Mungu. Dhana ya "aina" inasisitiza kwamba viumbe hai waliumbwa kwa mpangilio wa kipekee, na DNA inathibitisha utofauti huo wa maumbile.

Kwa mtazamo wa theolojia, maisha ya wanyama ni zawadi ya Mungu, na wanadamu wamepewa jukumu la kuyatunza. Hii inasisitiza kwamba uelewa wa uumbaji wa wanyama unapaswa kutupeleka kwenye heshima kubwa kwa Mungu na wajibu wa kuhifadhi mazingira kwa ajili ya kizazi kijacho.

Swali la Tafakari: Je, unachukuliaje jukumu lako kama msimamizi wa viumbe wa Mungu, hasa wanyama? Je, unathamini jinsi Mungu alivyopanga kwa hekima mfumo wa uhai?

Umuhimu wa Kipekee wa Binadamu, Aliyeumbwa kwa Sura ya Mungu, na Athari za Kibiolojia na Kiroho za Kuwa "Nafsi Hai" (Mwanzo 2:7)

Simulizi la uumbaji katika Biblia linaonyesha nafasi ya kipekee ya binadamu katika mpango wa Mungu wa uumbaji. Mwanzo 2:7 inasema:

"BWANA MUNGU AKAMFANYA MTU KWA MAVUMBI YA ARDHI, AKAMPULIZIA PUMZI YA UHAI PUANI MWAKE; MTU AKAWA NAFSI HAI."

Aya hii inaonyesha uumbaji wa mwanadamu kama tendo la kipekee lililojaa uzuri wa kiroho na kibiolojia. Wakati wanyama na mimea waliumbwa kwa neno la Mungu, binadamu aliundwa kwa mikono ya Mungu na kupuliziwa pumzi ya uhai. Katika sura hii, tutachunguza maoni ya theolojia juu ya nafasi ya pekee ya binadamu kama aliyeumbwa kwa sura ya Mungu, na athari za kuwa "nafsi hai," kwa kutumia tafsiri za kina za Biblia, maandiko ya kimaandiko, na ufafanuzi wa wachambuzi wa Biblia.

---

1. Binadamu Aliyeumbwa kwa Sura ya Mungu

Mwanzo 1:26-27 inasema:

"MUNGU AKASEMA, 'NA TUFANYE MTU KWA MFANO WETU, KWA SURA YETU; WAKATAWALE SAMAKI WA BAHARINI, NDEGE WA ANGANI, WANYAMA WA MWITUNI, DUNIA YOTE, NA VIUMBE WOTE WATAMBAAO JUU YA NCHI.' BASI MUNGU AKAUMBA MTU KWA MFANO WAKE, KWA MFANO WA MUNGU ALIMWUMBA; MWANAMUME NA MWANAMKE ALIWAUMBA."

i. Maana ya Kuumbwa Kwa Sura ya Mungu

Kuwa binadamu aliyeumbwa kwa sura ya Mungu kunamaanisha:

- *Uhusiano wa Kiroho:* Binadamu ana roho ambayo inamruhusu kuwa na uhusiano wa moja kwa moja na Mungu. Kwa mfano, Yesu alisema, **"MUNGU NI ROHO, NAO WAMWABUDUO IMEWAPASA KUMWABUDU KATIKA ROHO NA KWELI"** (Yohana 4:24). Hii inaonyesha kwamba mwanadamu ana uwezo wa kipekee wa kumjua na kumwabudu Mungu.
- *Akili na Maamuzi:* Wanadamu wana akili za hali ya juu, uwezo wa kufikiri, kupanga, na kufanya maamuzi. Dhana hii inaendana na muktadha wa kuwa wasimamizi wa uumbaji wa Mungu (Mwanzo 1:28).
- *Maadili na Haki:* Wanadamu wamepewa dhamiri na uwezo wa kutambua mema na mabaya, jambo ambalo linathibitisha kuwa wameumbwa kwa mfano wa Mungu ambaye ni mtakatifu na mwenye haki.

ii. Tafsiri za Wachambuzi wa Biblia

- *John Calvin:* Calvin anasisitiza kwamba sura ya Mungu katika mwanadamu inahusiana hasa na usafi wa kiroho, haki, na hekima. Kwa Calvin, sura hii haimaanishi umbo la kimwili bali tabia ya kiroho ya mwanadamu.
- *Matthew Henry:* Katika tafsiri yake, Henry anasema kwamba kuwa na sura ya Mungu kunampa binadamu nafasi ya kipekee juu ya viumbe wengine, kwani roho ya binadamu ni ya milele na inayo uwezo wa kutafakari mambo ya kiroho.

---

2. Nafsi Hai: Pumzi ya Uhai

Mwanzo 2:7 inaonyesha kwamba Mungu alipulizia pumzi ya uhai ndani ya mtu, na hivyo kumfanya kuwa "nafsi hai."

i. Maana ya "Nafsi Hai"

Kulingana na tafsiri za kina:

- *"Pumzi ya Uhai" (Nefesh):* Neno la Kiebrania "nefesh" linamaanisha uhai wa kipekee ambao unahusiana na nafsi, roho, na pumzi. Mungu alipulizia pumzi yake mwenyewe ndani ya mwanadamu, na hivyo akampa uzima wa kiroho na wa kimwili.
- *Moyo wa Binadamu:* Uhai wa kimwili unapatikana kupitia mzunguko wa damu, ambao unahusiana na moyo, lakini uhai wa kiroho unatoka kwa pumzi ya Mungu, ambayo ni chanzo cha roho ya mwanadamu.

ii. Athari za Kiroho

Kwa kuwa Mungu alimpulizia binadamu pumzi ya uhai:

- Binadamu anashiriki tabia za kiroho za Mungu, kama vile uwezo wa kupenda, kusamehe, na kutafuta haki.
- Nafsi ya mwanadamu ni ya milele, ambayo inaashiria kwamba maisha ya mwanadamu hayaishii duniani pekee, bali yanaendelea milele, iwe katika ushirika wa milele na Mungu au kutengwa naye.

iii. Athari za Kibiolojia

Wakati Biblia inasisitiza pumzi ya Mungu kama chanzo cha uhai wa kiroho, biolojia inaonyesha jinsi mwili wa binadamu ulivyoumbwa kwa mfumo changamano. Kwa mfano:

- *Moyo na Mfumo wa Upumuaji:* Moyo wa mwanadamu hupiga mara milioni 2.5 katika maisha yake yote, ukitoa damu safi kwa mwili. Upumuaji unahusiana moja kwa moja na pumzi ya Mungu kwa kuwa ni sehemu ya uhai wa kimwili.
- *DNA:* Mfumo wa vinasaba (DNA) unatoa mwongozo wa maumbile ya kila mwanadamu, unaoonyesha mpangilio wa kipekee wa Mungu katika uumbaji wa binadamu.

---

3. Nafasi ya Mwanadamu Kama Msimamizi wa Uumbaji

Biblia inasema kwamba binadamu alipewa mamlaka juu ya viumbe wengine. Mwanzo 1:28 inasema:

"MUNGU AKAWABARIKI, MUNGU AKAWAAMBIA, 'ZAENI MKAONGEZEKE; MKAIJAZE NCHI NA KUITIISHA; MKATAWALE

SAMAKI WA BAHARINI, NDEGE WA ANGANI, NA KILA KIUMBE HAI KIENDACHO JUU YA NCHI.'"

i. Majukumu ya Mwanadamu

- *Kutunza Mazingira:* Mungu alimpa Adamu jukumu la kutunza bustani ya Edeni (Mwanzo 2:15). Hii inamaanisha kwamba wanadamu wana wajibu wa kutunza mazingira na viumbe hai wengine.
- *Kuhakikisha Usawa:* Mwanadamu, kama msimamizi wa uumbaji, anapaswa kuhakikisha usawa wa kiikolojia, ili kuhakikisha kwamba viumbe vyote vinaendelea kuishi.

ii. Utafiti wa Wachambuzi wa Biblia

- *Charles Spurgeon:* Spurgeon anasisitiza kwamba jukumu la binadamu la kuwa msimamizi wa uumbaji linapaswa kutekelezwa kwa unyenyekevu, kwani binadamu si mmiliki wa uumbaji bali msimamizi aliyewekwa na Mungu.
- *Albert Barnes:* Barnes anaongeza kwamba mamlaka ya binadamu juu ya uumbaji inapaswa kuonyesha heshima kwa Mungu, ambaye ni Muumba wa viumbe vyote.

---

4. Thamani ya Binadamu Kulingana na Uumbaji Wake

Binadamu aliyeumbwa kwa sura ya Mungu ana thamani isiyo na kifani. Katika Biblia, thamani hii inaonyeshwa katika:

- *Upendo wa Mungu kwa Wanadamu:* Yohana 3:16 inasema: **"KWA MAANA JINSI HII**

MUNGU ALIUPENDA ULIMWENGU HATA AKAMTOA MWANAWE WA PEKEE, ILI KILA AMWAMINIYE ASIPOTEE, BALI AWE NA UZIMA WA MILELE."

- *Ukombozi Kupitia Kristo:* Yesu Kristo alikufa msalabani kwa ajili ya dhambi za binadamu, akionyesha kwamba wanadamu wana thamani kubwa machoni pa Mungu.

Uumbaji wa binadamu kwa sura ya Mungu na kupuliziwa pumzi ya uhai ni ushuhuda wa nafasi ya kipekee ya mwanadamu katika mpango wa Mungu wa uumbaji. Mwanadamu ameumbwa kuwa nafsi hai, yenye mwili wa kimwili na roho ya kiroho, na amepewa jukumu la kuwa msimamizi wa uumbaji wa Mungu. Maelezo haya yanathibitisha kwamba mwanadamu si matokeo ya bahati mbaya, bali ni kazi ya mikono ya Mungu mwenye hekima.

Tafakari: Je, unathamini nafasi yako kama kiumbe aliyeumbwa kwa sura ya Mungu? Je, unatimiza jukumu lako la kumheshimu Mungu kupitia maisha yako na utunzaji wa uumbaji wake?

Je, Simulizi la Biblia Linahusianaje na Kanuni za Kisasa za Kiikolojia na Utofauti wa Viumbe Hai?

Simulizi la uumbaji katika Biblia, linalopatikana hasa katika Mwanzo sura ya kwanza, linatoa msingi wa kipekee wa kuelewa maisha na mazingira. Kwa mtazamo wa Biblia, Mungu ndiye Muumba wa kila kitu, na mpango wake wa uumbaji ulijengwa juu ya utaratibu, uzuri, na mshikamano kati ya viumbe hai. Katika sura hii, tutachunguza jinsi simulizi hili linavyolingana na kanuni za kisasa za kiikolojia na utofauti wa viumbe hai (biodiversity). Tutaunganisha maarifa ya Biblia na sayansi ya kisasa ili kuelewa uhusiano kati ya mafundisho ya kiroho na ukweli wa kisayansi.

1. Simulizi la Uumbaji na Kanuni za Kiikolojia

Katika *Mwanzo 1:1-31*, Biblia inaonyesha hatua mbalimbali za uumbaji, zikisisitiza mgawanyo wa majukumu kati ya viumbe hai na mazingira yao. Kila hatua ya uumbaji inahusiana moja kwa moja na kanuni za kisasa za mifumo ya kiikolojia.

i. Uumbaji wa Mifumo ya Kiikolojia

Simulizi la Biblia linaonyesha kwamba Mungu aliweka msingi wa mifumo ya kiikolojia kwa njia ya mpangilio.

- *Nuru na Giza (Mwanzo 1:3-5):* Kuumbwa kwa nuru kulianzisha mzunguko wa mchana na usiku, ambao ni msingi wa mifumo ya kimazingira kama vile usanisinuru (photosynthesis) na mizunguko ya kibiolojia ya viumbe.
- *Mgawanyiko wa Maji na Ardhi (Mwanzo 1:6-10):* Mungu alitenganisha maji ya juu na ya chini, akaunda anga na ardhi kavu. Hii inalingana na uelewa wa kisayansi kuhusu umuhimu wa maji, hewa, na ardhi katika kudumisha uhai wa viumbe hai.

- *Uumbaji wa Mimea (Mwanzo 1:11-13):* Mungu aliumba mimea inayotoa mbegu na matunda, ambayo ni msingi wa mnyororo wa chakula na chanzo cha nishati kwa viumbe hai wengine.

ii. Nafasi ya Kila Kiumbe Katika Mfumo wa Kiikolojia

Mwanzo 1:20-25 inaelezea jinsi Mungu alivyoumba wanyama wa majini, ndege, na wanyama wa nchi kavu, kila mmoja kulingana na "aina" yake.

- *Kila Aina na Nafasi Yake:* Simulizi hili linaonyesha kwamba kila aina ya kiumbe hai iliundwa kuwa na jukumu maalum katika mazingira. Kwa mfano, wanyama wa majini wanasaidia kusawazisha mifumo ya baharini, na ndege wanachangia katika uchavushaji wa mimea.
- *Mshikamano wa Viumbe Hai:* Biblia inasisitiza mshikamano kati ya viumbe hai, ambapo kila mmoja anategemea mwingine. Hii inaendana na dhana ya kisasa ya mtandao wa maisha (web of life), ambapo viumbe wote wanategemeana.

---

2. Utofauti wa Viumbe Hai Katika Simulizi la Biblia

Biblia inaonyesha kwamba Mungu aliumba viumbe hai kwa wingi na tofauti. Mwanzo 1:21 inasema: **"MUNGU AKAUMBA SAMAKI WAKUBWA NA VIUMBE VYOTE HAI VITAMBAAVYO VILIVYOJAA KATIKA MAJI, KILA MMOJA KULINGANA NA AINA YAKE, NA KILA NDEGE KULINGANA NA AINA YAKE."**

i. Utofauti wa Viumbe Hai (Biodiversity)

Simulizi la Biblia linaonyesha utofauti wa viumbe hai kwa njia zifuatazo:

- *Viumbe wa Majini na Angani:* Mungu aliumba samaki wa baharini na ndege wa angani kwa wingi, akionyesha utajiri wa viumbe katika mazingira ya maji na hewa.
- *Viumbe wa Nchi Kavu:* Mungu aliumba wanyama wa nchi kavu, kila mmoja kulingana na aina yake, akisisitiza kwamba kila kiumbe ni cha kipekee na kina nafasi maalum.

Kanuni hii inaendana na uelewa wa kisasa wa utofauti wa viumbe hai, ambapo kila kiumbe, kutoka kwa bakteria hadi kwa mamalia, kina nafasi muhimu katika mfumo wa kiikolojia.

ii. Usimamizi wa Utofauti wa Viumbe Hai

Mwanadamu alipewa jukumu la kusimamia viumbe hai. Mwanzo 1:28 inasema:

"ZAENI MKAONGEZEKE, MKAIJAZE NCHI NA KUITIISHA; MKATAWALE SAMAKI WA BAHARINI, NDEGE WA ANGANI, NA KILA KIUMBE HAI KIENDACHO JUU YA NCHI."

Hii inaonyesha kwamba binadamu alipewa mamlaka ya kuongoza na kutunza utofauti wa viumbe hai, jukumu ambalo linahusiana na uhifadhi wa mazingira katika sayansi ya kisasa.

3. Simulizi la Uumbaji na Ushirikiano na Sayansi

Simulizi la uumbaji linatoa misingi ambayo inalingana na kanuni za kisayansi kuhusu mifumo ya kiikolojia na utofauti wa viumbe hai.

i. Mifumo ya Kiikolojia na Mizunguko ya Kiasili

- *Usanisinuru:* Biblia inasema kwamba Mungu aliumba mimea inayotoa mbegu (Mwanzo 1:11). Mimea inafanya usanisinuru, mchakato unaotoa nishati kwa viumbe hai wengine.
- *Mzunguko wa Kaboni na Oksijeni:* Maji, ardhi, na hewa vilivyotajwa katika Mwanzo 1 vinashiriki katika mzunguko wa kaboni na oksijeni, ambao ni muhimu kwa uhai wa viumbe hai.

ii. Ulinganifu wa Utofauti wa Viumbe Hai

Sayansi inathibitisha kwamba utofauti wa viumbe hai ni muhimu kwa kudumisha mfumo wa kiikolojia. Biblia inaonyesha kwamba Mungu aliumba viumbe hai mbalimbali kulingana na "aina" zao (Mwanzo 1:21). Hii inaendana na uelewa wa kisasa kwamba kila aina ya kiumbe ina jukumu maalum katika mazingira.

---

4. Changamoto za Kisasa Kuhusiana na Ujumbe wa Biblia

Pamoja na mshikamano kati ya Biblia na kanuni za kisayansi, changamoto za kisasa zinaonyesha hitaji la kurudi kwenye maadili ya Biblia:

- *Uharibifu wa Mazingira:* Ukataji miti, uchafuzi wa maji, na uharibifu wa makazi ya viumbe hai vinakiuka agizo la Mungu la kutunza uumbaji (Mwanzo 2:15).

- *Kupungua kwa Utofauti wa Viumbe Hai:* Kutoweka kwa baadhi ya spishi kunatishia mshikamano wa mifumo ya kiikolojia, jambo ambalo linapingana na mpango wa Mungu wa utofauti.

Dini inaweza kuchangia kwa kuhimiza maadili ya uwajibikaji wa mazingira na usimamizi wa rasilimali za asili.

Simulizi la Biblia kuhusu uumbaji linaonyesha mpango wa Mungu wa kipekee katika kuunda na kudumisha mifumo ya kiikolojia na utofauti wa viumbe hai. Kanuni za kisasa za biolojia na ekolojia zinathibitisha ukweli wa Biblia kwamba kila kiumbe hai kina nafasi yake maalum na kinategemeana na wengine. Changamoto za kimazingira za kisasa zinatufundisha kurudi kwa maadili ya Biblia ya kutunza mazingira, kusimamia rasilimali kwa hekima, na kuhakikisha usawa wa viumbe hai.

Swali la Tafakari: Je, tunatimiza jukumu letu kama wasimamizi wa uumbaji wa Mungu? Je, tunaweza kutumia maarifa ya kisayansi na mafundisho ya Biblia kuhifadhi mazingira na kuhakikisha usawa wa viumbe hai?

Maisha Yalianzaje?—Mtazamo wa Kimaandiko na Kisayansi

Swali la msingi linalojitokeza katika mijadala ya uumbaji na mageuzi ni: *Je, maisha yalianza vipi?* Tofauti kati ya wale wanaoamini uumbaji wa Mungu na wale wanaoamini mageuzi ipo katika jinsi kila kundi linavyojibu swali hili.

Kwa mujibu wa Biblia, maisha yote yalianza kwa amri ya Mungu. *Mwanzo 1:20* inasema:

"MUNGU AKASEMA, 'MAJI NA YAJAWE NA VIUMBE HAI TELE, NA NDEGE WARUKE JUU YA NCHI KATIKA ANGA LA MBINGU.'"

Kwa upande mwingine, nadharia ya mageuzi inaegemea falsafa za *materialismu* (imani kuwa ulimwengu wa kimwili pekee ndio upo) na *naturalismu* (imani kuwa michakato yote ya kimaumbile inaweza kueleza asili ya kila kitu, bila haja ya nguvu ya nje). Kulingana na mtazamo huu, maisha yalijitokeza kwa mchakato wa *abiogenesis* (au *mageuzi ya kemikali*), dhana inayodai kuwa viumbe hai walitokea kutoka kwa vitu visivyo na uhai kwa njia ya michakato isiyopangiliwa.

Katika sura hii, tutachunguza jinsi simulizi la Biblia linavyopingana na falsafa ya mageuzi kuhusu asili ya maisha. Tutaangalia mitazamo ya kisayansi na kiimani kwa kutumia utafiti wa kina wa Maandiko, tafsiri za wanatheolojia, na ushahidi wa kisayansi unaoleta changamoto kwa nadharia ya abiogenesis.

---

1. MAISHA KWA MUJIBU WA BIBLIA: UUMBAJI WA MUNGU

Biblia inatoa maelezo ya moja kwa moja kuhusu asili ya maisha. Mungu aliumba viumbe vyote kwa neno lake, na hakuna sehemu yoyote ya Maandiko inayodokeza kuwa maisha yalitokea kwa taratibu za kimatibabu za mabadiliko ya kimaumbile (natural processes).

Mwanzo 1:1 inasema:

"HAPO MWANZO MUNGU ALIZIUMBA MBINGU NA NCHI."

Katika simulizi la uumbaji, Mungu aliumba maisha kwa utaratibu huu:

1. *Maji, Ardhi, na Anga (Mwanzo 1:6-10)* — Maandalizi ya makazi ya viumbe hai.
2. *Mimea na Mbegu (Mwanzo 1:11-13)* — Chanzo cha chakula kwa viumbe hai.
3. *Viumbe wa Majini na Ndege (Mwanzo 1:20-23)* — Uumbaji wa kwanza wa viumbe hai.
4. *Wanyama wa Nchi Kavu na Binadamu (Mwanzo 1:24-27)* — Uumbaji wa viumbe vyote vya nchi na binadamu kwa sura ya Mungu.

i. Maisha ni Kazi ya Mungu, Siyo Matokeo ya Taratibu Zisizo na Mpango

Katika *Mwanzo 2:7*, Biblia inasema:

"BWANA MUNGU AKAMFANYA MTU KWA MAVUMBI YA ARDHI, AKAMPULIZIA PUMZI YA UHAI PUANI MWAKE; MTU AKAWA NAFSI HAI."

Hii inaonyesha kuwa uhai unatokana na Mungu mwenyewe. Pumzi ya Mungu ndiyo ilimfanya binadamu kuwa kiumbe hai, jambo linalopinga dhana kwamba maisha yaliibuka kutokana na mchakato wa kimaumbile usio na mpangilio.

ii. Mtazamo wa Theolojia ya Uumbaji

Wanatheolojia wengi wamefafanua maana ya uumbaji wa maisha kwa mtazamo wa Biblia:

- *John Calvin* alisisitiza kuwa uumbaji ni kazi ya Mungu inayohusisha uweza wake kamili na kwamba binadamu aliumbwa kwa sura ya Mungu akiwa na roho isiyoweza kutokea kwa mageuzi ya kimaumbile.

- *Matthew Henry* katika tafsiri yake ya Biblia anaeleza kuwa Mungu alipuliza pumzi ya uhai ndani ya binadamu, ikimaanisha kuwa maisha ya mwanadamu yanahusiana moja kwa moja na uwepo wa Mungu.
- *Augustine wa Hippo* aliamini kuwa Mungu aliumba maisha moja kwa moja kwa uwezo wake wa kiungu, na hakuna ushahidi wa mabadiliko ya taratibu yaliyopelekea kuibuka kwa aina tofauti za viumbe.

---

2. CHANGAMOTO ZA KISAYANSI KWA NADHARIA YA ABIOGENESIS

Mageuzi ya kemikali, maarufu kama *abiogenesis*, ni dhana inayodai kuwa maisha yalianza kutoka kwa vitu visivyo na uhai kupitia michakato ya kemikali. Hata hivyo, nadharia hii imekumbwa na changamoto nyingi:

i. Kukosekana kwa Ushahidi wa Kuthibitisha Abiogenesis

- Licha ya utafiti wa muda mrefu, wanasayansi hawajafanikiwa kuunda uhai kutoka kwa vitu visivyo na uhai bila kuingilia kwa akili timamu ya binadamu.
- Jaribio la Miller-Urey (1953) lilijaribu kuiga hali za awali za dunia ili kuzalisha amino asidi, lakini halikuweza kuunda viumbe hai vyenyewe.

ii. Ugumu wa Kuunda Mfumo wa DNA kwa Bahati Mbaya

- *DNA* ni mfumo changamano wa maelekezo ya kimaumbile, na uwezekano wa vipande vya DNA kuunda maisha kwa bahati mbaya ni mdogo sana kiasi cha kuwa haiwezekani kwa hesabu za kisayansi.
- Sayansi imegundua kuwa hata chembehai moja ni changamano zaidi ya mashine yoyote iliyowahi kutengenezwa na wanadamu.

iii. Tatizo la Pili la Sheria za Thermodynamics

- *Sheria ya Pili ya Thermodynamics* inaeleza kuwa mifumo yenye mpangilio inavunjika na kuwa katika hali ya machafuko (entropy) kwa muda. Hii inapinga dhana kwamba kemikali zilizokuwa zimepangwa kwa mpangilio duni ziliweza kujipanga kuwa mfumo hai kwa bahati mbaya.

---

3. UUMBAJI WA MUNGU NA UHALISIA WA KIHISTORIA

Dhana ya *"Young Earth Creationism"* (Uumbaji wa Dunia Changamfu) inashikilia msimamo kuwa Mungu aliumba ulimwengu katika siku sita halisi kama ilivyoelezwa katika *Mwanzo 1.*

- Utafiti wa maandiko ya Biblia unaonyesha kwamba namba na mpangilio wa siku za uumbaji si wa kifumbo, bali ni rekodi halisi ya matukio.
- Yesu mwenyewe alinukuu Mwanzo alipokuwa akizungumza kuhusu ndoa (*Mathayo 19:4-*

5), akionyesha kuwa uumbaji wa Adamu na Hawa ulikuwa tukio halisi la kihistoria.

Tofauti kati ya imani ya uumbaji na nadharia ya mageuzi inategemea msingi wa falsafa na ushahidi wa kihistoria.

- *Mtazamo wa Biblia* unaeleza kuwa Mungu aliiumba dunia na maisha yote kwa mpangilio sahihi, kwa neno lake, na kwa muda wa siku sita halisi.
- *Mtazamo wa Mageuzi ya Kemikali* unashindwa kueleza asili ya maisha kwa njia ya kisayansi, kwani hakuna ushahidi wa majaribio unaothibitisha kuwa uhai unaweza kujitokeza kutoka kwa vitu visivyo na uhai bila mpango wa kiungu.

Hivyo basi, Biblia inasimama kama chanzo cha kweli cha maarifa kuhusu uumbaji wa maisha. Mungu ndiye aliyeleta uhai kwa ulimwengu, na hakuna nadharia inayoweza kuondoa ukweli huu.

Swali la Tafakari: Je, uelewa wako wa asili ya maisha unategemea nadharia za kibinadamu, au unakubali ushahidi wa Biblia kwamba Mungu ndiye chanzo cha uhai?

Kemia Kidogo — Mtazamo wa Kimaandiko na Kisayansi Kuhusu Asili ya Maisha

Maisha, katika hali yake ya msingi kabisa, yanategemea kemia. Viumbe hai vinajengwa kutoka kwa kemikali mbalimbali, kuanzia zile rahisi kama maji (H_2O) na dioksidi kaboni (CO_2), hadi zile ngumu zaidi kama protini na asidi za kiini (DNA na RNA). Lakini je, kemia pekee inaweza kueleza asili ya maisha?

Katika mijadala ya sayansi na theolojia, swali la msingi ni: *Je, maisha yalitokana na mchakato wa kemikali wa kiholela, au yaliumbwa na Mungu mwenye mpangilio?*

Katika sura hii, tutachunguza jinsi mtazamo wa Biblia unavyotofautiana na nadharia za kisayansi kama vile *abiogenesis* (mageuzi ya kemikali). Tutatumia ushahidi wa kisayansi kuonyesha changamoto zinazokumba dhana ya kwamba maisha yaliibuka kwa bahati nasibu, na tutaeleza kwa nini Biblia inabaki kuwa chanzo sahihi cha maarifa kuhusu asili ya maisha.

---

1. MAISHA NA MPANGO WA MUNGU: KEMIA KATIKA SIMULIZI LA UUMBAJI

Simulizi la Biblia linatoa uelewa wa kipekee wa jinsi maisha yalivyoanza. *Mwanzo 1:1* inasema:

"HAPO MWANZO MUNGU ALIZIUMBA MBINGU NA NCHI."

Katika siku sita za uumbaji, Mungu aliweka kanuni za ulimwengu, akiumba mazingira ambayo yangeruhi uhai. *Mwanzo 1:20* inasema:

"MUNGU AKASEMA, 'MAJI NA YAJAWE NA VIUMBE HAI TELE, NA NDEGE WARUKE JUU YA NCHI KATIKA ANGA LA MBINGU.'"

Hii inaonyesha kwamba uhai uliumbwa kwa amri ya Mungu, si kwa taratibu zisizo na akili au kemia za kiholela. Maisha yalihitaji mpangilio kamili wa kemikali, mfumo wa habari (DNA), na mazingira yanayofaa.

i. Maisha Yanategemea Mpangilio, Siyo Machafuko

Biblia inasema kuwa Mungu ndiye aliyeweka mpangilio wa vitu vyote:

- *Ayubu 38:4-6*: "ULIKUWA WAPI NILIPOIWEKA MISINGI YA DUNIA? NIAMBIE KAMA UNAYO MAARIFA."
- *Isaya 45:18*: "KWA MAANA BWANA, ALIYEZIUMBA MBINGU, ASEMA HIVI; YEYE NI MUNGU, ALIYETENGENEZA DUNIA NA KUIUMBA, ALIIFANYA IMARA, HAKUIUMBA UKIWA, ALIIUMBA ILI IKALIWE."

Sayansi pia inathibitisha kuwa maisha hayawezi kutoka kwa machafuko yasiyo na mpangilio, kama inavyodaiwa na abiogenesis. Ili uhai utokee, lazima kuwe na mfumo wa taarifa unaosimamia ukuaji na urithi wa maumbile, kama vile DNA.

---

2. CHANGAMOTO ZA KISAYANSI KWA DHANA YA ABIOGENESIS

Nadharia ya *abiogenesis* inasema kuwa maisha yalitokea kutokana na kemia rahisi, kupitia mchakato wa kiholela. Lakini sayansi inaonyesha kwamba kuna matatizo makubwa na dhana hii.

i. Jaribio la Miller-Urey na Kushindwa kwa Abiogenesis

Katika miaka ya 1950, wanasayansi Stanley Miller na Harold Urey walijaribu kuiga mazingira ya dunia ya awali na kuzalisha molekuli za kikaboni kutoka kwa gesi rahisi.

Ingawa walifanikiwa kuunda amino asidi chache, jaribio lao lilikumbwa na matatizo makubwa:

- *Hakuna DNA, RNA, au Protini*: Jaribio halikuweza kuunda molekuli changamano kama DNA au RNA, ambazo ni muhimu kwa maisha.
- *Mazingira Yasiyo Halisi*: Jaribio lilihitaji hali za maabara zisizopatikana katika dunia ya awali, kama vile umeme wa majaribio uliochochea mchakato wa kemikali.
- *Bidhaa Zilizoharibika*: Molekuli nyingi zilizoundwa zilikuwa sumu kwa maisha, zikiwa na mchanganyiko wa kemikali zisizofaa kwa mfumo wa kibiolojia.

ii. Tatizo la Polymerization

Mchakato wa kuunda molekuli changamano (kama DNA na protini) unaitwa *polymerization*. Hii inahusisha kuunganisha molekuli ndogo kuwa minyororo mirefu, kama vile:

- *Polisakaridi (wanga)*
- *Protini (kutoka amino asidi)*
- *Asidi za kiini (DNA na RNA)*

Tatizo kubwa ni kwamba mchakato wa kuunganisha molekuli hizi unahitaji mazingira kavu, wakati dunia ya awali inadaiwa kuwa na bahari kubwa. Hii inamaanisha kuwa maji yangevunja molekuli hizo haraka kabla hazijajikusanya kuwa mfumo wa uhai.

iii. ATP: Molekuli Muhimu Inayopingana na Abiogenesis

- *ATP (Adenosine Triphosphate)* ni chanzo cha nishati kinachotegemewa na seli zote hai.
- ATP ni nyeti sana na huvunjika haraka katika mazingira yasiyo ya kibiolojia.
- Hakuna maelezo ya kisayansi ya jinsi ATP inaweza kuundwa kwa mchakato wa kiholela.

Hii inaonyesha kuwa uhai hauwezi kutokea bila mfumo kamili ulioundwa na akili ya juu, jambo linalothibitisha mtazamo wa Biblia kwamba Mungu ndiye chanzo cha maisha.

---

3. UUMBAJI NA MAARIFA YA MUNGU: SABABU YA KUTHIBITISHA MAISHA KUTOKA KWA MUNGU

Kwa mujibu wa Biblia, Mungu ndiye aliyeunda maisha moja kwa moja kwa neno lake. Hii inathibitishwa na maandiko yafuatayo:

- *Zaburi 139:13-14*: **"KWA MAANA WEWE NDIWE ULIYENIUMBA MTIMA WANGU, ULINIUNGA TUMBONI MWA MAMA YANGU. NITAKUSHUKURU KWA KUWA NIMEUMBWA KWA JINSI YA AJABU YA KUTISHA."**
- *Kol 1:16-17*: **"KWA KUWA KATIKA YEYE VITU VYOTE VILIUMBWA, VILIVYO MBINGUNI NA VILIVYO DUNIANI, VINAVYOONEKANA NA VISIVYOONEKANA... VYOTE VIMEUMBWA KWA NJIA YAKE NA KWA AJILI YAKE."**

Mtazamo huu wa Biblia unathibitisha kuwa:

1. *Maisha hayakutokana na michakato isiyo na akili, bali kwa amri ya Mungu mwenye akili isiyo na mipaka.*

2. *Maisha yamewekewa kanuni changamano ambazo haziwezi kutokea kwa bahati nasibu.*

3. *Mungu ndiye chanzo cha mpangilio wa viumbe, na kemia inathibitisha kuwa mpangilio huu hauwezi kutoka kwa machafuko.*

Tofauti kati ya mtazamo wa Biblia na nadharia ya abiogenesis iko wazi:

- Biblia inasema kuwa *Mungu aliunda maisha moja kwa moja kwa neno lake*, bila hitaji la michakato ya taratibu au bahati nasibu.
- Sayansi inaonyesha kuwa *kemia ya uhai ni changamano sana* kiasi kwamba haiwezi kutokea kwa bahati mbaya, kama inavyodaiwa na abiogenesis.
- Dhana za kisayansi kama *Miller-Urey* na *polymerization* zinashindwa kuelezea jinsi uhai ulivyoweza kuanza bila mpangilio wa kimungu.

Hii inamaanisha kuwa maarifa ya kweli kuhusu asili ya maisha yanapatikana katika Neno la Mungu, siyo katika dhana za kisayansi zisizo na msingi thabiti.

Swali la Tafakari: Je, unaamini kuwa maisha yako ni matokeo ya mchakato wa kiholela, au ni kazi ya Muumba mwenye mpangilio? Je, unaishi kulingana na kusudi la Mungu kama sehemu ya uumbaji wake?

Wazimu wa Picha ya Kioo - Mtazamo wa Kimaandiko na Kisayansi Kuhusu Asili ya Maisha

Moja ya changamoto kubwa zinazowakabili wanaotetea *mageuzi ya kemikali* (abiogenesis) ni jambo linalojulikana kama *"chirality"*, au *"upendeleo wa mkono"* wa molekuli. Katika biolojia, molekuli nyingi zina picha zao za kioo – zinakuja kwa namna mbili, zile za mkono wa kushoto (left-handed) na zile za mkono wa kulia (right-handed).

Mungu aliumba viumbe hai kwa utaratibu kamili, ambapo amino asidi zote zinazotengeneza protini zinapatikana kwa mkono wa kushoto pekee, huku sukari zinazounda DNA na RNA zinapatikana kwa mkono wa kulia pekee. Hii ni ajabu, kwa sababu katika majaribio ya kisayansi kama lile la *Miller-Urey*, kemikali hizi huundwa kwa uwiano wa 50-50 kati ya picha ya kioo za kushoto na kulia (*racemic mixture*). Lakini katika viumbe hai, ni mkono mmoja tu unaotumiwa!

Je, kwa nini viumbe hai hutumia mkono mmoja tu wa molekuli hizi? Na ikiwa mageuzi ya kemikali ni ya kweli, je, ni mchakato gani wa kimaumbile ulioweza kuchagua molekuli za mkono mmoja tu, na kuziacha zile nyingine? Kwa mujibu wa Biblia, jibu ni wazi: *uumbaji wa Mungu ni kazi ya muundo kamili na wenye mpangilio, si matokeo ya bahati nasibu.*

1. MPANGILIO WA MUNGU KATIKA MUUNDO WA MOLEKULI ZA UHAI

Simulizi la Biblia kuhusu uumbaji linaonyesha kuwa Mungu aliumba viumbe hai kwa hekima ya hali ya juu na kwa mpangilio sahihi. *Mwanzo 1:31* inasema:

"MUNGU AKAONA KILA KITU ALICHOKIFANYA, NA TAZAMA, KILIKUWA CHEMA SANA."

Mpangilio wa Mungu katika maisha unaonekana wazi katika chembe za msingi za uhai:

- *Amino asidi zote zinazounda protini ni za mkono wa kushoto pekee.*
- *Sukari zote zinazounda DNA na RNA ni za mkono wa kulia pekee.*
- *Ikiwa amino asidi za mkono wa kulia zingeongezwa kwenye protini, zingeharibu muundo wake na kuifanya isiwe na kazi.*

Hii inaonyesha kuwa maisha hayawezi kuwa matokeo ya mchakato usio na mpangilio. Kama Biblia inavyosema katika *Zaburi 139:14*:

"NITAKUSHUKURU KWA KUWA NIMEUMBWA KWA JINSI YA AJABU YA KUTISHA; MATENDO YAKO NI YA AJABU, NAFSI YANGU YAJUA SANA."

Kwa hiyo, ukweli kwamba viumbe hai hutumia mkono mmoja tu wa molekuli unaonyesha kuwa maisha yalibuniwa kwa akili ya hali ya juu – yaani, Mungu mwenyewe.

2. CHANGAMOTO ZA KISAYANSI KWA MAGEUZI YA KEMIKALI

Mageuzi ya kemikali yanakumbwa na changamoto kubwa kutokana na ugumu wa kuchagua molekuli za mkono mmoja tu.

i. Matatizo Katika Kuunda Molekuli Zenye Mpangilio wa Mkono Mmoja

Katika majaribio kama *Miller-Urey*, molekuli za amino asidi zinazotengenezwa zinakuja kwa uwiano wa 50-50 (racemic mixture). Lakini viumbe hai vinahitaji amino asidi za mkono mmoja tu ili kuunda protini zinazofanya kazi.

- Hakuna mchakato wa kimaumbile unaojulikana unaoweza kuchagua tu amino asidi za mkono wa kushoto na kuacha zile za mkono wa kulia.
- DNA, ambayo ni msingi wa urithi wa maisha, haiwezi kufanya kazi ikiwa sukari zake zingekuwa na picha za kioo zisizo na mpangilio.
- Ikiwa viumbe hai vingetokea kwa taratibu za mageuzi ya kemikali, tungeona aina mbalimbali za maisha zinazotumia mkono wa kulia au mchanganyiko wa mkono wa kushoto na kulia, lakini jambo hili halipo.

Kwa hiyo, maisha hayawezi kuwa matokeo ya mchakato wa kiholela, bali yanahitaji Muumba mwenye akili ya hali ya juu.

---

ii. Tatizo la "Racemization"

Wanasayansi wamegundua kuwa amino asidi za mkono mmoja *huanza kubadilika* na kuwa mchanganyiko wa mkono wa kushoto na kulia (*racemization*) kwa muda. Hii ina maana kwamba ikiwa maisha yalitokana na amino asidi zisizo na mpangilio, viumbe vyote vilipaswa kuwa na mchanganyiko wa picha za kioo, jambo ambalo halipo.

Kwa hiyo, kama maisha yalitokea kwa njia ya kiholela, tungepaswa kuona aina zote za mchanganyiko wa mkono wa kushoto na kulia katika protini na DNA, lakini tunaona kuwa Mungu aliumba mfumo wa maisha kwa usahihi kamili.

3. MATATIZO YA KIFIZIKIA KATIKA UUMBAJI WA MAISHA KWA NJIA YA KIHOLELA

Mazingira ya dunia yana nguvu kubwa za kifizikia zinazopaswa kuzingatiwa katika uumbaji wa maisha:

- *Molekuli za maji zinatembea kwa kasi sana* (karibu 590 m/s) na zingeweza kubomoa haraka muundo wowote wa molekuli dhaifu kama DNA na RNA.
- *Mchakato wa kutengeneza protini unahitaji mazingira makavu, lakini dunia ya awali ilidaiwa kuwa na bahari kubwa.*
- *Kwa maisha kutokea, molekuli zote zilipaswa kuungana ndani ya muda mfupi sana kabla ya kuharibiwa na maji au mchakato wa kemikali wa kiholela.*

Hii inaonyesha kwamba maisha hayawezi kuwa matokeo ya michakato ya kiholela, bali yanahitaji Muumba mwenye akili kamilifu.

4. USHAHIDI WA KIMAANDIKO KUHUSU UUMBAJI WA MUNGU

Biblia inatoa ushahidi wa wazi kuwa Mungu ndiye aliyebuni mfumo wa maisha kwa mpangilio mkamilifu.

- *Kol 1:16-17*: **"KWA KUWA KATIKA YEYE VITU VYOTE VILIUMBWA, VILIVYO MBINGUNI NA VILIVYO DUNIANI, VINAVYOONEKANA NA VISIVYOONEKANA... VYOTE VIMEUMBWA KWA NJIA YAKE NA KWA AJILI YAKE. NAYE YU KABLA YA VITU VYOTE, NA VITU VYOTE HUSHIKANA KATIKA YEYE."**
- *Isaya 40:28*: **"JE! HUKUJUA? HUKUSIKIA? BWANA NDIYE MUNGU WA MILELE, MUUMBA WA MIISHO YA DUNIA; HAZIMII, WALA HACHOKI; AKILI YAKE HAICHUNGUZIKI."**

Mafungu haya yanaonyesha kuwa Mungu ndiye aliyeweka kanuni za maisha na kuumba kila kitu kwa mpangilio kamilifu.

Changamoto za *chirality*, *racemization*, na *fizikia ya molekuli katika mazingira ya asili* zinaonyesha kuwa haiwezekani kwa maisha kutokea kwa bahati nasibu.

- Ikiwa maisha yangeibuka kwa mchakato wa kiholela, tungeona mchanganyiko wa picha za kioo za mkono wa kushoto na kulia katika viumbe hai, lakini hatuoni hivyo.
- Sayansi inaonyesha kwamba DNA na protini haziwezi kufanya kazi ikiwa muundo wake wa mkono mmoja utabadilika.

- Biblia inathibitisha kuwa Mungu aliumba viumbe kwa mpangilio mkamilifu, na si matokeo ya taratibu za kiholela.

Hii inamaanisha kuwa maisha hayawezi kuwa matokeo ya bahati nasibu au michakato isiyo na akili. *Maisha yanathibitisha uwepo wa Muumba mwenye hekima isiyo na kipimo.*

Swali la Tafakari: Je, unaamini kuwa maisha yako ni matokeo ya bahati nasibu, au ni kazi ya Mungu aliye na mpangilio mkamilifu? Je, maisha yako yanaonyesha heshima kwa Muumba wako?

Changamoto za Kimitambo Zinazohusiana na Molekuli Ndefu

Swali la msingi katika mjadala wa asili ya maisha ni: *Je, maisha yaliweza kujitokeza yenyewe kwa mchakato wa kiholela, au yalibuniwa kwa uangalifu na Muumba mwenye akili kamilifu?*

Sayansi ya biolojia inatufundisha kwamba uhai unategemea mifumo changamano yenye usahihi wa hali ya juu. DNA, protini, na ATP—chembe tatu muhimu za maisha—hazifanyi kazi kwa kujitegemea bali kwa kutegemeana katika mfumo unaofanya kazi kwa mpangilio madhubuti. Ikiwa moja kati ya hizi haipo, maisha hayawezi kuwepo.

Kwa hivyo, tunakabiliana na swali gumu: *Ni kipi kilikuja kwanza—DNA, protini, au mifumo inayohakikisha*

DNA na protini zinatengenezwa kwa usahihi? Hili ndilo linajulikana kama *tatizo la kuku na yai* katika biolojia ya molekuli.

Katika sura hii, tutachunguza changamoto za kimitambo zinazokumba nadharia za asili ya maisha kupitia mageuzi ya kemikali, na tutazingatia mtazamo wa Biblia, unaoonyesha kuwa maisha si matokeo ya mchakato wa kiholela bali ni kazi ya Mungu mwenye mpangilio mkamilifu.

---

1. DNA NA MFUMO WA MATENGENEZO YAKE: MUUNDO WA AJABU WA UUMBAJI

DNA ni molekuli ndefu yenye habari zote muhimu kwa maisha. Inafanana na kitabu cha maelekezo kinachoeleza jinsi viumbe hai vinavyojengwa na kudumishwa. Lakini kuna tatizo:

- DNA hujikunja na kufunguka wakati wa kugawanyika au kusomwa na mashine za seli. Ikiwa hakuna mifumo maalum ya kuzuia kufungana kwake vibaya, DNA ingejifunga yenyewe kama fundo, ikiharibu habari iliyo ndani yake.
- Katika viumbe hai, kuna protini maalum zinazojulikana kama *topoisomerases*, ambazo zinafanya kazi ya kufungua mafundo haya na kuhakikisha DNA inasomwa na kunakiliwa bila matatizo.
- Hii inazua swali kubwa: Ikiwa DNA haingeweza kufanya kazi bila msaada wa protini za topoisomerases, lakini protini hizi zinatengenezwa kwa maelekezo kutoka kwenye DNA, ni ipi ilikuja kwanza?

Kwa mtazamo wa kimantiki, hakuna uwezekano kwamba DNA ingeweza kujitengeneza yenyewe na wakati huo huo kutoa maelekezo kwa mashine za kuitengeneza! Hii inaonyesha wazi kuwa uhai ulianza ukiwa tayari umekamilika, jambo linalothibitisha ukweli wa *Mwanzo 1:1*: **"HAPO MWANZO MUNGU ALIZIUMBA MBINGU NA NCHI."**

---

2. MFUMO WA KUKUNJA PROTINI: CHANGAMOTO YA MAISHA KUJITOKEZA YENYEWE

- Protini siyo tu safu za amino asidi zilizounganishwa pamoja; zinapaswa kukunjwa kwa namna maalum ili zifanye kazi yake ipasavyo.
- Ikiwa protini hazijakunjwa kwa usahihi, hazifanyi kazi, na zinaweza hata kuwa sumu kwa seli.
- Ili kuhakikisha kwamba protini zinakunjwa kwa usahihi, kuna mashine maalum za kibaolojia zinazoitwa *chaperonins*—aina ya mashine za kibaolojia zinazosaidia protini kukunjika ipasavyo.

Lakini kuna tatizo kubwa hapa:

- Chaperonins zenyewe ni protini!
- Hii inamaanisha kuwa protini zinahitaji mashine za kukunja protini ili ziweze kufanya kazi, lakini mashine hizi zinahitaji protini ili ziweze kufanya kazi!

Swali kuu linajitokeza: *Ni nini kilikuja kwanza, protini au mashine za kukunja protini?* Hakuna maelezo ya kisayansi yanayoweza kutoa jibu la kuridhisha, lakini Biblia inatupa jibu sahihi: *Zaburi 104:24*: **"EE BWANA, JINSI YALIVYO MENGI**

MATENDO YAKO! UMEFANYA YOTE KWA HEKIMA; DUNIA IMEJAA VIUMBE VYAKO."

Biblia inathibitisha kuwa Mungu aliumba maisha kwa hekima na mpangilio kamili. Haikuwa kazi ya bahati nasibu bali ni matokeo ya akili ya hali ya juu.

---

3. TATIZO LA ATP NA MASHINE YA ATP SYNTHASE

ATP (Adenosine Triphosphate) ni chanzo kikuu cha nishati katika viumbe hai. Kila seli inahitaji ATP ili kufanikisha shughuli zake zote, ikiwa ni pamoja na:

- Utengenezaji wa protini
- Kusafirisha virutubisho ndani ya seli
- Kujenga na kurekebisha DNA

Lakini kuna tatizo kubwa hapa:

- ATP hutengenezwa na mashine maalum inayoitwa *ATP Synthase*, ambayo ni kama motor ndogo ya umeme inayozalisha ATP kwa mchakato wa ajabu wa kisayansi.
- Lakini mashine hii yenyewe inahitaji ATP ili ifanye kazi!

Hili ni tatizo jingine la *kuku na yai*:

- Ikiwa ATP inahitajika ili kutengeneza ATP Synthase, na ATP Synthase inahitajika ili kutengeneza ATP, ni ipi ilikuja kwanza?
- Mageuzi hayawezi kueleza jinsi mfumo huu uliweza kutokea bila mwongozo wa akili timilifu.

Biblia inasema katika *Kol 1:16-17*: **"KWA KUWA KATIKA YEYE VITU VYOTE VILIUMBWA, VILIVYO MBINGUNI NA VILIVYO DUNIANI, VINAVYOONEKANA NA VISIVYOONEKANA... VYOTE VIMEUMBWA KWA**

NJIA YAKE NA KWA AJILI YAKE. NAYE YU KABLA YA VITU VYOTE, NA VITU VYOTE HUSHIKANA KATIKA YEYE."

Hii inaonyesha kuwa maisha hayakuanza kwa bahati nasibu bali kwa mpangilio wa Mungu mwenye hekima isiyo na mipaka.

---

4. TATIZO KUBWA LA MAGEUZI YA KEMIKALI: CHANGAMOTO YA HABARI

- DNA ni mfumo wa habari kama kitabu kilichoandikwa kwa lugha yenye maana.
- Mageuzi hayawezi kueleza jinsi habari hii ilitokea kutoka kwa michakato isiyo na akili.
- Sheria ya sayansi inasema kuwa habari haiwezi kutokea bila akili ya juu.

Katika *Zaburi 19:1-2*, Biblia inasema: **"MBINGU ZATANGAZA UTUKUFU WA MUNGU, NA ANGA LATANGAZA KAZI YA MIKONO YAKE. MCHANA HUUFUNULIA MCHANA USEMI, NA USIKU HUUFUNULIA USIKU MAARIFA."**

Hii inamaanisha kuwa uumbaji wote unashuhudia uweza wa Mungu na hekima yake. Habari ndani ya DNA ni uthibitisho wa wazi wa kazi ya Mungu.

---

5. MPANGO WA MUNGU DHIDI YA MAGEUZI YA KEMIKALI

- Mageuzi ya kemikali hayana maelezo ya kisayansi yanayoweza kueleza asili ya DNA, protini, ATP, au mifumo ya kuzijenga.
- Tatizo la *kuku na yai* linavunja hoja za abiogenesis kwa sababu kila mfumo unahitaji kuwepo kikamilifu ili uweze kufanya kazi.
- Biblia inatoa jibu sahihi: *Mungu aliumba maisha kwa hekima na mpangilio mkamilifu.*

Mithali 3:19: **"BWANA KWA HEKIMA ALIIWEKA MISINGI YA DUNIA; KWA AKILI ZAKE AKAIANDAA MBINGU."**

Hii inamaanisha kuwa maisha hayawezi kuwa matokeo ya taratibu zisizo na akili bali ni kazi ya Muumba mwenye akili isiyo na mipaka.

Swali la Tafakari: Je, unaamini kuwa uhai ni matokeo ya bahati nasibu, au unakubali ukweli wa Biblia kwamba Mungu ndiye Muumbaji wa kila kitu kwa mpangilio kamilifu?

Kemia ya Ajabu – Mtazamo wa Kimaandiko na Kisayansi Kuhusu Asili ya Maisha

Katika ulimwengu wa sayansi, kemia ya maisha ni ya kipekee, changamano, na ya kushangaza. Viumbe hai vina mifumo ya kibaiolojia inayoweza kujitengeneza (autopoiesis), kujiendesha, na kujidhibiti kwa njia zisizoweza kuelezwa na sheria za kemia ya mazingira isiyo hai.

Hii ni changamoto kubwa kwa wale wanaodai kuwa uhai ulitokana na mageuzi ya kemikali. Katika seli hai, kuna *mashine za kibaolojia zinazoitwa enzymes* zinazofanikisha michakato ya kemikali kwa kasi ya ajabu, kwa usahihi wa hali ya juu, na kwa ufanisi usio wa kawaida. Sayansi inathibitisha kwamba michakato hii haijawahi kuonekana katika mazingira yasiyo na uhai.

Swali linabaki: *Je, uhai ulijitokeza kupitia mchakato wa kiholela wa mageuzi, au ulitokana na mpangilio wa kiungu wa Muumba mwenye akili isiyo na kipimo?* Katika sura hii, tutachunguza ushahidi wa kisayansi wa kemia ya hali ya juu inayotokea ndani ya viumbe hai na jinsi unavyothibitisha uumbaji wa Mungu kama inavyofunuliwa katika Biblia.

---

1. KEMIA YA AJABU YA ENZYMES NA USHAHIDI WA UUMBAJI

Enzymes ni mashine ndogo zinazofanikisha mchakato wa maisha kwa njia zisizowezekana katika mazingira ya kawaida.

i. Ufanisi wa Enzymes

- *Enzymes hufanya kazi kwa kuchagua molekuli moja moja kwa usahihi wa hali ya juu.*
- Kinyume na kemia ya mazingira isiyo hai, ambayo hufanya kazi kwa mchanganyiko usio na mpangilio wa molekuli, enzymes zina uwezo wa kuchagua, kuondoa, au kuongeza sehemu maalum kwenye molekuli kwa haraka na kwa usahihi.
- Kwa mfano, enzyme *phosphatase* inaweza kuharakisha mchakato wa kugawanya atomi

za fosfati kwa kasi ya mara 10^{21} zaidi ya ile inavyofanyika kwa kawaida.

Hii ni ajabu, kwa sababu kwa mujibu wa nadharia za mageuzi, maisha yalipaswa kutokea kwa mchakato wa polepole wa kemia ya mazingira. Lakini hapa tunaona mifumo inayofanya kazi kwa kasi isiyoelezeka, jambo linaloonyesha kwamba maisha yalianza yakiwa yamekamilika, si kwa hatua za taratibu zisizo na mpangilio.

Biblia inasema katika *Zaburi 104:24*:

"EE BWANA, JINSI YALIVYO MENGI MATENDO YAKO! UMEFANYA YOTE KWA HEKIMA; DUNIA IMEJAA VIUMBE VYAKO."

Hii inaonyesha kwamba kila kitu kiliumbwa kwa hekima ya Mungu, na hakuna nafasi kwa nadharia ya uhai kujitokeza kwa bahati nasibu.

---

2. CHANGAMOTO KWA MAGEUZI YA KEMIKALI

Mageuzi ya kemikali yanakumbwa na matatizo makubwa linapokuja suala la enzymes na kazi zao.

i. Uwezekano wa Kujitokeza kwa Enzymes Kiholela ni Sifuri

- Kuna *uwezekano mdogo sana wa enzyme yoyote yenye kazi kutokea kwa mpangilio wa nasibu.*
- Kwa mfano, kwa protini yenye amino asidi 100, kuna mchanganyiko usio na hesabu wa mfuatano wa amino asidi, lakini karibu yote ni isiyo na maana kibiolojia.
- *Hii inamaanisha kwamba viumbe hai vilihitaji mpangilio kamili wa vinasaba tangu mwanzo wa uhai wao.*

Mwanzo 1:31 inasema:

"MUNGU AKAONA KILA KITU ALICHOKIFANYA, NA TAZAMA, KILIKUWA CHEMA SANA."

Hii inaonyesha kuwa Mungu aliumba viumbe vikiwa tayari na mifumo yote inayohitajika ili kufanya kazi ipasavyo. Hakukuwa na haja ya mchakato wa taratibu wa kujipanga wenyewe.

---

ii. Mfumo wa Marekebisho ya Enzymes: Kazi ya Ajabu ya Uumbaji

- Baada ya protini kutengenezwa na seli, hazifanyi kazi mara moja.
- Enzymes nyingi zinahitaji *mchakato wa marekebisho wa kemikali* (post-translational modifications) ili ziweze kufanya kazi ipasavyo.
- Hii ina maana kuwa hata kama seli ingeweza kujitengenezea enzyme mpya kupitia mabadiliko ya nasibu, enzyme hiyo haingefanya kazi bila mfumo wa marekebisho ya protini kuwa tayari upo.

Swali linajitokeza: *Ni kipi kilikuja kwanza—enzyme au mfumo wa kuirekebisha ili ifanye kazi?* Hii ni changamoto nyingine ya *kuku na yai*, ambayo inathibitisha kwamba maisha hayawezi kuwa matokeo ya michakato isiyo na akili, bali ni kazi ya Muumba.

Biblia inasema katika *Kol 1:16-17*:

"KWA KUWA KATIKA YEYE VITU VYOTE VILIUMBWA, VILIVYO MBINGUNI NA VILIVYO DUNIANI, VINAVYOONEKANA NA VISIVYOONEKANA... VYOTE VIMEUMBWA KWA NJIA YAKE NA KWA AJILI YAKE. NAYE YU KABLA YA VITU VYOTE, NA VITU VYOTE HUSHIKANA KATIKA YEYE."

Hii inaonyesha kuwa maisha hayakuanza kwa mchakato wa kiholela bali kwa kazi ya Mungu, aliyeumba mfumo wa maisha ukiwa kamili na unaofanya kazi.

---

3. MAANA YA KEMIA YA AJABU KATIKA MTAZAMO WA THEOLOJIA

Kemia ya enzymes na mashine za kibaolojia inaonyesha kwamba:

1. *Maisha hayawezi kuwa matokeo ya mchakato wa kiholela.*
2. *Mifumo ya kibaolojia inahitaji mpangilio kamili ili kufanya kazi, jambo linalothibitisha uumbaji wa Mungu.*
3. *Maisha yanadhihirisha hekima ya Muumba, siyo matokeo ya bahati nasibu.*

Biblia inasema katika *Zaburi 19:1*:

"MBINGU ZATANGAZA UTUKUFU WA MUNGU, NA ANGA LATANGAZA KAZI YA MIKONO YAKE."

Hii inamaanisha kuwa hata kemia ya uhai ni ushahidi wa wazi wa kazi ya Mungu. Sayansi haiwezi kueleza asili ya mifumo hii kwa nadharia za kiholela, lakini Biblia inatoa jibu sahihi.

Kemia ya hali ya juu inayopatikana katika viumbe hai—hasa jinsi enzymes zinavyofanya kazi kwa usahihi wa hali ya juu—inaonyesha wazi kwamba maisha hayawezi kuwa matokeo ya mchakato wa kiholela.

- *Enzymes zinahitaji mfumo kamili wa kuendesha maisha, jambo linalopingana na nadharia ya abiogenesis.*
- *Mfumo wa kurekebisha enzymes unathibitisha kuwa maisha yalianza yakiwa tayari yamekamilika, si kwa hatua za mageuzi ya polepole.*
- *Tatizo la kuku na yai linadhihirisha kuwa maisha hayawezi kutokea bila kuwepo kwa mpangilio wa hali ya juu, jambo linalothibitisha kazi ya Muumba.*

Biblia inasema katika *Ayubu 12:7-9*:

"LAKINI WAULIZE WANYAMA, NAO WATAKUFUNDISHA; NA NDEGE WA ANGANI, NAO WATAKUAMBIA. AU NENA NA NCHI, NAYO ITAKUFUNDISHA; NA SAMAKI WA BAHARINI WATAKUELEZA. NI NANI ASIYEJUA KATIKA HAYA YOTE YA KUWA MKONO WA BWANA UMETENDA HAYA?"

Maisha ni ushuhuda wa wazi wa kazi ya Mungu. Kemia ya hali ya juu inayotawala viumbe hai ni uthibitisho wa hekima ya Muumba na inathibitisha ukweli wa maandiko matakatifu.

Swali la Tafakari: Je, unaamini kuwa maisha ni matokeo ya michakato ya kiholela, au ni kazi ya Mungu aliye na hekima isiyo na kipimo?

Sura ya 02

Biolojia ya Uumbaji – Mtazamo wa Kimaandiko na Kisayansi

Biolojia ya uumbaji inahusiana na jinsi viumbe hai—mimea, wanyama, na binadamu—vilivyoanzishwa na Mungu kwa mpangilio wa kipekee na wa kimuujiza. Biblia, hasa katika *Mwanzo 1 na 2*, inatoa maelezo ya asili ya viumbe hai kwa mtazamo wa kiroho na wa kibiolojia. Uumbaji wa Mungu unasisitiza mamlaka yake juu ya viumbe vyote, nafasi ya pekee ya mwanadamu katika mpango wake, na wajibu wa binadamu katika utunzaji wa uumbaji.

Katika sura hii, tutachunguza uhusiano kati ya theolojia na biolojia ya uumbaji kwa kulinganisha maelezo ya Biblia na ushahidi wa kisayansi kuhusu uhai. Pia, tutaangazia jinsi Agano Jipya linavyohusianisha uumbaji na Yesu Kristo, akionekana kuwa kiini cha uumbaji na ukombozi.

1. KUELEWA UUMBAJI: MAANA YA KIMAANDIKO NA KIBIOLOJIA

Katika *Mwanzo 1 na 2*, Biblia inaonyesha kwamba uumbaji wa Mungu ulifanyika kwa hatua maalum kwa mpangilio wa siku sita.

i. Uumbaji Kulingana na Mwanzo 1

- *Siku ya 1*: Mungu aliumba nuru na giza, akitenganisha mchana na usiku (Mwanzo 1:3-5).
- *Siku ya 2*: Aliumba anga na kutenganisha maji ya juu na ya chini (Mwanzo 1:6-8).
- *Siku ya 3*: Aliumba ardhi kavu, bahari, na mimea yenye mbegu (Mwanzo 1:9-13).
- *Siku ya 4*: Aliumba jua, mwezi, na nyota ili kutoa mwanga na kudhibiti nyakati (Mwanzo 1:14-19).
- *Siku ya 5*: Aliumba viumbe vya majini na ndege wa angani (Mwanzo 1:20-23).
- *Siku ya 6*: Aliumba wanyama wa nchi kavu na binadamu kwa sura yake (Mwanzo 1:24-31).
- *Siku ya 7*: Mungu alimaliza kazi yake ya uumbaji na akapumzika (Mwanzo 2:1-3).

ii. Maana ya Kibiolojia ya Uumbaji

- Uumbaji wa mimea, wanyama, na binadamu unaonyesha *mpangilio wa uhai* unaoshabihiana na mifumo ya kisayansi ya viumbe hai.
- Biblia inaonyesha kuwa viumbe vilifanywa kwa "aina" zao (*Mwanzo 1:11, 21, 24*), jambo linaloonyesha kuwa kila kiumbe kilibuniwa kikiwa na sifa mahususi, zenye mpangilio na si kwa bahati nasibu.
- Mifumo ya viumbe hai—kuanzia kwa *usanisinuru wa mimea*, *mizunguko ya kibaolojia*, hadi *mpangilio wa urithi wa DNA*—inathibitisha mpango wa Mungu katika uumbaji.

Biblia inathibitisha ukweli huu katika *Ayubu 12:7-9*: **"LAKINI WAULIZE WANYAMA, NAO WATAKUFUNDISHA; NA NDEGE WA ANGANI, NAO WATAKUAMBIA. AU NENA NA NCHI, NAYO ITAKUFUNDISHA; NA SAMAKI WA BAHARINI WATAKUELEZA. NI NANI ASIYEJUA KATIKA HAYA YOTE YA KUWA MKONO WA BWANA UMETENDA HAYA?"**

---

2. UMUHIMU WA KIBIOLOJIA NA KIMAANDIKO WA UUMBAJI

Uumbaji haukuwa tu tendo la kuanzisha maisha, bali ni onyesho la mamlaka ya Mungu na mpangilio wake wa kipekee kwa viumbe vyote.

i. Uumbaji Unaonyesha Nguvu na Mamlaka ya Mungu

- *Mwanzo 1:1* inasema: **"HAPO MWANZO MUNGU ALIZIUMBA MBINGU NA**

NCHI.” Hii inaonyesha kwamba Mungu ndiye chanzo cha kila kitu.

- Mungu aliumba kwa *neno lake*, akisema "**NA IWE...**" (Mwanzo 1:3, 6, 9, 11, 14). Hii inaonyesha kuwa viumbe hai havikutokea kwa mchakato wa kiholela bali kwa amri ya Mungu.

ii. Nafasi ya Mwanadamu Katika Uumbaji

- Mwanadamu aliumbwa kwa *sura na mfano wa Mungu* (**IMAGO DEI**)—Mwanzo 1:26-27.
- Mwanadamu alipewa *wajibu wa kutawala* viumbe vingine na kuvitunza (*Mwanzo 1:28; 2:15*).
- Hii inamaanisha kuwa binadamu ana nafasi ya pekee katika viumbe, si kama matokeo ya mageuzi, bali kama *mfano wa Mungu aliye hai.*

iii. Uumbaji unaonyesha Thamani ya Maisha

- *Mathayo 10:29-31* inasema Mungu anajali hata ndege wadogo wa angani.
- Hii inaonyesha kuwa kila kiumbe kina thamani na kipo kwa kusudi maalum ndani ya mpango wa Mungu.

---

3. MAUDHUI MUHIMU YA UUMBAJI

Uumbaji wa Mungu unafundisha mafundisho makuu matatu:

1. *Mamlaka ya Mungu* – Uumbaji ni onyesho la nguvu za Mungu na utawala wake juu ya viumbe vyote.
2. *Wajibu wa Mwanadamu* – Binadamu ni msimamizi wa uumbaji wa Mungu, akiwa na jukumu la kulinda na kutunza dunia.
3. *Thamani ya Maisha* – Kila kiumbe, kutoka kwa mdudu mdogo hadi mwanadamu, kina thamani na kilifanywa kwa kusudi la kipekee.

Mithali 3:19: **"BWANA KWA HEKIMA ALIIWEKA MISINGI YA DUNIA; KWA AKILI ZAKE AKAIANDAA MBINGU."**

Hii inaonyesha kuwa viumbe hai vilibuniwa kwa *hekima ya hali ya juu* inayopatikana kwa Mungu pekee.

---

4. UHUSIANO WA UUMBAJI NA YESU KRISTO KATIKA AGANO JIPYA

Katika Agano Jipya, Yesu anahusishwa moja kwa moja na uumbaji:

i. Yesu Kristo Kama Muumba

- *Yohana 1:1-3*: **"HAPO MWANZO KULIKUWAKO NENO, NAYE NENO ALIKUWAKO KWA MUNGU, NAYE NENO ALIKUWA MUNGU... VYOTE VILIFANYIKA KWA HUYO; WALA PASIPO YEYE HAKIKUFANYIKA CHO CHOTE KILICHOFANYIKA."**
- Hii inathibitisha kuwa Yesu Kristo alikuwa sehemu ya uumbaji na ndiye Muumba.

ii. Yesu Kama Mkombozi wa Uumbaji

- *Warumi 8:19-21*: Uumbaji wote unangoja kukombolewa kwa sababu ya anguko la dhambi.
- Yesu alikuja kurejesha mpango wa Mungu na kuleta uzima mpya kwa viumbe vyote.

iii. Uumbaji Mpya Katika Kristo

- *2 Wakorintho 5:17*: **"HATA IMEKUWA MTU AKIWA NDANI YA KRISTO AMEKUWA KIUMBE KIPYA; YA KALE YAMEPITA, TAZAMA, YAMEKUWA MAPYA."**
- Uumbaji wa mwanzo unaendana na uumbaji mpya unaofanyika kupitia Yesu Kristo.

Biolojia ya uumbaji inathibitisha mpangilio kamili wa Mungu katika uhai.

- *Biblia inafundisha kuwa Mungu aliumba viumbe vyote kwa amri yake, kwa mpangilio na kwa kusudi.*
- *Sayansi inathibitisha kuwa uhai una muundo changamano ambao hauwezi kutoka kwa mchakato wa kiholela.*
- *Yesu Kristo ndiye Muumba na Mkombozi wa uumbaji wote, akihusiana na uumbaji wa kwanza na ukombozi wa viumbe vyote.*

Hii inatufundisha kuwa maisha hayakutokea kwa bahati nasibu bali ni kazi ya Mungu mwenye hekima.

Swali la Tafakari: Je, maisha yako yanaonyesha heshima kwa Muumba kwa kutunza uumbaji wake na kuishi kulingana na kusudi lake?

Biolojia ya Uumbaji – Uelewa wa Kimaandiko na Kibiolojia Kuhusu Uchavushaji, Usanisinuru, na Uzazi

Biblia inafundisha kuwa Mungu aliumba mimea, wanyama, na binadamu kwa mpangilio maalum na wa kipekee. *Mwanzo 1:11-12* inasema: **"MUNGU AKASEMA, 'NCHI NA ITOE MAJANI, MIMEA IZAE MBEGU, NA MITI YA MATUNDA IZAE MATUNDA KWA JINSI YAKE, YENYE MBEGU NDANI YAKE JUU YA NCHI.' IKAWA HIVYO. NCHI IKATOA MAJANI, NA MIMEA IZAE MBEGU KWA JINSI YAKE, NA MITI YA MATUNDA IKAZAA MATUNDA, YENYE MBEGU NDANI YAKE KWA JINSI YAKE. MUNGU AKAONA YA KUWA NI VYEMA."**

Kauli hii inaonyesha kuwa uumbaji wa mimea haukuwa wa kiholela, bali wa kimakusudi, ukiwa na mpangilio unaoonyesha hekima ya Mungu. Hii inalingana na utafiti wa kisayansi unaoonyesha kuwa michakato ya kibaiolojia kama *uchavushaji, usanisinuru, na uzazi* ni ya ajabu na changamano, ikithibitisha uwepo wa mpangilio wa hali ya juu.

Katika sura hii, tutachunguza *mbioolojia ya uumbaji*, tukitazama kwa undani namna mbegu huota, jinsi usanisinuru hufanikisha uzalishaji wa nishati, na jinsi uzazi unavyothibitisha mpango wa Mungu katika uumbaji.

1. MCHAKATO WA UCHAVUSHAJI WA MBEGU KULINGANA NA BIBLIA NA SAYANSI

i. Mbegu na Maisha ya Mimea Katika Biblia

Katika *Mwanzo 1:29*, Mungu alimpa mwanadamu mimea yenye mbegu kama chanzo cha chakula: **"TAZAMA, NIMEWAPA KILA MCHE UZAAO MBEGU, UNAOPATIKANA JUU YA USO WOTE WA NCHI, NA KILA MTI WENYE MATUNDA UNAOZAA MBEGU; VITAKUWA CHAKULA CHENU."**

Hii inaonyesha kuwa mbegu ni kiini cha maisha ya mimea, na ukuaji wa mimea umetegemea mpango wa Mungu tangu mwanzo wa uumbaji.

ii. Michakato ya Kikemia Katika Uchavushaji wa Mbegu

Mbegu huanza kuota kupitia mchakato wa *germination*, unaotegemea vipengele vya kibaolojia na mazingira.

1. Usingizi wa Mbegu (Seed Dormancy)

Mbegu zinaweza kukaa kwa muda mrefu bila kuota, hali inayojulikana kama *dormancy*. Hali hii ni mkakati wa kimaumbile unaozuia mbegu kuota wakati wa hali mbaya kama ukame au baridi kali.

2. Kuchukua Maji (Water Uptake - Imbibition)

Maji ni muhimu kwa uotaji wa mbegu. Mbegu huanza kwa kunyonya maji kupitia utando wake wa nje, hatua hii ikijulikana kama *imbibition*.

3. Kazi ya Enzymes Katika Kukuza Mbegu

Mara tu maji yanapoingia kwenye mbegu, enzymes huanza kazi ya kuvunja virutubishi vilivyohifadhiwa ndani ya mbegu ili kutoa nishati inayohitajika kwa ukuaji wa mche. Enzymes muhimu ni:

- *Amylase*, inayovunja wanga kuwa sukari inayotumika kama nishati.
- *Protease*, inayochangia kuvunjwa kwa protini kuwa amino asidi ili kusaidia ukuaji wa seli.
- *Lipase*, inayovunja mafuta na kutoa nishati ya ziada kwa mbegu inayoota.

4. Udhibiti wa Homoni Katika Uotaji wa Mbegu

Homoni ni vipengele vya kibaolojia vinavyodhibiti mchakato wa ukuaji wa mbegu. Homoni kuu ni:

- *Gibberellins*, inayochochea kuota kwa mbegu.
- *Cytokinins*, inayochochea mgawanyiko wa seli na ukuaji wa majani.
- *Ethylene*, inayochangia maendeleo ya miche.

iii. Uhusiano wa Mbegu Katika Maandiko ya Biblia

Biblia mara nyingi hutumia mbegu kama mfano wa ukuaji wa kiroho. *Mathayo 13:3-9* inatoa mfano wa mpanzi akipanda mbegu, ikiashiria kwamba Neno la Mungu linapandwa mioyoni mwa watu kwa njia inayofanana na ukuaji wa mbegu katika udongo.

---

2. USANISINURU - MCHAKATO WA MUNGU WA NISHATI KWA UHAI

Mchakato wa usanisinuru (photosynthesis) ni mojawapo ya mifumo ya kibaolojia yenye mpangilio wa kushangaza, inayoonyesha jinsi Mungu alivyobuni mfumo wa mimea kuzalisha chakula kwa viumbe vyote.

i. Maana ya Usanisinuru Kulingana na Sayansi

Usanisinuru ni mchakato ambao mimea hutumia mwanga wa jua kubadilisha kaboni dioksidi na maji kuwa glukosi na oksijeni. Mfumo huu unategemea *klorofili*, rangi ya kijani inayopatikana kwenye majani ya mimea.

Mlinganyo wa usanisinuru ni:

$$6CO_2 + 6H_2O + \textit{mwanga wa jua} \rightarrow C_6H_{12}O_6 + 6O_2$$

ii. Uhusiano wa Usanisinuru na Biblia

Biblia inasema kwamba Mungu aliumba nuru kabla ya mimea (*Mwanzo 1:3-11*), ikionyesha kwamba usanisinuru ulikuwa sehemu ya mpango wa Mungu tangu mwanzo.

Zaburi 104:14 inasema:

"HUWAINULIA MAJANI KWA AJILI YA WANYAMA, NA MIMEA KWA MATUMIZI YA MWANADAMU, ILI APATE CHAKULA KATIKA NCHI."

Hii inaonyesha kuwa Mungu aliumba mimea ili kutoa chakula kwa wanadamu na wanyama, jambo linaloendana na sayansi ya usanisinuru.

3. UZAZI WA MIMEA, WANYAMA, NA BINADAMU KULINGANA NA BIBLIA NA SAYANSI

Uzazi ni mojawapo ya vipengele vya ajabu vya maisha vinavyothibitisha mpango wa Mungu.

i. Uzazi wa Mimea

Mimea huzaa kwa njia ya *mbegu* au *michakato ya kijinsia na visivyo vya kijinsia* kama vile:

- *Kupanda mbegu* (kama miti ya matunda).
- *Kupitia uchavushaji* (kwa msaada wa upepo, wadudu, au wanyama).

ii. Uzazi wa Wanyama

Wanyama huzaliana kwa njia ya kijinsia, mfumo unaoonyesha kazi ya hekima ya Mungu katika kubuni viumbe hai vyenye uhai. *Mwanzo 1:22* inasema: **"MUNGU AKAWABARIKIA, AKASEMA, ZAENI, MKAONGEZEKE, MKAYAJAZE MAJI YA BAHARINI, NDEGE NA WAZIDI JUU YA NCHI."**

iii. Uzazi wa Binadamu

Mwanadamu aliumbwa kwa sura ya Mungu na alipewa jukumu la kuzaa na kuijaza dunia (*Mwanzo 1:28*). Biblia inasisitiza kuwa watoto ni baraka kutoka kwa Bwana (*Zaburi 127:3*).

Uzazi wa binadamu ni mchakato changamano unaohitaji ushirikiano wa mifumo mingi ya kibaolojia. Mfumo huu unaonyesha kazi ya Mungu, kwani kila hatua—kutoka kwa kutungwa kwa mimba hadi ukuaji wa mtoto tumboni—unategemea mpangilio usio wa kawaida.

Biolojia ya uumbaji inaonyesha jinsi Mungu alivyobuni maisha kwa hekima ya hali ya juu.

- *Mbegu* huota kwa mchakato changamano unaohitaji maji, enzymes, na homoni—kuthibitisha mpangilio wa Mungu.
- *Usanisinuru* ni mfumo wa nishati unaoonyesha hekima ya Mungu kwa viumbe vyote.

- *Uzazi* wa mimea, wanyama, na binadamu ni uthibitisho wa agizo la Mungu la kuzaa na kuijaza dunia.

Swali la Tafakari: Je, unathamini uumbaji wa Mungu kwa jinsi ulivyo mpangilio wa kushangaza? Je, unaona uhusiano kati ya sayansi na mpango wa Mungu katika uumbaji wa viumbe hai?

Aina Mbalimbali za Wanyama na Majukumu Yao Katika Mifumo ya Ikolojia – Mtazamo wa Kimaandiko na Kibiolojia

Mungu alipoumba dunia, alihakikisha kwamba viumbe hai vinategemeana ili kudumisha usawa wa mazingira. *Mwanzo 1:24-25* inasema:

"MUNGU AKASEMA, 'NCHI NA IZAE VIUMBE HAI KWA JINSI ZAKE, WANYAMA WA KUFUGWA, NA VIUMBE VITAMBAAVYO, NA WANYAMA WA MWITUNI, KILA MMOJA KWA JINSI YAKE.' IKAWA HIVYO. MUNGU AKAFANYA WANYAMA WA MWITUNI KWA JINSI ZAKE, NA WANYAMA WA KUFUGWA KWA JINSI ZAKE, NA VIUMBE VYOTE VITAMBAAVYO JUU YA NCHI KWA JINSI ZAKE; MUNGU AKAONA YA KUWA NI VYEMA."

Aya hii inaonyesha kuwa Mungu aliumba wanyama wa aina mbalimbali kila mmoja kwa namna yake na kusudi lake. Wanyama wana nafasi muhimu katika mfumo wa ikolojia kwa kudumisha uwiano wa chakula, kusaidia katika uchavushaji, kusambaza mbegu, na kudhibiti idadi ya viumbe wengine. Ikiwa kiumbe kimoja kitakosekana, mfumo wa ikolojia unaweza kuvurugika.

Katika sura hii, tutachunguza *aina mbalimbali za wanyama na nafasi zao za kiikolojia*, kwa kuangazia uhusiano kati ya mtazamo wa Biblia na ukweli wa kisayansi kuhusu majukumu ya wanyama katika mifumo ya mazingira.

---

1. UMUHIMU WA KIBIOLOJIA WA WANYAMA KATIKA MFUMO WA IKOLOJIA

Katika mazingira, wanyama husaidia kudumisha uwiano wa maisha kwa njia mbalimbali, kama vile uchavushaji, usambazaji wa mbegu, udhibiti wa idadi ya viumbe, na urejeshaji wa virutubisho kwenye udongo. Bila wanyama, uhai duniani usingekuwa endelevu.

i. Uchavushaji (Pollination) na Usambazaji wa Mbegu (Seed Dispersal)

- Wanyama kama *nyuki, vipepeo, popo, na ndege* wanachavusha mimea, kusaidia kuzalisha matunda na mbegu.
- *Ndege na mamalia* hula matunda na kueneza mbegu kupitia kinyesi chao, kusaidia mimea kukua katika maeneo mapya.
- Bila wanyama hawa, uzalishaji wa mimea na utoaji wa chakula kwa viumbe hai wengine ungetatizika.

Uhusiano wa Kimaandiko

Yesu alitumia mfano wa *uchavushaji na ukuaji wa mimea kueleza ufalme wa Mungu*. Katika *Mathayo 13:31-32*, anazungumzia mfano wa mbegu ya haradali inavyokua na kuwa mti mkubwa, jambo linaloonyesha jinsi Mungu alivyoanzisha mifumo inayowezesha maisha kuendelea.

ii. Udhibiti wa Idadi ya Viumbe Hai (Population Control)

- *Wanyama walao nyama* kama *simba, mbwa mwitu, na chui* wanadhibiti idadi ya wanyama walao majani, wakizuia uharibifu wa mazingira.
- *Nyoka* hudhibiti idadi ya panya na wadudu, kupunguza hatari za milipuko ya magonjwa.
- Bila wanyama hawa, idadi ya viumbe fulani inaweza kuongezeka kupita kiasi, kusababisha uharibifu wa mazingira.

Uhusiano wa Kimaandiko

Katika *Mwanzo 9:2-3*, Mungu alimpa mwanadamu mamlaka juu ya wanyama, lakini pia alihakikisha kuna usawa wa maisha kupitia maelezo ya "nyama za mwituni" kuwa sehemu ya mfumo wa asili wa maisha.

iii. Mzunguko wa Virutubisho (Nutrient Cycling)

- *Mnyama mla mzoga* kama *tai na fisi* huchakata mabaki ya wanyama waliokufa na kurudisha virutubisho kwenye udongo.
- *Minyoo, mende, na vipepeo wa udongo* huchangia katika urutubishaji wa ardhi kwa kuchakata majani yaliyooza.

- *Samaki wa baharini* huchangia katika usambazaji wa virutubisho kwenye mfumo wa ikolojia wa maji.

Uhusiano wa Kimaandiko

Biblia inafundisha kuwa Mungu aliumba kila kiumbe kwa kusudi. *Zaburi 104:14* inasema:

"HUWAINULIA MAJANI KWA AJILI YA WANYAMA, NA MIMEA KWA MATUMIZI YA MWANADAMU, ILI APATE CHAKULA KATIKA NCHI."

Hii inaonyesha jinsi mzunguko wa virutubisho ni mpango wa Mungu kwa ajili ya maisha.

---

2. WANYAMA WANAOUMBA NA KUDUMISHA MAKAZI (HABITAT CREATION AND MAINTENANCE)

Wanyama wengine huchangia katika ujenzi wa makazi ambayo husaidia viumbe hai wengine.

i. Miamba ya Matumbawe (Coral Reefs)

- *Polyps za matumbawe* hujenga miamba inayotoa makazi kwa maelfu ya spishi za baharini.
- Ikiwa miamba ya matumbawe itaharibika, viumbe wengi wa baharini hupoteza makazi yao.

ii. Viboko na Urekebishaji wa Mazingira ya Maji

- *Viboko* huchangia katika utiririkaji wa maji kwa kubadilisha mwendo wa mito kupitia harakati zao.

iii. Tembo na Ufunguliaji wa Misitu

- *Tembo* hukata miti na kufungua njia misituni, kuruhusu viumbe wengine kupata nafasi ya kuishi.

Uhusiano wa Kimaandiko

Katika *Ayubu 12:7-10*, Biblia inasema:

"LAKINI WAULIZE WANYAMA, NAO WATAKUFUNDISHA; NA NDEGE WA ANGANI, NAO WATAKUAMBIA. AU NENA NA NCHI, NAYO ITAKUFUNDISHA; NA SAMAKI WA BAHARINI WATAKUELEZA."

Hii inaonyesha kuwa wanyama wana hekima ya asili ambayo Mungu aliwapa ili kudumisha mfumo wa maisha duniani.

---

3. WANYAMA NA UMUHIMU WA KIMAADILI NA KIROHO

Biblia inafundisha kuwa wanyama wanapaswa kuheshimiwa na kutunzwa.

i. Mwanadamu Kama Msimamizi wa Wanyama

- Mungu alimpa mwanadamu mamlaka ya kutawala wanyama (*Mwanzo 1:26*), lakini si kuwatesa.
- *Mithali 12:10* inasema: **"MWENYE HAKI HUJALI MAISHA YA MNYAMA WAKE, BALI HURUMA YA WAOVU NI UKATILI."**
- Hii inaonyesha kuwa ni jukumu la wanadamu kuhakikisha kuwa wanyama wanalindwa.

ii. Wanyama Kama Sehemu ya Ufalme wa Mungu

- Biblia inasema kuwa wanyama pia watashiriki katika ulimwengu mpya wa Mungu (*Isaya 11:6-9*), ambapo simba na mwanakondoo wataishi pamoja kwa amani.
- Hii inaonyesha kuwa wanyama ni sehemu muhimu ya mpango wa Mungu wa milele.

---

4. HITIMISHO: WAJIBU WA MWANADAMU KATIKA KULINDA WANYAMA NA MAZINGIRA

Kwa mtazamo wa Biblia na sayansi, ni wazi kuwa wanyama wana nafasi muhimu katika mazingira. Ikiwa wanadamu hawatadhibiti matumizi mabaya ya rasilimali za asili na uharibifu wa makazi ya wanyama, tunaweza kuharibu usawa wa uumbaji wa Mungu.

- *Mungu aliumba wanyama kwa hekima na kwa kusudi la kusaidia kulinda na kudumisha maisha duniani.*
- *Sayansi inaonyesha kuwa wanyama wanachangia katika ustawi wa mifumo ya ikolojia, ikiwemo uchavushaji, usambazaji wa mbegu, udhibiti wa idadi ya viumbe, na urejeshaji wa virutubisho.*
- *Biblia inahimiza wanadamu kutunza wanyama na mazingira kwa heshima, kama sehemu ya majukumu yao ya kuwa wasimamizi wa uumbaji wa Mungu.*

Swali la Tafakari: Je, tunachukulia wajibu wetu wa kutunza wanyama na mazingira kwa uzito unaostahili, tukitambua kuwa ni sehemu ya agizo la Mungu?

Binadamu Kama Wasimamizi wa Uumbaji – Wajibu wa Kutunza Rasilimali za Kibiolojia (Mwanzo 1:26-28)

Mungu alipomuumba mwanadamu, alimpa nafasi ya pekee katika viumbe vyote, akimfanya msimamizi wa dunia. *Mwanzo 1:26-28* inasema:

"MUNGU AKASEMA, 'NA TUMFANYE MTU KWA MFANO WETU, KWA SURA YETU; WAKATAWALE SAMAKI WA BAHARINI, NA NDEGE WA ANGANI, NA WANYAMA, NA NCHI YOTE, NA KILA KITAMBAACHO JUU YA NCHI.' MUNGU AKAWAUMBA MWANADAMU KWA MFANO WAKE, KWA MFANO WA MUNGU ALIMUUMBA; MWANAMUME NA MWANAMKE ALIWAUMBA. MUNGU AKAWABARIKIA, MUNGU AKAWAAMBIA, 'ZAENI, MKAONGEZEKE, MKAIJAZE DUNIA NA KUITIISHA; MKATAWALE SAMAKI WA BAHARINI, NDEGE WA ANGANI, NA KILA KIUMBE HAI KIENDACHO JUU YA NCHI.'"

Mstari huu unafunua mambo matatu makuu kuhusu binadamu na wajibu wao katika uumbaji:

1. *Mwanadamu aliumbwa kwa sura na mfano wa Mungu.*
2. *Mungu alimpa mwanadamu mamlaka ya kutawala viumbe hai na mazingira.*
3. *Mwanadamu ana jukumu la kutunza na kusimamia rasilimali za dunia kwa uangalifu.*

Katika sura hii, tutachunguza *maana ya binadamu kuumbwa kwa sura ya Mungu, wajibu wa kusimamia viumbe hai na mazingira, na jinsi matendo yetu yanavyoakisi uhusiano wetu na Mungu.* Pia, tutajadili umuhimu wa utunzaji wa mazingira, urejeleaji wa taka (recycling), na jinsi tunavyoweza kuonyesha upendo kwa Mungu kupitia usimamizi mwema wa uumbaji wake.

---

1. MAANA YA KUUMBWA KWA SURA YA MUNGU

Kuumbwa kwa sura ya Mungu (*Imago Dei*) kunamaanisha kuwa mwanadamu amepewa sifa maalum zinazomtofautisha na viumbe wengine:

- *Akili na uwezo wa kufikiri:* Mwanadamu anaweza kuelewa dunia, kuibadilisha, na kuendeleza maarifa.
- *Uwezo wa maamuzi ya kimaadili:* Binadamu anaweza kupambanua mema na mabaya.
- *Uwezo wa kuwasiliana na kujenga jamii:* Mwanadamu anaweza kushirikiana, kujenga familia, na kutunza mahusiano.
- *Uwezo wa kuwa msimamizi wa uumbaji:* Mungu alimtunukia mwanadamu wajibu wa kusimamia viumbe wengine na mazingira.

Kwa hiyo, kuwa na mfano wa Mungu hakumaanishi mwonekano wa kimwili bali ni kuwa na nafasi ya kipekee ya kusimamia dunia kama mwakilishi wa Mungu.

---

2. BINADAMU KAMA MSIMAMIZI WA MAZINGIRA

Mungu hakumpa mwanadamu mamlaka ya kuharibu mazingira bali ya kuyatunza na kuhakikisha kuwa rasilimali zinatumika kwa hekima.

Katika *Mwanzo 2:15*, Biblia inasema:

"BWANA MUNGU AKAMTWAA MTU, AKAMWEKA KATIKA BUSTANI YA EDENI AILIME NA KUITUNZA."

Hii inaonyesha kwamba tangu mwanzo, mwanadamu alikuwa na jukumu la:

- *Kulima* – kutumia rasilimali za dunia kwa ustawi wa binadamu na viumbe wengine.
- *Kutunza* – kuhakikisha kuwa dunia inaendelea kuwa yenye rutuba na uhai kwa vizazi vijavyo.

Kwa hivyo, usimamizi wa mazingira ni sehemu ya ibada kwa Mungu. Ikiwa tunaheshimu Muumba, tunapaswa pia kuheshimu uumbaji wake.

3. MATENDO YETU DHIDI YA MAZINGIRA NA UHUSIANO WETU NA MUNGU

Mazingira tunayoishi ni kielelezo cha uhusiano wetu na Mungu. Ikiwa tunayapuuza na kuyaharibu, tunakosa kutekeleza wajibu wetu kama wasimamizi wa uumbaji wa Mungu.

i. Athari za Uharibifu wa Mazingira

- *Uchafuzi wa maji na hewa* – unaleta magonjwa na kuathiri uhai wa viumbe hai.
- *Ukataji miti holela* – unachangia mmomonyoko wa ardhi na mabadiliko ya hali ya hewa.

- *Uharibifu wa viumbe hai* – kupungua kwa spishi fulani kunaharibu mfumo wa kiikolojia.
- *Taka na plastiki zinazodhuru mazingira* – zinadumu kwa miaka mingi na kuhatarisha uhai wa wanyama na binadamu.

Biblia inasema katika *Ufunuo 11:18*: **"NAWE UMEHARIBU HAO WANAOIHARIBU DUNIA."**

Hii inaonyesha kuwa Mungu hatakosa kuhukumu wale wanaochafua na kuharibu dunia aliyoumba.

ii. Njia za Kulinda Mazingira Kama Ibada Kwa Mungu

1. *Kupunguza Uchafuzi wa Mazingira* – Kuepuka kutupa taka kiholela na kupunguza uchafuzi wa maji na hewa.
2. *Kupanda Miti* – Kuhakikisha kuwa tunalinda misitu kwa kupanda miti zaidi badala ya kuikata.
3. *Kutumia Nishati Mbadala* – Kupunguza matumizi ya mafuta yanayochafua mazingira na kutumia nishati safi kama jua na upepo.
4. *Kufanya Urejeleaji wa Taka (Recycling)* – Kutumia tena vitu kama plastiki, karatasi, na chuma ili kupunguza uchafuzi wa mazingira.
5. *Kulinda Wanyama na Mimea* – Kuepuka uwindaji haramu na kuhifadhi viumbe walio hatarini kutoweka.

4. MASWALI YA MAJADILIANO

1. *Unadhani kuwa kuumbwa kwa sura ya Mungu kunamaanisha nini katika maisha yako?*
2. *Je, unafikiri matendo yetu dhidi ya mazingira yanaathiri uhusiano wetu na Mungu? Kwa nini?*
3. *Ni njia zipi unazoweza kutumia binafsi au kama jamii ili kusaidia kuhifadhi mazingira?*
4. *Je, unaweza kusema kuwa kulinda mazingira ni sehemu ya ibada yako kwa Mungu? Kwa nini?*

Binadamu amepewa heshima kubwa ya kuwa msimamizi wa uumbaji wa Mungu. Hii ni nafasi ya kipekee ambayo inahitaji uwajibikaji mkubwa.

- Mungu aliumba dunia kwa mpangilio mzuri na akampa mwanadamu jukumu la kuitunza (*Mwanzo 2:15*).
- Uchafuzi wa mazingira na uharibifu wa viumbe hai ni dhambi dhidi ya Mungu na uumbaji wake.
- Tunapaswa kuchukua hatua madhubuti kama watu wa imani ili kuilinda dunia kwa vizazi vijavyo.

Tunapohifadhi mazingira, tunaonyesha *shukrani na upendo kwa Mungu*, tukitambua kuwa dunia ni zawadi yake kwetu. *Kazi yetu kama wasimamizi wa uumbaji inapaswa kuwa sehemu ya ibada yetu ya kila siku.*

Swali la Tafakari: Je, unafanya juhudi za kibinafsi na za kijamii kulinda mazingira kama sehemu ya wajibu wako wa kiroho? Ikiwa sivyo, ni hatua gani unaweza kuchukua leo kuonyesha usimamizi mwema wa uumbaji wa Mungu?

Jinsi Sabato Inavyohusiana na Pumziko la Kibiolojia na Urejesho wa Uhai – Mtazamo wa Kimaandiko na Kibiolojia

Katika mpangilio wa Mungu wa uumbaji, Sabato ilipewa nafasi maalum kama siku ya pumziko na urejesho. *Mwanzo 2:2-3* inasema:

"MUNGU AKAIMALIZA KAZI YAKE ALIYOKUWA AKIIFANYA SIKU YA SABA, AKAPUMZIKA SIKU YA SABA KATIKA KAZI YAKE YOTE ALIYOKUWA AKIIFANYA. MUNGU AKAIBARIKIA SIKU YA SABA, AKAIFANYA TAKATIFU; KWA SABABU KATIKA SIKU HIYO MUNGU ALIPUMZIKA KATIKA KAZI YAKE YOTE YA UUMBAJI."

Sabato si tu siku ya kiroho, bali pia ina umuhimu mkubwa katika biolojia ya mwanadamu, wanyama, na hata mazingira. Mungu alipoumba dunia, aliweka mifumo ya kibiolojia ambayo inategemea mizunguko ya kupumzika na kujirudia upya. Kupumzika kwa mwili, mimea, wanyama, na hata ardhi ni sehemu muhimu ya mpango wa Mungu kwa uhai.

Katika sura hii, tutachunguza jinsi Sabato inavyohusiana na *mizunguko ya kibaolojia ya pumziko na urejesho*, jinsi mwili wa mwanadamu unavyonufaika na mapumziko, na jinsi ardhi inavyotegemea vipindi vya kupumzika ili kuendelea kuwa yenye rutuba. Pia, tutaeleza jinsi dhana hii ya kibiblia inavyoendana na sayansi ya kisasa kuhusu afya ya kimwili na mazingira.

---

1. SABATO KAMA MFANO WA MUNGU WA PUMZIKO

Biblia inafundisha kuwa Sabato ni sehemu ya mpango wa Mungu wa maisha yenye uwiano. Mungu mwenyewe alitoa mfano kwa kupumzika baada ya uumbaji, si kwa sababu alihitaji pumziko, bali kama mwongozo kwa viumbe vyake.

Katika *Kutoka 20:8-11*, Mungu anaagiza: **"IKUMBUKE SIKU YA SABATO, UITAKASE. SIKU SITA UTAFANYA KAZI YAKO YOTE; LAKINI SIKU YA SABA NI SABATO YA BWANA, MUNGU WAKO; SIKU HIYO USIFANYE KAZI YO YOTE... MAANA KWA SIKU SITA BWANA ALIFANYA MBINGU NA NCHI, BAHARI NA VYOTE VILIVYOMO, AKAPUMZIKA SIKU YA SABA; KWA HIYO BWANA AKAIBARIKIA SIKU YA SABATO AKAIFANYA TAKATIFU."**

Hii inaonyesha kuwa pumziko ni sehemu ya mpangilio wa Mungu kwa maisha na kwamba kutozingatia pumziko kunaweza kuathiri maisha kwa njia mbaya, sio tu kiroho, bali pia kiafya na kimazingira.

---

2. UMUHIMU WA PUMZIKO KATIKA BIOLOJIA YA MWANADAMU

Katika biolojia ya mwanadamu, mwili unahitaji pumziko ili kujirudisha na kudumisha afya. Sabato inahusiana moja kwa moja na mifumo ya kibaolojia inayohakikisha mwili wa mwanadamu unafanya kazi kwa ufanisi.

i. Pumziko na Mfumo wa Fahamu

- Ubongo hufanya kazi kwa kiwango cha juu sana wakati wa siku za kazi, ukitumia nishati nyingi na kujenga taka za neva.
- Kupumzika husaidia mfumo wa neva kusafisha taka hizi kupitia mfumo wa *glymphatic*, ambao hufanya kazi hasa wakati wa usingizi.
- Bila kupumzika, mtu anaweza kukumbwa na msongo wa mawazo, kupungua kwa kumbukumbu, na kushuka kwa kiwango cha umakini.

Katika *Zaburi 127:2*, Biblia inasema:

"NI BURE KWENU KUAMKA ASUBUHI NA MAPEMA, NA KUKAA SANA MCHANA KUTWA, MKILA CHAKULA CHA TAABU; MAANA HUMPA MPENDWA WAKE USINGIZI."

Hii inaonyesha kuwa Mungu anapenda wanadamu wake wapate pumziko linalohitajika kwa afya yao.

ii. Pumziko na Mfumo wa Kinga

- Kupumzika husaidia mwili kuzalisha seli nyeupe za damu zinazopambana na magonjwa.
- Tafiti zimeonyesha kuwa watu wanaopumzika vya kutosha hupata kinga bora dhidi ya magonjwa ya kuambukiza.

Sabato, kwa mtazamo wa kibiblia, sio tu siku ya kiroho bali pia ni kipindi cha kupumzika kwa mwili, kusaidia afya ya kimwili na kinga dhidi ya magonjwa.

3. PUMZIKO KATIKA MAZINGIRA NA ARDHI

Sabato haikuwekwa tu kwa mwanadamu, bali pia kwa ardhi. Mungu alitoa maagizo maalum kuhusu *mwaka wa Sabato kwa ardhi* ili kuhakikisha uzalishaji endelevu wa chakula na kurutubisha mazingira.

Katika *Mambo ya Walawi 25:3-4*, Mungu anaagiza: **"KWA MUDA WA MIAKA SITA UTAPANDA SHAMBA LAKO, NA KWA MUDA WA MIAKA SITA UTAYAPOGOA MASHAMBA YAKO YA MIZABIBU, NA KUYAVUNA MATUNDA YAKE; LAKINI MWAKA WA SABA ITAKUWA SABATO YA KUSTAREHE KABISA KWA NCHI, SABATO KWA BWANA; HUTAIPANDA SHAMBA LAKO WALA KUIPOGOA MIZABIBU YAKO."**

i. Sayansi ya Kupumzika kwa Ardhi (Crop Rotation and Fallowing)

- Wakulima wa kisasa wanatambua kuwa ardhi inahitaji mapumziko ili kurejesha rutuba yake.
- Kupanda mimea kwa miaka mingi bila mapumziko husababisha upungufu wa virutubisho kwenye udongo.
- Kupumzika kwa ardhi kunaruhusu viumbe vidogo wa ardhini kurejesha rutuba ya udongo, hivyo kuendeleza uzalishaji wa chakula.

Mfumo huu wa "kupumzika kwa ardhi" umeungwa mkono na tafiti za kisayansi zinazoonyesha kuwa ardhi inayopumzishwa inakuwa na mazao bora zaidi miaka ya baadaye.

---

4. DHANA YA PUMZIKO KATIKA WANYAMA NA MAZINGIRA

Hata wanyama wanahitaji pumziko ili kuendelea kuwa na afya. Mungu aliagiza hata wanyama wapate pumziko:

- *Kutoka 23:12*: **"SIKU SITA FANYA KAZI YAKO; LAKINI SIKU YA SABA UPUMZIKE, ILI NG'OMBE WAKO NA PUNDA WAKO WAPATE KUPUMZIKA, NA MWANA WA MJAKAZI WAKO, NA MGENI WAPATE KUFURAHIA."**

i. Pumziko la Wanyama

- Wanyama wanaofanya kazi, kama vile ng'ombe wa kulima, wanahitaji siku ya kupumzika ili kuepuka uchovu wa mwili.
- Wanyama wa porini pia wana mizunguko ya kupumzika, wakitumia sehemu ya siku kupumzika na sehemu nyingine kutafuta chakula.

ii. Pumziko la Mazingira

- Msitu unaohifadhiwa kwa kipindi fulani unajirudisha kwa njia ya asili, ukiruhusu ukuaji wa mimea mipya na kuongeza utoaji wa oksijeni.
- Bahari zilizo na vizuizi vya uvuvi (fishing bans) katika vipindi fulani zinapata ongezeko la samaki na viumbe wa baharini, kusaidia uzalishaji wa chakula kwa muda mrefu.

---

5. SABATO KAMA MFUMO WA MUNGU WA KIBIOLOJIA NA KIROHO

Sabato si tu siku ya ibada bali pia ni *mfumo wa Mungu wa kuhakikisha urejesho wa mwili, roho, wanyama, na mazingira.*

- *Kibiolojia*, Sabato inasaidia mwili kujirudisha kupitia kupumzika, kuimarisha kinga ya mwili, na kuboresha afya ya ubongo.
- *Kimazingira*, Sabato inahakikisha ardhi inapata nafasi ya kujirudisha, wanyama wanapata pumziko, na mifumo ya ikolojia inabaki imara.
- *Kiroho*, Sabato inatuunganisha na Mungu, kutufundisha kutegemea neema yake badala ya kazi za mikono yetu pekee.

Kupitia Sabato, Mungu alitufundisha somo muhimu la kupumzika na kuthamini uumbaji wake.

Swali la Tafakari: Je, unachukua muda wa kupumzika na kuthamini uumbaji wa Mungu, au unaishi maisha yasiyo na uwiano, yanayochosha mwili na roho? Je, unafuata mpango wa Mungu wa pumziko ili kuboresha afya yako na kulinda mazingira?

Sura ya 03

Mwili wa Binadamu Kama Hekalu la Mungu

Wazo la mwili wa binadamu kama hekalu la Mungu limekita mizizi yake katika maandiko ya Biblia, likionyesha uhusiano wa kina kati ya mwanadamu na Muumba wake. Kwa mtazamo wa kiroho, mwili siyo tu chombo cha kimwili, bali ni mahali ambamo Roho Mtakatifu anaweza kukaa (1 Wakorintho 6:19). Kwa mtazamo wa kisayansi, mwili una mifumo changamano inayofanya kazi kwa uwiano wa ajabu. Katika sura hii, tutachunguza jinsi mwili wa binadamu ulivyobuniwa kwa makusudi ya Mungu, tofauti yake na viumbe wengine, na umuhimu wa kulinda hekalu hili ambalo Mungu ameweka ndani yetu.

1. UUMBAJI WA BINADAMU: TOFAUTI NA VIUMBE WENGINE

Mwanzo 2:7 inasema:

"BWANA MUNGU AKAMFANYA MTU KWA MAVUMBI YA ARDHI, AKAMPULIZIA PUMZI YA UHAI PUANI MWAKE; MTU AKAWA NAFSI HAI."

Tofauti na viumbe wengine ambao Mungu aliumba kwa neno lake (Mwanzo 1:3, 6, 9, 11, 20, 24), mwanadamu aliumbwa kwa umakini maalum:

1. *Kugusa Moja kwa Moja* – Mungu alimtengeneza binadamu kwa mavumbi ya ardhi. Hii inaonyesha uhusiano wa karibu kati ya Mungu na mwanadamu, kwani binadamu hakuumbwa kutoka mbali kwa "amri ya sauti" pekee.
2. *Pumzi ya Uhai* – Mungu alipulizia pumzi ya uhai ndani ya binadamu, akampa roho isiyokufa (Mwanzo 2:7). Hii inasisitiza kuwa mwanadamu ana sura na mfano wa Mungu (Mwanzo 1:26-27), akitofautishwa na viumbe wengine wote.
3. *Uhusiano wa Kipekee* – Mungu alimtengeneza mwanamke kutoka kwa ubavu wa mwanamume (Mwanzo 2:21-22), akithibitisha ushirika wa kipekee na dhamana ya mtu na mwenzake. Mungu akawapa jukumu la kutunza na kukithi mahitaji ya dunia.

2. MWILI WA BINADAMU KAMA HEKALU LA MUNGU

i. Maana ya "Hekalu la Mungu"

Neno "hekalu" hurejelea mahali patakatifu ambapo uwepo wa Mungu unakaa. Katika Agano Jipya, *1 Wakorintho 6:19* inafunua:
"AU HAMJUI YA KWAMBA MIILI YENU NI HEKALU LA ROHO MTAKATIFU ANAYEKAA NDANI YENU, MLIYEMPEWA NA MUNGU? NINYI SI MALI YENU WENYEWE."

Hapa, Paulo anasisitiza kwamba mwili wa mwanadamu umeheshimiwa kwa kiasi cha kuwa makazi ya kiroho. Hili linabeba maana kadhaa:

- *Kuheshimiwa* – Hekalu ni patakatifu, kwa hiyo mwili unapaswa kutunzwa, kuepushwa na uchafu au uharibifu.
- *Wajibu* – Kwa kuwa Roho Mtakatifu anakaa ndani yetu, tunawajibika kudumisha utakatifu na usafi katika mienendo yetu ya kimwili na kiroho.
- *Uhusiano na Mungu* – Mungu hayupo mbali; anaishi ndani yetu, akielekeza mawazo, hisia, na matendo yetu tunapomruhusu.

ii. Uthibitisho wa Ki-Biolojia: Miundo Changamano ya Mwili

Mwanadamu ameundwa na mifumo kadhaa ya kibaiolojia, ikiwemo mfumo wa mzunguko wa damu, mfumo wa neva, mfumo wa upumuaji, mfumo wa mmeng'enyo wa chakula, na mfumo wa kinga. Kila mfumo unategemea mwingine ili mwili ufanye kazi kikamilifu.

- *Mifumo ya Kinga (Immune System)*: Inalinda mwili dhidi ya maradhi, ikiimarisha afya na kuonyesha jinsi Mungu alivyolinda "hekalu" lake dhidi ya mashambulizi ya nje.

- *Mzunguko wa Damu (Circulatory System)*: Moyo husukuma damu inayosafirisha oksijeni na virutubisho sehemu zote za mwili, ikionyesha mpango maalum uliopo ndani ya mwili.
- *Mfumo wa Neva (Nervous System)*: Ubongo na neva hushirikiana kutoa maelekezo kwa viungo vyote, kuonyesha jinsi mwili unavyoendeshwa kwa ufanisi bila mkanganyiko.

Ugunduzi na uelewa wa mifumo hii umechukua karne nyingi, na hata sasa, wanasayansi bado hawajafikia kikomo cha kuyafahamu yote kuhusu mwili wa binadamu. Hii inasisitiza *Zaburi 139:14*:

"NITAKUSHUKURU KWA KUWA NIMEUMBWA KWA JINSI YA AJABU YA KUTISHA; MATENDO YAKO NI YA AJABU, NAFSI YANGU YAJUA SANA."

---

3. UHUSIANO KATI YA MWILI WA BINADAMU NA MUNGU

Kwa mujibu wa Biblia, uhusiano wa kipekee kati ya Mungu na binadamu unatambuliwa katika maeneo yafuatayo:

i. Kusudi la Kipekee

Mungu hakumwumba mwanadamu kwa bahati nasibu. Mwanadamu aliwekwa duniani ili awe:

- *Msimamizi wa uumbaji* (Mwanzo 1:28; 2:15) – Kuanzisha tamaduni, kutunza mazingira, na kuzaa watoto.
- *Mwenzi katika ushirika na Mungu* – Mungu aliunda binadamu kama rafiki na mwakilishi wake duniani.

ii. Maadili na Uchaji

Kwa kuwa mwili wetu ni hekalu la Mungu, tunapaswa:

- *Kujiepusha na dhambi za mwili* (1 Wakorintho 6:18) – Dhambi inaathiri uhusiano wetu na Mungu na kuchafua "hekalu" lake.
- *Kutumia miili yetu kumtumikia Mungu* – Kile tunachofanya na miili yetu kinapaswa kumtukuza Muumba.

iii. Kutambua Uwepo wa Mungu Katika Mwili

Mtume Paulo anasisitiza: **"NINYI SI MALI YENU WENYEWE."** (1 Wakorintho 6:19), akionyesha kuwa miili yetu ni miliki ya Mungu. Tunapaswa kuwa na heshima na kuihudumia kwa njia inayolingana na mapenzi yake.

---

4. ULINGANIFU KATI YA MWILI WA BINADAMU NA VIUMBE WENGINE

Ingawa viumbe wengine pia wana uwezo mkubwa, mwanadamu anajitofautisha kwa:

1. *Umuhimu wa Kiakili na Kiroho* – Mwanadamu ana uwezo wa kuwasiliana na Mungu, kutafakari mambo ya kiroho, na kuongoza viumbe wengine.

2. *Sura na Mfano wa Mungu* – Hii inajumuisha utashi huru, dhamiri, upendo, na maadili ambavyo wanyama hawana kwa kiwango hicho.

3. *Wajibu wa Kiuumbaji* – Mwanadamu amepewa dhamana ya kutawala na kutunza uumbaji (Mwanzo 1:26-28), jukumu ambalo viumbe wengine hawakukabidhiwa.

---

5. MATOKEO YA KUMTAMBUA MWILI KAMA HEKALU LA MUNGU

i. Kujithamini na Kudumisha Afya

- *Lishe Bora*: Kuupa mwili chakula chenye virutubisho muhimu.
- *Mazoezi*: Kudumisha mwili wenye nguvu na wenye uwezo wa kumtumikia Mungu.
- *Kupumzika*: Kupata usingizi wa kutosha na kupumzika, ili "hekalu" la Mungu lifanye kazi kwa ufanisi.

ii. Kuchunga Maadili ya Kiroho

- *Uadilifu*: Kutenda haki, ukweli, na huruma.
- *Usafi wa Moyo*: Kujiepusha na mawazo na matendo mabovu ambayo yanaweza kuchafua hekalu la Mungu.
- *Ibada na Maombi*: Kujenga uhusiano wa karibu na Mungu ili kuzidi kumwelewa na kukua kiroho.

iii. Kutunza Mazingira na Viumbe Wengine

- *Kuhifadhi Mazingira*: Kuelewa kuwa "hekalu" la Mungu si mwili tu, bali pia dunia aliyoiumba.
- *Kuheshimu Uhai*: Kukataa ukatili dhidi ya wanyama na binadamu wengine, kutambua wote ni sehemu ya uumbaji wa Mungu.

Mwili wa binadamu ni hekalu la Mungu, linaloonyesha mpango, kusudi, na upendo wake kwa mwanadamu. Tofauti na viumbe wengine, mwanadamu ameumbwa kwa sura ya Mungu, akiwa na roho isiyokufa na uwezo wa kumjua Muumba wake kwa undani. Kwa mtazamo wa kibiolojia, mwili una mifumo changamano na ya ajabu inayoonyesha ubunifu wa hali ya juu wa Mungu.

Tunapofahamu ukweli huu, tunabeba jukumu la:

1. *Kuuthamini mwili* kama hekalu takatifu.
2. *Kujiepusha na mambo yanayochafua mwili* na roho.
3. *Kumtumikia Mungu* kwa kutumia vipawa vyetu vya kiakili, kimwili, na kiroho.

Hili linatukumbusha maneno ya *Zaburi 8:4-6*:

"MWANADAMU NI KITU GANI HATA UMKUMBUKE, MWANA WA ADAMU HATA UMPENDEE? UMEMFANYA MDOGO PUNDE KULIKO MUNGU, UMEMVIKA TAJI YA UTUKUFU NA HESHIMA, UMEMTAWAZA JUU YA KAZI ZA MIKONO YAKO, UMEVITIA VITU VYOTE CHINI YA MIGUU YAKE."

Mwanadamu, akiwa mmoja kati ya viumbe lukuki wa Mungu, amepokea baraka ya kipekee na pia jukumu zito la kutunza hekalu lake (mwili) na dunia aliyokabidhiwa. Kwa kutambua ukweli huu, tunauona mwili wetu kama zawadi na fursa ya kuonyesha upendo wetu kwa Mungu na viumbe wake wote.

Moyo, Ubongo, na Viungo Vingine Kama Mifano ya Ufundi wa Kiungu

Katika uumbaji wake, Mungu aliumba mwili wa binadamu ukiwa mfumo changamano unaotegemeana katika kila kipengele. *Zaburi 139:14* inasema: **"NITAKUSHUKURU KWA KUWA NIMEUMBWA KWA JINSI YA AJABU YA KUTISHA; MATENDO YAKO NI YA AJABU, NAFSI YANGU YAJUA SANA."** Kauli hii inaonyesha jinsi mwili wa binadamu ulivyobuniwa kwa ustadi wa kiungu, ukiwa na mifumo inayoruhusu kutembea, kupumua, kula, kufikiri, kuhisi, na kulinda afya yetu.

Hata hivyo, pamoja na ukweli kwamba wanyama wengine wana mifumo inayoendana na yetu—mfumo wa upumuaji, mfumo wa umeng'enyaji wa chakula, mfumo wa mzunguko wa damu, n.k.—Biblia inafundisha kuwa binadamu ni tofauti kwa sababu ameumbwa *kwa sura ya Mungu* (Mwanzo 1:26-27). Hii inamaanisha kuwa binadamu ana nafsi inayoweza kumhusu Mungu, na uwezo wa kufikiri na kuumba zaidi ya uwezo wa wanyama.

Sura hii itachunguza mifumo muhimu ambayo Mungu aliiumba ndani ya mwili wa binadamu—tukizingatia mifumo ya mifupa na misuli, mfumo wa upumuaji, mfumo wa mzunguko wa damu, mfumo wa umeng'enyaji, mfumo wa neva, ngozi, mfumo wa kinga, pamoja na mifumo mingine kama *mfumo wa homoni (endocrine system)* na *mfumo wa uchujaji taka (excretory system)*. Pia tutazungumzia *mfumo wa uzazi (reproductive system)* na nafasi yake katika kuendeleza uumbaji wa Mungu.

---

1. MWILI WA BINADAMU KATIKA MPANGO WA MUNGU

Biblia inatuonyesha kuwa Mungu aliumba viumbe vyote kwa neno Lake, lakini mwanadamu aliumbwa kwa namna ya pekee, kwa "mkono" wake mwenyewe na kupuliziwa pumzi ya uhai (Mwanzo 2:7). Upekee huu unathibitishwa na:

1. *Sura ya Mungu* – Mwanadamu anashiriki tabia za Mungu kama vile mawazo, hisia, na utashi wa kuchagua.
2. *Uwezo wa Kiakili* – Kuwa na bongo zinazowezesha kufikiri, kuunda, na kubuni teknolojia mbali mbali.
3. *Uwezo wa Kiroho* – Kuwa na uhusiano wa ndani na Mungu kupitia ibada, maombi, na hekima ya kiroho.

Kwa hivyo, mifumo ya mwili ni zawadi ya kipekee, inayoonyesha ubunifu wa Mungu na kutuwezesha kumtumikia kwa ukamilifu zaidi.

---

2. MIFUMO MUHIMU YA MWILI

2.1 Mifumo ya Mifupa na Misuli (Skeletal & Muscular Systems)

Mifupa inatoa umbo la mwili na kumlinda binadamu dhidi ya madhara, huku ikitoa sehemu za kushikilia misuli. *Misuli* hufanya mwili uweze kusonga—kufanya kazi mbalimbali, kuanzia kutembea hadi kukimbia.

- *Mtazamo wa Kibiolojia*:
  - Mifupa imetengenezwa kwa madini ya kalsiamu na fosfati, ikitoa uthabiti.
  - Misuli inaundwa na nyuzi za misuli (muscle fibers) zinazoweza kukunjwa na kupanuliwa ili kuleta mwendo.
- *Mtazamo wa Kimaandiko*:
  - Tunapotumia viungo vyetu kutenda haki, tunamwakilisha Mungu aliyeumba mwili wetu kwa kusudi.

2.2 Mfumo wa Upumuaji (Respiratory System)

Mfumo wa upumuaji unahusika na kubadilishana gesi muhimu kwa uhai—oksijeni na kaboni dioksidi. Mapafu hutumika kama kiungo kikuu cha kubadilisha gesi hizi.

- *Mtazamo wa Kibiolojia*:
  - Kupumua (inhalation) huingiza oksijeni mwilini, wakati kutoa hewa (exhalation) humwondolea mwili kaboni dioksidi.
  - Mwili unategemea oksijeni kwa uzalishaji wa nishati kwenye seli (cellular respiration).
- *Mtazamo wa Kimaandiko*:
  - *Mwanzo 2:7* inaonyesha Mungu akimpulizia binadamu pumzi ya uhai,

akionyesha uhusiano wa karibu kati ya Mungu na maisha ya mwanadamu.

2.3 Mfumo wa Mzunguko wa Damu (Circulatory System)

Mfumo huu unahusisha *moyo*, *damu*, na *mishipa ya damu* (veins, arteries, capillaries). Moyo husukuma damu inayosafirisha oksijeni, virutubisho, na homoni kwenda katika seli zote za mwili.

- *Mtazamo wa Kibiolojia*:
  - Moyo hupiga takriban mara 60-100 kwa dakika (wastani) na kufanya kazi pasipo kukoma.
  - Damu husafirisha virutubisho na kukusanya taka kama kaboni dioksidi na urea ili kutolewa nje.
- *Mtazamo wa Kimaandiko*:
  - *Mithali 4:23*: **"LINDA MOYO WAKO KULIKO YOTE UYALINDAYO; MAANA KUTOKA HUMO CHEMCHEMI ZA UZIMA."** Kifungu hiki kinatumika kumaanisha moyo kiroho, lakini pia una ukweli wa kibaiolojia kwamba maisha ya mwili hutegemea moyo.

2.4 Mfumo wa Umeng'enyaji (Digestive System)

Mfumo huu unajumuisha *mdomo, umio, tumbo, utumbo mdogo, utumbo mkubwa*, na viungo saidizi kama *kongosho* na *ini*. Inasaidia kubadili chakula kuwa virutubisho ambavyo mwili unaweza kutumia.

- *Mtazamo wa Kibiolojia*:
  - Enzymes katika tumbo na utumbo mdogo huvunja chakula kuwa protini,

wanga, na mafuta, ambavyo hutumiwa na seli kutengeneza nishati.

    - Utumbo mkubwa (large intestine) husaidia kunyonya maji na kurejesha madini muhimu mwilini.

- *Mtazamo wa Kimaandiko*:
    - Mungu aliumba mimea na wanyama kama chanzo cha chakula, akitoa maelekezo kuhusu vyakula safi na najisi (Mambo ya Walawi 11).

2.5 Mfumo wa Neva (Nervous System)

Huu ndio mfumo unaoongoza mawazo, hisia, na mwitikio wa mwili. *Ubongo*, *uti wa mgongo*, na *mtandao wa neva* (nerves) huwasiliana kupitia ishara za umeme na kemikali.

- *Mtazamo wa Kibiolojia*:
    - Ubongo ni "kitovu" cha mawazo na uratibu wa matendo yote ya mwili.
    - Neva hupitisha taarifa kutoka viungo vya hisi (macho, masikio, pua, ulimi, ngozi) kwenda kwenye ubongo na kuleta majibu yake.
- *Mtazamo wa Kimaandiko*:
    - *Warumi 12:2* inahimiza kufanywa upya kwa nia zetu, ikimaanisha kwamba Mungu anataka tuboreshe mawazo na mtazamo wetu ili tuishi kwa kumpendeza.

2.6 Ngozi (Skin)

Ngozi ni kiungo kikubwa zaidi cha mwili, ikilinda viungo vya ndani dhidi ya majeraha, bakteria, na miale mikali ya jua.

- *Mtazamo wa Kibiolojia*:
  - Ngozi husaidia kudhibiti joto la mwili kupitia jasho.
  - Huchangia mfumo wa kinga kwa kuzuia vimelea wasivamie mwili.
- *Mtazamo wa Kimaandiko*:
  - Kuwa na ngozi inayotulinda ni mfano wa ulinzi wa Mungu katika maisha yetu ya kila siku (Zaburi 91:4).

2.7 Mfumo wa Kinga (Immune System)

Mfumo huu hufanya kazi ya kutambua na kupambana na viini vinavyoweza kudhuru mwili. Seli za kinga (kama vile seli nyeupe za damu) hutafuta na kuangamiza bakteria, virusi, na vitu vingine vya hatari.

- *Mtazamo wa Kibiolojia*:
  - Kinga ya mwili inajifunza kutambua "mashambulizi" mapya ili kujenga ukinzani kwa siku zijazo.
  - Chanjo (vaccines) hutumia kanuni hii ya kinga kujenga ulinzi dhidi ya magonjwa maalum.
- *Mtazamo wa Kimaandiko*:
  - *Zaburi 91* inaeleza jinsi Mungu anavyolinda watu wake dhidi ya "tauni" na mabaya mengineyo, mfano wa kinga ya kimwili na kiroho.

2.8 Mfumo wa Homoni (Endocrine System)

Mfumo wa homoni (endocrine system) unajumuisha viungo kama *tezi dume (pituitary gland), tezi la thyroid, tezi za adrenal*, n.k. Ambapo homoni mbalimbali hutoa maelekezo ya kijumla mwilini—kuanzia kukua, mabadiliko ya kihisia, hadi uzazi.

- *Mtazamo wa Kibiolojia*:
  - Homoni huingia moja kwa moja katika damu, kusafiri hadi sehemu mbali mbali za mwili ili kuratibu shughuli spesifiki, kama vile kiwango cha nishati (metabolism), hisia, na kupanda kwa kiwango cha sukari mwilini.
  - Mfano: *Insulin* kutoka kongosho hudhibiti kiwango cha sukari mwilini.
- *Mtazamo wa Kimaandiko*:
  - Mungu anaongoza mchakato wa ukuaji na kuzaliana. Kama vile homoni zinavyoratibu mwili, Roho Mtakatifu huratibu maisha yetu ya kiroho (Yohana 14:26).

2.9 Mfumo wa Uchujaji Taka (Excretory System)

Mfumo huu unahusisha viungo kama *figo (kidneys)*, ini, ngozi, na mapafu, lengo likiwa ni kuondoa taka na sumu mwilini.

- *Mtazamo wa Kibiolojia*:
  - Figo husafisha damu kwa kuondoa urea na taka zingine, ambazo hutolewa nje kama mkojo.
  - Ini huchuja sumu katika mwili, na ngozi hutoa taka kupitia jasho.
- *Mtazamo wa Kimaandiko*:

- Kimsingi, huu ni mfano wa jinsi Mungu anavyotutakasa. Tunahitaji usafi wa kimwili na kiroho (1 Yohana 1:9).

2.10 Mfumo wa Uzazi (Reproductive System)

Mfumo wa uzazi husaidia binadamu kuendeleza kizazi. Mwanamume na mwanamke hushirikiana, ambapo mwanamke ana *uterasi (uterus)* inayomuwezesha kubeba mtoto hadi wakati wa kujifungua.

- *Mtazamo wa Kibiolojia*:
  - Mfumo wa uzazi wa mwanamke unajumuisha viungo kama mayai (ovaries), uterasi, n.k.
  - Mfumo wa uzazi wa mwanamume una husisha viungo vya uzalishaji na utoaji wa manii.
- *Mtazamo wa Kimaandiko*:
  - Mungu alitoa agizo la “Zaeni, mkaongezeke, mkaijaze nchi,” (Mwanzo 1:28), akionyesha umuhimu wa kuendeleza uumbaji.

---

3. BINADAMU: ZAIDI YA VIUMBE WENGINE

Ingawa mifumo mingi katika mwili wa binadamu inaonekana katika wanyama pia, *tofauti kubwa* iko katika uhusiano wa kipekee na Mungu.

- *Nafsi na Maadili*: Binadamu ana uwezo wa kutafakari madhara ya matendo yake kiroho na kimaadili.
- *Ubunifu*: Kama vile Mungu ni Muumba, binadamu amepewa kipaji cha ubunifu—kugundua, kuvumbua, kuumba.

- *Uwezo wa Kiroho*: Mwanadamu anaweza kumwabudu Mungu, kuwasiliana naye, na kuishi katika uhusiano wa kiroho, jambo ambalo halipatikani kwa kiwango hicho kwa wanyama.

Mfumo wa mwili wa binadamu ni moja ya maajabu makubwa ya uumbaji wa Mungu. Kila mfumo—kuanzia mifupa na misuli, mfumo wa upumuaji, mfumo wa mzunguko wa damu, hadi mfumo wa homoni na uzazi—unaonyesha hekima ya hali ya juu ya Muumba ambaye amepanga kila kitu kwa uwiano kamili.

Hata hivyo, kilichomfanya binadamu kuwa tofauti kabisa ni kwamba ameumbwa *kwa sura ya Mungu* na amepewa nafsi inayoweza kuwasiliana naye. Mtazamo huu unatukumbusha kuwa:

1. *Mwili wetu* ni zawadi kutoka kwa Mungu, unaostahili kuheshimiwa na kutunzwa.
2. *Uwezo wetu wa kiakili na kiroho* unatufanya tuwe wasimamizi wakuu wa uumbaji, wenye jukumu la kumtumikia Mungu na kuhudumia wengine.
3. *Uhusiano wetu na Mungu* ndicho kiini cha uwepo wetu, na tunapaswa kuishi ili kumleta utukufu katika mawazo, maneno, na matendo yetu.

Mwishoni, tunapotafakari mifumo hii yote na jinsi inavyofanya kazi kwa uwiano usio na kifani, tunapewa sababu zaidi za kumshukuru Mungu kwa zawadi ya uhai na nafasi ya kipekee tunayopewa katika uumbaji. *Zaburi 8:3-6* inahitimisha vizuri:

"NIKIZIANGALIA MBINGU ZAKO, KAZI YA VIDOLE VYAKO, MWEZI NA NYOTA ULIZOZIRATIBISHA; MWANADAMU NI KITU GANI HATA UMKUMBUKE? ...UMEMVIKA TAJI YA UTUKUFU NA HESHIMA; UMEMTAWAZA JUU YA KAZI ZA MIKONO YAKO."

Hii inaonyesha wazi kuwa, pamoja na mifumo yote ya mwili, binadamu amefanywa kama kito cha uumbaji, akiwa na mwili, nafsi, na roho—vyote vikielekeza kwenye ukuu wa Mungu.

Jinsi Viungo Vinavyohusiana na Seli – Mtazamo wa Kibiolojia na Kimaandiko

Mwili wa binadamu ni mfumo changamano uliojaa mifumo inayofanya kazi kwa ushirikiano wa hali ya juu. Katika sura zilizotangulia, tuliona jinsi mwili unavyofanya kazi kama hekalu la Mungu, tukigundua kuwa ubunifu wa mwili ni kielelezo cha hekima ya Muumba. Katika sura hii, tutaangazia mahusiano kati ya seli, tishu, na viungo, na jinsi Mungu alivyounda kila kiungo kikitegemea ufanisi wa seli ambazo ni msingi wa uhai wetu wote.

Zaburi 139:14: **"NITAKUSHUKURU KWA KUWA NIMEUMBWA KWA JINSI YA AJABU YA KUTISHA; MATENDO YAKO NI YA AJABU, NAFSI YANGU YAJUA SANA."**

Hili ni andiko linaloonyesha jinsi mpangilio na ufanisi wa seli na viungo vyetu vinavyodhihirisha ukamilifu wa Mungu.

1. SELI: MSINGI WA UHAI WA MWILI

Seli ndizo vitengo vidogo zaidi vya uhai vinavyoweza kujitegemea. Kila seli inafanya kazi mahsusi zinazosaidia mwili kufanya kazi. Seli zina vipengele vifuatavyo:

1. *Cell Membrane (Utando wa Seli)*
   - Hufanya kazi ya kufunika seli, kuilinda dhidi ya mazingira ya nje, na kuruhusu baadhi ya vitu (kama virutubisho na gesi) kupita ndani au nje ya seli.
   - Kifupi, cell membrane ni kama "ngozi" ya seli.
2. *Nucleus (Kiini cha Seli)*
   - Hiki ni "ubongo" wa seli. Ndani yake kuna *DNA*, inayobeba maelekezo yote muhimu kwa ukuaji, mgawanyiko, na uzalishaji wa protini za seli.
   - Ndiyo sehemu inayodhibiti shughuli zote za seli.
3. *Cytoplasm (Sitoplazimu)*
   - Hii ni sehemu ya kimiminika ndani ya seli, ambamo viungo vingine vya seli (organelles) huogelea.
   - Inawezesha utendajikazi wa haraka kati ya viungo mbalimbali ndani ya seli.
4. *Mitochondria*
   - Hutafsiriwa kama "vinu vya nishati" vya seli.
   - Hufanya kazi ya kuvunja chakula (glukosi) ili kuzalisha nishati (ATP)

inayotumika katika michakato yote ya maisha ya seli.

5. *Vacuole*
   - Hifadhi ya muda ya chakula, maji, na hata taka ambazo baadaye zitaondolewa.
   - Inasaidia kudumisha usafi na usawa wa kimazingira ndani ya seli.

Ingawa seli zina sifa hizi za msingi, zinabadilika kulingana na kazi wanayofanya mwilini. Kwa mfano, *seli nyekundu za damu (red blood cells)* zina umbo maalum la diski, linalorahisisha kusafirisha oksijeni. *Seli nyeupe za damu (white blood cells)* zina umbo linaloweza kubadilika, zikisaidia kuzingira na kuharibu viini vinavyoingia mwilini. Hii inaonyesha jinsi Mungu alivyotupatia mpangilio bora unaoturuhusu kupambana na magonjwa.

---

2. TISHU: USHIRIKIANO WA SELI KATIKA KUFANIKISHA KAZI MOJA

Wakati seli nyingi zinazofanana zinaungana kufanya kazi maalum, tunaita mkusanyiko huo *tishu (tissue)*. Aina kuu za tishu za mwili ni:

1. *Muscle Tissue (Tishu ya Misuli)*
   - Huundwa na seli ndefu na zinazonyumbulika.
   - Inawajibika katika kusinyaa na kujiachia, hivyo kuruhusu mwili kufanya harakati mbalimbali—kama kutembea, kukimbia, au hata kupumua.
2. *Nerve Tissue (Tishu ya Neva)*

- Hujumuisha seli za neva (neurons) zinazopitisha taarifa kwa kasi kati ya ubongo na sehemu zingine za mwili.
- Inaruhusu mwili kuhisi mazingira, kusambaza maelekezo, na kuratibu majibu ya haraka.

3. *Epithelial Tissue (Tishu ya Epitheliamu)*
   - Hufunika uso wa mwili (ngozi), na pia hufunika viungo vya ndani na matundu ya mwili.
   - Hulinda mwili dhidi ya majeraha, vimelea, na pia hudhibiti kiasi cha maji kinachoingia au kutoka mwilini.
4. *Connective Tissue (Tishu Unganishi)*
   - Hii ni pamoja na mifupa, cartilage, tendons, na damu.
   - Inaunganisha, inasaidia, na kulinda viungo vingine vya mwili. Mfano, mifupa hutoa umbo, wakati damu inasafirisha virutubisho na gesi.

Mtazamo wa Kimaandiko: Katika 1 Wakorintho 12:12-27, Paulo anazungumza kuhusu mwili wa Kristo kama mfano wa jinsi kila sehemu (kama tishu na seli) inavyohitajika na iko na kazi yake maalum. Hii inaweza kufananishwa na jinsi tishu zinavyofanya kazi kwa pamoja, kila moja ikiwa na majukumu spesifiki.

3. VIUNGO: MATOKEO YA TISHU ZILIZOUNGANA

Tunaposema *"viungo"* (organs), tunamaanisha muunganiko wa tishu kadhaa zinazojishughulisha katika kutekeleza kazi maalum. Mfano wa viungo ni *moyo, mapafu, ngozi, ubongo*, n.k.

- *Moyo* unajumuisha tishu za misuli, tishu ungilishi, na tishu ya neva, zote zikifanya kazi kwa ushirikiano ili kusukuma damu.
- *Mapafu* yana tishu ya epithelia inayowezesha kubadilishana gesi—oksijeni na kaboni dioksidi—kutoka na kwenda mwilini.
- *Ngozi* inajumuisha tishu ya epithelia, tishu ungilishi, na mishipa ya damu inayopitisha lishe na kinga.

Mfumo (System)

Viungo mbalimbali vinaungana kulingana na majukumu yao, na hivyo kutengeneza *mfumo*. Kwa mfano:

- *Mfumo wa Mzunguko wa Damu* (circulatory system): Umeundwa na moyo, mishipa ya damu, na damu yenyewe.
- *Mfumo wa Neva* (nervous system): Unajumuisha ubongo, uti wa mgongo, na neuroni zinazotanda mwili mzima.
- *Mfumo wa Umeng'enyaji* (digestive system): Una viungo kama tumbo, utumbo mdogo, utumbo mkubwa, ini, na kongosho.

Mfumo huu wa mtawanyiko wa majukumu unadhihirisha *ufundi wa kiungu* (divine craftsmanship) katika uumbaji wa mwanadamu.

4. UHUSIANO WA KIMAANDIKO: KATIKA KILA SELI KUNAMPYA MUNGU AMEUMBA

Biblia inasisitiza mara kadhaa kwamba Mungu anafahamu kila kipengele cha uumbaji wake. Kama seli ndizo msingi wa uhai, tunapaswa kukumbuka:

1. *Ukamilifu wa Uumbaji wa Mungu*
    - Mungu alipotazama uumbaji wake, alisema ni "vyema sana" (Mwanzo 1:31). Hii ni pamoja na seli, tishu, na viungo vinavyowezesha maisha.
2. *Uhusiano wa Seli na Mwili wa Kristo*
    - Kama vile seli zinavyoshirikiana kujenga tishu na viungo, vivyo hivyo waumini hushirikiana kujenga kanisa kama "mwili wa Kristo" (1 Wakorintho 12:27). Kila mmoja ana kazi yake ya kipekee, na wote wakiwa na mchango muhimu.
3. *Wajibu wa Kutunza Miili Yetu*
    - Kwa kuwa kila seli ni "jiwe la uhai" katika mwili, tunawajibika kudumisha afya njema. Kula vyakula bora, kufanya mazoezi, na kujiepusha na tabia mbaya kunahakikisha seli zinafanya kazi ipasavyo (1 Wakorintho 6:19-20).

Mpangilio wa seli, tishu, na viungo unaoleta mfumo kamili wa mwili ni moja ya maajabu ya uumbaji wa Mungu. Mchakato huu unaonyesha jinsi Mungu alivyobuni kila kiungo kikitegemea umoja na uwiano wa kipekee, kuanzia seli ndogo hadi mfumo mzima kama vile mfumo wa mzunguko wa damu au mfumo wa neva.

- *Kibaiolojia*, tunaona kuna ufanisi mkubwa: seli zimepangwa kuunda tishu maalum, tishu zinafanya kazi pamoja kama viungo, na viungo vingi vinaunda mifumo inayowezesha uhai.
- *Kimaandiko*, tunatambua kuwa binadamu ameumbwa kwa sura ya Mungu, akimiliki uwezo wa kipekee wa kiakili, kimaadili, na kiroho. Mpango huu unatusaidia kuona kwamba kila sehemu ya mwili ni muhimu na imeumbwa kwa kusudi maalum.

Swali la Tafakari: Je, tunathamini uumbaji wa Mungu kwa kiwango gani, haswa tukizingatia jinsi seli, tishu, na viungo vyetu vinavyofanya kazi kwa pamoja? Je, tunatumia ufahamu huu kuutunza mwili wetu na kumtukuza Mungu, aliyeumba kila chembe ya uhai wetu?

Kwa kutambua utendaji wa miundo hii yote ya mwili, tunaweza kuelewa zaidi kwamba sisi ni matokeo ya ufundi bora wa Mungu na tunapaswa kuitunza zawadi hii. *Zaburi 8:4* inakumbusha:

"MWANADAMU NI KITU GANI HATA UMKUMBUKE? ... UMEMVIKA TAJI YA UTUKUFU NA HESHIMA."

Hekima ya uumbaji wake inatukumbusha kumpa sifa na kumheshimu katika kila tendo tunalofanya na mwili wetu.

Mwongozo wa Biblia Kuhusu Afya – Vyakula Safi na Najisi, Usafi, na Pumziko

Biblia ni mwongozo wa maisha katika kila nyanja, ikiwemo afya ya mwili na roho. Katika *Mambo ya Walawi 11* na *Kumbukumbu la Torati 14*, Mungu alitoa mwongozo wa vyakula safi na najisi, akionesha vyakula vinavyofaa kwa afya na vile ambavyo havifai kwa matumizi ya binadamu.

Maagizo haya hayakuwa tu ya kiroho bali pia ya kibaiolojia, kwa kuwa Mungu alijua athari za vyakula hivyo kwa mwili wa mwanadamu. Leo, sayansi ya lishe inathibitisha hekima ya maagizo haya, ikionesha jinsi vyakula safi vinavyosaidia kulinda afya, huku vile najisi vikihusishwa na magonjwa hatari.

Katika sura hii, tutachunguza:

1. *Vyakula safi na najisi katika Biblia*
2. *Sababu za Mungu kupiga marufuku vyakula fulani*
3. *Usafi wa kimwili na kanuni za kiafya*
4. *Umuhimu wa pumziko kwa afya ya mwili na roho*

---

1. VYAKULA SAFI NA NAJISI KATIKA BIBLIA

Katika Mwanzo 1:29, Mungu alimwambia Adamu: **"TAZAMA, NIMEWAPA KILA MCHE UTOAO MBEGU ULIO JUU YA USO WA NCHI YOTE, NA KILA MTI WENYE MATUNDA YANAYOTOA MBEGU; VITAKUWA CHAKULA CHENU."**

Hii inaonyesha kuwa mwanzo wa uumbaji, chakula cha mwanadamu kilikuwa cha mimea—mbegu, matunda, na mboga. Baada ya gharika, Mungu aliruhusu ulaji wa nyama lakini akatoa masharti kuhusu ni aina gani ya nyama inaweza kuliwa (*Mwanzo 9:3-4*).

Katika *Mambo ya Walawi 11* na *Kumbukumbu la Torati 14*, Mungu alieleza wazi vyakula safi na najisi:

i. Wanyama Safi

Wanyama wa nchi wanaweza kuliwa ikiwa wana *kwato zilizogawanyika na wanatafuna cud*. Hii inajumuisha:

- ✔ Ng'ombe
- ✔ Kondoo
- ✔ Mbuzi
- ✔ Kuro
- ✔ Kulungu
- ✔ Nyati

ii. Samaki Safi

Samaki wanaweza kuliwa ikiwa wana *magamba na pezi*. Hii inajumuisha:

- ✔ Samaki kama sato, sangara, na jodari.

iii. Ndege Safi

- ✔ Kuku, bata, kware, njiwa, na ndege wa kufugwa.

iv. Wadudu Safi

- ✔ Nzige, panzi, na senene (Mambo ya Walawi 11:22).

Vyakula Najisi (Visivyofaa kwa Matumizi)

Kwa mujibu wa Biblia, baadhi ya wanyama walihesabiwa kuwa *najisi* na hawakufaa kuliwa.

i. Wanyama Najisi

X Nguruwe
X Ngamia
X Sungura

ii. Samaki na Viumbe wa Maji Najisi

X Kaa
X Kamba
X Pweza
X Konokono wa baharini
X Samaki wasio na magamba kama papa na mwari.

iii. Ndege Najisi

X Tai
X Kunguru
X Bundi
X Mwewe
X Popo

iv. Wadudu Najisi

X Mende
X Panya
X Nyoka

---

2. SABABU ZA MUNGU KUPIGA MARUFUKU VYAKULA FULANI

Ingawa Mungu hakutoa maelezo ya kina ya kisayansi katika Biblia kuhusu madhara ya vyakula najisi, tafiti za kisasa zimeonyesha kuwa wanyama walioorodheshwa kama najisi kwa kweli wana athari mbaya kiafya.

i. Wanyama Wanaokula Uchafu (Scavengers)

Nguruwe, kaa, kamba, na samaki wa bahari wasio na magamba hula mabaki ya wanyama waliokufa na hata taka zenye sumu. Tafiti zinaonyesha kuwa nyama ya nguruwe inaweza kuwa na virusi hatari kama *Trichinella spiralis*, vimelea vinavyosababisha ugonjwa wa *trichinosis*.

ii. Viumbe Wenye Kiwango Kikubwa cha Sumu

Viumbe wa bahari kama kaa, kamba, na pweza huwa na metali nzito na sumu za baharini, ambazo zinaweza kusababisha magonjwa ya muda mrefu kama *saratani* na *athari za mfumo wa neva.*

iii. Wanyama Wasio na Mfumo Mzuri wa Uchujaji wa Taka

Wanyama kama ngamia na sungura hawana mfumo mzuri wa uchujaji wa taka mwilini, hivyo wanabeba bakteria hatari ambazo zinaweza kuambukiza wanadamu.

Mungu alipotoa sheria hizi, alikuwa analinda afya ya binadamu kwa njia ya kipekee.

---

3. USAFI WA KIMWILI NA KANUNI ZA KIAFYA KATIKA BIBLIA

Biblia pia ina kanuni za kiafya zinazohusiana na usafi wa mwili:

i. Kunawa Mikono na Usafi wa Maji

Mambo ya Walawi 15:11 – Mungu aliamuru wana wa Israeli kunawa mikono baada ya kugusa vitu najisi. Sayansi ya leo inathibitisha kuwa kunawa mikono kunazuia maambukizi ya bakteria na virusi.

ii. Kutenga Watu Wagonjwa (Quarantine)

Katika *Mambo ya Walawi 13*, wale waliokuwa na magonjwa ya ngozi walitengwa kwa muda hadi wapone. Hii inafanana na mfumo wa kisasa wa kutenga watu wenye magonjwa ya kuambukiza.

iii. Usafi wa Chakula na Vifaa

Mungu aliamuru vyombo vya chakula na maji visafishwe (*Mambo ya Walawi 11:32-35*). Hii inazuia kuenea kwa bakteria hatari kwa afya.

---

4. UMUHIMU WA PUMZIKO KATIKA AFYA

Biblia pia inatufundisha umuhimu wa *pumziko* kwa mwili. Mungu aliamuru siku ya Sabato kuwa siku ya kupumzika (*Kutoka 20:8-11*).

Faida za Pumziko kwa Mwili

✔ *Kurejesha nguvu* – Kupumzika kunawezesha mwili kurekebisha tishu zilizoharibika.

✔ *Kuboresha kinga ya mwili* – Usingizi wa kutosha huimarisha mfumo wa kinga.

✔ *Afya ya akili* – Kupumzika husaidia kupunguza msongo wa mawazo.

---

5. AFYA KWA KUTII MAAGIZO YA MUNGU

Biblia inatufundisha kuwa afya njema ni sehemu ya baraka za Mungu. Katika *Kutoka 15:26*, Mungu alisema: **"IKIWA UTASIKILIZA KWA BIDII SAUTI YA BWANA, MUNGU WAKO, NA KUFANYA YALIYO SAWA MACHONI PAKE, NA KUYASIKILIZA MAAGIZO YAKE, NA KUZISHIKA AMRI ZAKE ZOTE, SITAKUWEKA JUU YAKO MAGONJWA**

YALE NILIYOYAWEKA JUU YA WAMISRI; KWA KUWA MIMI NDIMI BWANA NIKUPONYAYE."

Kutii kanuni za Mungu kuhusu lishe, usafi, na pumziko kunaimarisha afya zetu na kuleta maisha marefu.

✔ *Lishe ya Kibiblia* – Kula vyakula safi kama mboga, matunda, nafaka, na nyama safi huimarisha mwili.

✔ *Usafi wa Kibiblia* – Kunawa, kutenga wagonjwa, na kusafisha mazingira kunazuia magonjwa.

✔ *Pumziko la Kibiblia* – Kupumzika kunaongeza nguvu na kudumisha afya ya mwili na akili.

Swali la Tafakari: Je, tunazingatia kanuni hizi za afya tunapoishi maisha yetu ya kila siku? Tunajali mwili wetu kama hekalu la Mungu?

Kwa kutii mwongozo wa Biblia kuhusu afya, tunaweza kufurahia maisha yenye nguvu na baraka tele kutoka kwa Mungu.

Uhusiano wa Kiroho Kati ya Mwili na Nafsi – "Mwili Wenu ni Hekalu la Roho Mtakatifu" (1 Wakorintho 6:19)

Biblia inatufundisha kwamba mwili wa binadamu si kitu cha kawaida, bali ni hekalu la Roho Mtakatifu. Katika *1 Wakorintho 6:19*, Mtume Paulo anasema:

"AU HAMJUI YA KUWA MIILI YENU NI HEKALU LA ROHO MTAKATIFU ALIYE NDANI YENU, AMBAYE MLIMPOKEA KWA MUNGU? NINYI SI MALI YENU WENYEWE."

Aya hii ina maana kubwa kwa waumini, kwa kuwa inatufundisha kwamba mwili wetu ni patakatifu panapokaliwa na Mungu mwenyewe kupitia Roho wake Mtakatifu. Hii inaonyesha kuwa tunawajibika kutunza na kuheshimu miili yetu kwa njia zinazompendeza Mungu.

Katika sura hii, tutaeleza maana ya 1 Wakorintho 6:19, muktadha wake, umuhimu wake kwa Wakristo, na jinsi tunavyoweza kuishi kulingana na kweli hii kwa mtazamo wa kitaaluma wa kibiblia na kisayansi.

---

1. MAANA YA 1 WAKORINTHO 6:19

Katika kifungu hiki, Paulo anasisitiza kwamba waumini hawapaswi kuutazama mwili wao kama mali binafsi bali kama hekalu la Roho Mtakatifu. Tafsiri ya dhana hii inaweza kueleweka kwa misingi mitatu kuu:

i. Roho Mtakatifu Anakaa Ndani Yetu

Paulo anasema kwamba Roho Mtakatifu yupo ndani yetu. Hii ina maana kuwa Mungu hayupo mbali nasi, bali yupo ndani yetu, akituongoza na kutufariji. Kwa hivyo, kila tendo tunalofanya na mwili wetu linapaswa kumheshimu Mungu, kwa kuwa mwili wetu si wetu wenyewe bali ni wake.

ii. "Ninyi Si Mali Yenu Wenyewe"

Dhana hii inaonyesha kwamba tulinunuliwa kwa thamani kubwa – damu ya Yesu Kristo. Kama waumini, tunapaswa kutii mapenzi ya Mungu kwa miili yetu kwa sababu si yetu bali ni mali ya Mungu.

iii. Kuishi Kama Mahekalu

Kwa kuwa miili yetu ni mahekalu ya Roho Mtakatifu, tunapaswa:

- *Kuishi kwa afya njema*: kula vyakula bora, kufanya mazoezi, na kupata pumziko la kutosha.
- *Kujitenga na dhambi za kimwili*: kuepuka uasherati, matumizi mabaya ya mwili, na tabia nyingine zinazoharibu uhusiano wetu na Mungu.
- *Kutumia miili yetu kumtumikia Mungu*: kwa kufanya kazi njema, kusaidia wengine, na kuishi maisha yenye utakatifu.

---

2. MUKTADHA WA 1 WAKORINTHO 6:19

Kitabu cha *1 Wakorintho* kiliandikwa na Mtume Paulo kwa kanisa la Korintho, ambalo lilikuwa limekumbwa na changamoto nyingi, zikiwemo:

- *Uasherati na dhambi za zinaa* (1 Wakorintho 6:18)
- *Mgawanyiko kati ya waumini*
- *Matumizi mabaya ya vipawa vya kiroho*

Katika *sura ya 6*, Paulo anapinga uasherati na kueleza kuwa miili ya waumini ni hekalu la Roho Mtakatifu. Anawataka Wakristo wajitenge na tabia zinazomhuzunisha Mungu, kwa kuwa miili yao ni sehemu ya utukufu wa Mungu duniani.

---

3. UMUHIMU WA 1 WAKORINTHO 6:19 KWA WAUMINI

Aya hii ni muhimu kwa Wakristo kwa sababu inafundisha kanuni tatu kuu:

i. Inathibitisha Utambulisho Wetu wa Kiroho

1 Wakorintho 6:19 inatufundisha kwamba sisi si viumbe wa mwili tu, bali pia wa roho. Tumeumbwa kwa

mfano wa Mungu na tunao uwezo wa kushiriki katika uhusiano wa kiroho naye.

ii. Inatufundisha Uwajibikaji kwa Miili Yetu

Kwa sababu miili yetu ni hekalu la Roho Mtakatifu, tunapaswa kuitunza na kuiheshimu. Hii inahusisha:

- Kula lishe bora
- Kujiepusha na madawa ya kulevya na ulevi
- Kuepuka uasherati
- Kutoa mwili wetu kwa huduma ya Mungu

iii. Inatuhimiza Kuishi Maisha Matakatifu

Wakristo wanapaswa kuepuka dhambi ambazo zinaharibu hekalu la Mungu. Hii ni pamoja na:

- Uasherati
- Matumizi mabaya ya mwili
- Tabia zinazomdhalilisha Mungu

Katika *Warumi 12:1*, Paulo anasisitiza:

"BASI, NDUGU ZANGU, NAWASIHI KWA HURUMA ZAKE MUNGU, ITOENI MIILI YENU IWE DHABIHU ILIYO HAI, TAKATIFU, IMPENDEZAYO MUNGU, NDIYO IBADA YENU YENYE MAANA."

---

4. TAFSIRI YA KIMAANDIKO YA 1 WAKORINTHO 6:19

i. Roho Mtakatifu Ndani Yetu ni Ishara ya Uwepo wa Mungu

Katika Agano la Kale, hekalu lilikuwa mahali pa ibada ambapo uwepo wa Mungu ulikuwa. Katika Agano Jipya, Mungu amehamisha hekalu lake kutoka kwenye jengo hadi ndani ya mioyo ya waumini.

ii. Miili Yetu Imenunuliwa Kwa Damu ya Kristo

Kwa sababu Yesu alikufa kwa ajili yetu, tunapaswa kuishi kwa namna inayomheshimu na kutii maagizo yake. *1 Petro 1:18-19* inasema:

"MLIPOKUWA HAMKOMBOI KWA VITU VIHARIBIKAVYO, KWA FEDHA AU DHAHABU... BALI KWA DAMU YA THAMANI YA KRISTO, KAMA MWANA-KONDOO ASIYE NA ILA WALA WAA."

---

5. JINSI TUNAVYOWEZA KUISHI KULINGANA NA 1 WAKORINTHO 6:19

Baada ya kuelewa maana ya aya hii, tunapaswa kuitumia katika maisha yetu ya kila siku kwa njia zifuatazo:

i. Kukuza Nidhamu ya Kiroho

Kusoma Neno la Mungu, kushiriki ibada, na kuomba mara kwa mara kutatusaidia kudumisha usafi wa kiroho.

ii. Kufanya Uchaguzi Mzuri wa Maisha

Kabla ya kufanya jambo lolote, jiulize: **JE, HII INAHESHIMU MWILI WANGU KAMA HEKALU LA ROHO MTAKATIFU?** Ikiwa jibu ni hapana, basi si sahihi.

iii. Kuwajibika kwa Jamii Yetu ya Kiroho

Tunahitaji kushirikiana na waumini wenzetu ili kusaidiana kuwa waaminifu kwa Mungu. Tunapokuwa na jumuiya yenye imani thabiti, ni rahisi kuishi kulingana na 1 Wakorintho 6:19.

---

6. MAISHA YANAYOAKISI UKUU WA MUNGU

1 Wakorintho 6:19 ni onyo na pia mwongozo kwa waumini. Mungu anatufundisha kwamba:

1. *Mwili wetu si wetu wenyewe, bali ni hekalu la Roho Mtakatifu.*
2. *Tunapaswa kuiheshimu miili yetu kwa kuepuka dhambi na kuishi kwa utakatifu.*
3. *Tunapaswa kuitumia miili yetu kumtumikia Mungu na kusaidia wengine.*

Mwili wetu ni zawadi kutoka kwa Mungu, na tunapaswa kuutunza kwa heshima na utakatifu. Kwa kuishi kwa kufuata mafundisho ya 1 Wakorintho 6:19, tunatenda kwa njia inayotangaza utukufu wa Mungu na kumpendeza yeye aliyetuumba.

Warumi 8:11: **"LAKINI IKIWA ROHO WAKE YEYE ALIYEMFUFUA YESU KATIKA WAFU ANAKAA NDANI YENU, YEYE ALIYEMFUFUA KRISTO YESU KATIKA WAFU ATAIHUISHA MIILI YENU ILIYOKUFA KWA ROHO WAKE AKAAYE NDANI YENU."**

Tunapoishi kwa kuelewa kwamba miili yetu ni hekalu la Mungu, tunaanza kuishi kwa hekima na kwa heshima kubwa mbele zake.

UMUHIMU WA KUITUNZA MIILI YETU KAMA NJIA YA IBADA

Afya ya mwili ni sehemu muhimu ya maisha ya mwanadamu, na katika theolojia ya Kikristo, inachukua nafasi ya kipekee. Ingawa Biblia ni mwongozo wa kiroho, inatoa mafundisho yenye maana kubwa kuhusu utunzaji wa mwili, ikionyesha kwamba ustawi wa mwili umeunganishwa moja kwa moja na maisha ya kiroho. Kama wafuasi wa Kristo, tunaitwa kuzingatia miili yetu kama *mahekalu ya Roho Mtakatifu*, na mtazamo huu huathiri jinsi tunavyoshughulikia afya na ustawi wetu.

Katika sura hii, tutachunguza:

1. *Mtazamo wa Kibiblia Kuhusu Mwili*
2. *Afya Kama Zawadi na Wajibu*
3. *Ukristo wa Kivitendo na Afya ya Mwili*
4. *Afya Katika Jamii na Huduma*
5. *Changamoto na Neema ya Mungu Katika Masuala ya Afya*

---

1. MTAZAMO WA KIBIBLIA KUHUSU MWILI

Msingi wa mafundisho ya Kikristo kuhusu afya ya mwili unapatikana katika *1 Wakorintho 6:19-20*, ambapo Mtume Paulo anaandika:

"AU HAMJUI YA KUWA MIILI YENU NI HEKALU LA ROHO MTAKATIFU ALIYE NDANI YENU, AMBAYE MLIMPOKEA KWA MUNGU? NINYI SI MALI YENU WENYEWE; MAANA MLINUNULIWA KWA THAMANI. SASA BASI, MTUKUZENI MUNGU KATIKA MIILI YENU."

Aya hii inafundisha kwamba mwili wa mwanadamu ni hekalu la Mungu, na kwa hivyo tunapaswa kuutunza kwa heshima na uaminifu. Paulo anawataka waumini wa Korintho kujiepusha na uasherati na dhambi nyingine za kimwili kwa sababu miili yao ni makazi ya Mungu. Hii inadhihirisha kuwa jinsi tunavyotunza miili yetu ni sehemu ya ibada kwa Mungu.

2. AFYA KAMA ZAWADI NA WAJIBU

Katika simulizi la uumbaji, Mungu aliiumba miili yetu kwa umakini na kuitangaza kuwa "nzuri sana" (*Mwanzo 1:31*). Hii inaonyesha kuwa afya njema ni *zawadi kutoka kwa Mungu* na inapaswa kuheshimiwa.

Hata hivyo, kama ilivyo kwa vipawa vingine vya Mungu, afya pia inakuja na *wajibu*. Mfano mzuri ni *mfano wa talanta* katika *Mathayo 25:14-30*, ambapo watumishi walipewa talanta ili kuzitumia kwa busara. Vivyo hivyo, miili yetu ni vipawa kutoka kwa Mungu, na tuna jukumu la kuitunza. Kutothamini afya yetu kwa kula visivyo, kutozingatia mazoezi, au kufanya maamuzi mabaya ya afya ni sawa na kufuja kipawa tulichopewa.

3. UKRISTO WA KIVITENDO NA AFYA YA MWILI

Ukristo ni imani ya kivitendo, inayojumuisha kila kipengele cha maisha, ikiwa ni pamoja na jinsi tunavyoshughulikia afya zetu. Biblia inatufundisha kanuni za maisha ya afya kupitia vipengele vifuatavyo:

i. Lishe na Afya

Biblia inaelezea umuhimu wa lishe bora. *Mithali 25:27* inasema:

"SI VIZURI KULA ASALI NYINGI."

Hii inaonyesha kuwa hata vyakula vya asili vinapaswa kuliwa kwa kiasi. Zaidi ya hayo, *Mithali 23:20-21* inatahadharisha dhidi ya ulafi, ikionyesha kuwa kula kupita kiasi kunaweza kusababisha matatizo ya kiafya.

Katika Agano la Kale, Mungu alitoa mwongozo wa vyakula safi na najisi (*Mambo ya Walawi 11, Kumbukumbu la Torati 14*), ambao unaendana na kanuni za kisasa za lishe. Watu wa Biblia walikula nafaka, mboga, matunda, samaki, na nyama safi, ambazo zote zinachangia afya njema.

ii. Mazoezi na Kustawi kwa Mwili

Ingawa Biblia haiwezi kutaja mazoezi ya kimwili kwa jina, inasisitiza thamani ya kazi ya mikono na mwendo. *1 Timotheo 4:8* inasema:

"KWA MAANA MAZOEZI YA MWILI YANA FAIDA KIDOGO; BALI UTAUWA UNA FAIDA KWA MAMBO YOTE, UNA AHADI YA UZIMA WA SASA NA ULE UJAO."

Hii inaonyesha kuwa, ingawa mazoezi ya kimwili yana faida, ustawi wa kiroho ni wa muhimu zaidi. Hata hivyo, mwili wenye afya unasaidia kuendeleza huduma ya kiroho kwa nguvu na ufanisi.

iii. Pumziko na Afya

Pumziko ni sehemu muhimu ya afya. Mungu alitoa amri ya Sabato ili watu wake waweze kupumzika (*Kutoka 20:8-11*). Yesu mwenyewe alionyesha mfano wa kupumzika alipowahimiza wanafunzi wake waende sehemu tulivu ili kupumzika baada ya kazi nyingi (*Marko 6:31*).

---

4. AFYA KATIKA JAMII NA HUDUMA

Biblia haichukulii afya kama suala la mtu binafsi pekee, bali kama *jukumu la kijamii.*

Katika *Wagalatia 6:2*, tunahimizwa "kuchukuliana mizigo," jambo linaloweza kutafsiriwa kama kusaidiana katika kutunza afya zetu.

Zaidi ya hayo, Yesu alitumia muda mwingi akiwahudumia wagonjwa. Aliponya vipofu, viwete, na watu waliopagawa na pepo (*Mathayo 25:36*). Hii inaonyesha kuwa kujali afya za wengine ni sehemu ya maisha ya Kikristo.

5. CHANGAMOTO NA NEEMA YA MUNGU KATIKA MASUALA YA AFYA

Ingawa Biblia inatufundisha jinsi ya kutunza miili yetu, pia inakiri kuwa si kila mtu anaweza kuwa na afya kamilifu. Baadhi ya watu wanakabiliwa na magonjwa sugu, ulemavu, au matatizo ya kurithi.

Katika *2 Wakorintho 12:7-10*, Paulo anaeleza kuhusu "mwiba katika mwili wake" ambao Mungu hakumuondolea, lakini badala yake alimwambia:

"NEEMA YANGU YAKUTOSHA; MAANA UWEZA WANGU HUTIMILIKA KATIKA UDHAIFU."

Hii inaonyesha kuwa Mungu anatupatia neema yake hata tunapopitia changamoto za kiafya.

Wakristo wanapaswa kuwa na *huruma na kusaidiana* badala ya kuhukumu wale walio na afya dhaifu. Kwa kuonyesha upendo na kusaidiana, tunatimiza sheria ya Kristo (*Wagalatia 6:2*).

6. HITIMISHO: KUTUNZA MWILI WETU KAMA IBADA KWA MUNGU

Kwa kuzingatia mafundisho ya Biblia, tunaweza kusema kwamba kutunza afya yetu ni sehemu ya ibada. Hii inajumuisha:

- ✔ Kula chakula chenye afya na kwa kiasi
- ✔ Kufanya mazoezi ili kuimarisha mwili
- ✔ Kupumzika vya kutosha
- ✔ Kuwa na maisha ya maombi na kutafakari Neno la Mungu
- ✔ Kujali afya za wengine na kusaidia walio wagonjwa

Kwa kutunza miili yetu, tunamheshimu Mungu na kuwa tayari kwa kazi aliyotuita kuifanya. Kama Paulo anavyosema katika *Warumi 12:1*:

"BASI, NDUGU ZANGU, NAWASIHI KWA HURUMA ZAKE MUNGU, ITOENI MIILI YENU IWE DHABIHU ILIYO HAI, TAKATIFU, IMPENDEZAYO MUNGU, NDIYO IBADA YENU YENYE MAANA."

Hivyo basi, kutunza afya zetu si jukumu tu bali ni tendo la ibada ambalo linampa Mungu utukufu na kutuwezesha kuishi kwa furaha na nguvu katika kumtumikia Yeye na wanadamu wenzetu.

Sura ya 04

DAMU – KIINI CHA UHAI

Damu imekuwa ikichukuliwa kama *kiini cha uhai* kwa sababu upotezaji wake usiodhibitiwa unaweza kusababisha kifo. Kwa mtazamo wa kibaiolojia, damu inafanya kazi muhimu ya kusafirisha oksijeni na virutubisho kwa mwili, kuondoa sumu, na kusaidia mfumo wa kinga kupambana na magonjwa.

Kwa mtazamo wa kiroho, damu ni *ishara kuu ya maisha, kifo, na ukombozi*. Katika Biblia, damu ina umuhimu mkubwa, ikihusiana na kafara, agano, na utakaso wa dhambi. *Kumbukumbu la Torati 12:23* inasema:

"KWA KUWA DAMU NDIYO UHAI, USILE NYAMA PAMOJA NA DAMU YAKE."

Sura hii itachunguza maana ya damu kutoka mitazamo miwili – *kibaiolojia na kitheolojia*, ili kuonyesha kwa nini damu ni kiini cha uhai wa kimwili na wa kiroho.

---

1. MAANA YA KIBAIOLOJIA YA DAMU

Kwa mtazamo wa kisayansi, damu ni *giligili nyekundu* inayozunguka mwilini kupitia mfumo wa usambazaji wa damu (circulatory system). Imeundwa na sehemu kuu nne:

i. Sehemu Muhimu za Damu

1. *Plasma* – Hili ni giligili linalobeba chembechembe za damu na virutubisho.
2. *Selimwekundu za Damu (Red Blood Cells - RBCs)* – Hubeba oksijeni kutoka kwenye mapafu hadi sehemu zote za mwili.
3. *Selimweupe za Damu (White Blood Cells - WBCs)* – Hulinda mwili dhidi ya maambukizi na magonjwa.
4. *Platelets* – Husababisha damu kuganda, hivyo kusaidia kuzuia upotevu wa damu baada ya jeraha.

ii. Kazi Kuu za Damu

1. *Kusafirisha Oksijeni* – Selimwekundu za damu hubeba oksijeni na kuisambaza mwilini.
2. *Kuondoa Taka na Sumu* – Damu huchukua kaboni dioksidi na taka nyingine hadi kwenye figo na mapafu kwa ajili ya uondoaji.

3. *Kudhibiti Joto la Mwili* – Damu husaidia kupunguza au kuhifadhi joto mwilini kwa kupanua au kubana mishipa ya damu.

4. *Kinga Dhidi ya Magonjwa* – Selimweupe za damu hupambana na vimelea vya magonjwa, kulinda mwili dhidi ya maambukizi.

5. *Kuhakikisha Uhai wa Mwili* – Bila damu, viungo vya mwili haviwezi kupokea virutubisho na oksijeni, hivyo mwili ungekosa uhai.

---

2. UMUHIMU WA DAMU KATIKA BIBLIA

Biblia inasisitiza mara kwa mara umuhimu wa damu kwa sababu inawakilisha *uhai na utakaso*. Damu ilihusika sana katika:

i. Damu Kama Kiini cha Uhai

Katika *Mambo ya Walawi 17:11*, Mungu anasema: **"KWA KUWA UHAI WA MWILI U KATIKA HIYO DAMU; NAMI NIMEWAPA HIYO JUU YA MADHABAHU, ILI KUFANYA UPATANISHO KWA AJILI YA NAFSI ZENU; KWA MAANA NI DAMU ILE IFANYAYO UPATANISHO KWA AJILI YA NAFSI."**

Hii inaonyesha kuwa damu si tu kiini cha maisha ya mwili, bali pia inahusika katika mchakato wa utakaso wa kiroho na msamaha wa dhambi.

ii. Damu Katika Agano la Kale

Katika Agano la Kale, dhabihu za damu zilikuwa sehemu kuu ya ibada ya Israeli.

- *Kutolewa kwa Dhabihu*: Katika *Kutoka 12*, wana wa Israeli walipaka damu ya mwana-kondoo juu ya miimo ya milango yao ili waokolewe wakati wa pigo la mwisho huko Misri.
- *Mafanikio ya Agano*: Musa alipomfanyia Mungu agano na wana wa Israeli, alimwaga damu juu ya madhabahu na juu ya watu, kuonyesha uhusiano wao wa kiroho na Mungu (*Kutoka 24:8*).
- *Dhabihu ya Upatanisho*: Kila mwaka, Kuhani Mkuu aliingia Patakatifu pa Patakatifu na kumwaga damu ya mnyama kwa ajili ya upatanisho wa dhambi za watu (*Mambo ya Walawi 16*).

iii. Damu Katika Agano Jipya

Katika Agano Jipya, Yesu Kristo alikuja kama *Mwana-Kondoo wa Mungu*, na damu yake ikawa dhabihu ya milele kwa ajili ya dhambi za wanadamu.

- *Mathayo 26:28* – Yesu alisema: "**HII NDIYO DAMU YANGU YA AGANO, IMWAGIKAYO KWA AJILI YA WENGI KWA ONDOLEO LA DHAMBI.**"
- *Waebrania 9:22* – "**NA KARIBU VITU VYOTE HUSAFISHWA KWA DAMU, NA PASIPO KUMWAGA DAMU HAKUNA ONDOLEO.**"
- *1 Petro 1:18-19* – **MLIKOMBOLEWA KWA DAMU YA THAMANI YA KRISTO, KAMA YA MWANA-KONDOO ASIYE NA ILA WALA WAA."**

Kwa hivyo, damu ya Yesu ni mfano wa ukombozi wa wanadamu wote, ikiondoa dhambi na kurejesha uhusiano kati ya Mungu na wanadamu.

3. DAMU NA UHUSIANO WA KIROHO

Damu si tu ya kimwili bali pia ina maana kubwa kiroho.

i. Damu Inahusiana na Dhabihu ya Yesu

Yesu alitoa damu yake kwa ajili ya wanadamu, na hivyo kuleta wokovu. Damu yake ina maana kubwa kwa waumini kwa sababu:

- ✔ Inasafisha dhambi (1 Yohana 1:7)
- ✔ Inaleta msamaha (Waefeso 1:7)
- ✔ Inatulinda dhidi ya adui wa roho (Ufunuo 12:11)

ii. Damu Inahusiana na Uzima wa Milele

Katika *Yohana 6:53-56*, Yesu alisema:

"MSIPOULA MWILI WA MWANA WA ADAMU, NA KUINYWA DAMU YAKE, HAMNA UZIMA NDANI YENU."

Hii inaonyesha kuwa uhusiano wetu na Kristo unatokana na dhabihu yake, ambayo inatuwezesha kuwa na uzima wa milele.

4. MATUMIZI YA KISASA YA MAARIFA YA DAMU

Sayansi ya kisasa inathibitisha umuhimu wa damu kwa njia mbalimbali:

- *Upimaji wa Damu* – Husaidia kugundua magonjwa kama kisukari, anemia, na maambukizi.

- *Upandikizaji wa Damu (Blood Transfusion)* – Husaidia wagonjwa waliopoteza damu katika ajali au upasuaji.
- *Utafiti wa Damu Katika Magonjwa* – Sayansi ya damu inasaidia kutafuta tiba za magonjwa kama leukemia na hemophilia.

Hii inaonyesha kuwa hata katika jamii ya kisasa, damu bado ni msingi wa maisha, ikithibitisha kile Biblia ilichosema maelfu ya miaka iliyopita.

---

5. DAMU NI UHAI KIMWILI NA KIROHO

Kutoka mtazamo wa kibaiolojia na kitheolojia, damu ni kiini cha uhai.

- *Kibaiolojia*, damu inasaidia mwili kufanya kazi kwa kusafirisha oksijeni, virutubisho, na kutoa kinga dhidi ya magonjwa.
- *Kitheolojia*, damu inaashiria uhai wa kiroho, utakaso wa dhambi, na ukombozi wa wanadamu kupitia Yesu Kristo.

Katika *Kumbukumbu la Torati 12:23*, tunasoma: **"KWA KUWA DAMU NDIYO UHAI, USILE NYAMA PAMOJA NA DAMU YAKE."**

Hii inatufundisha kwamba Mungu anathamini maisha, na damu ni sehemu ya mpango wake wa uhai wa kimwili na wa kiroho. Kwa hivyo, tunapaswa kuelewa thamani yake, kuitunza, na kuitumia kwa njia inayomtukuza Mungu.

DAMU – KIINI CHA UHAI (MAMBO YA WALAWI 17:11, 14)

Katika Biblia na sayansi, damu inachukuliwa kama *kiini cha uhai*. Mambo ya Walawi 17:14 inasema:

"KWA MAANA UHAI WA KILA KIUMBE NI KATIKA DAMU YAKE; NDIYO SABABU NIMEWAAMBIA WANA WA ISRAELI, MSILE DAMU YA KIUMBE CHOCHOTE; KWA KUWA UHAI WA KILA KIUMBE NI KATIKA DAMU YAKE; KILA MTU ATAKAYEKULA ATAONDOLEWA."

Aya hii inaelezea umuhimu wa damu kama *chanzo cha uhai* kwa viumbe wote. Katika mwili wa binadamu, damu husafirisha oksijeni, virutubisho, na kuondoa taka. Katika maandiko, damu inahusiana na upatanisho, utakaso wa dhambi, na uhusiano wa kiroho kati ya mwanadamu na Mungu.

Sura hii itachunguza *umuhimu wa damu kwa mtazamo wa kibiblia na kibaiolojia*, ikielezea maana ya kifungu hiki cha Mambo ya Walawi na jinsi inavyohusiana na uhai, uponyaji, na ukombozi wa wanadamu.

---

1. DAMU KAMA KIINI CHA UHAI – MAANA YA KIBAIOLOJIA

Katika sayansi ya tiba, damu ni *molekuli muhimu kwa maisha*. Inafanya kazi nyingi zinazodumisha mwili wa binadamu na viumbe hai wengine.

i. Muundo wa Damu

Damu inajumuisha sehemu nne kuu:

1. *Plasma* – Giligili inayobeba virutubisho, homoni, na taka za mwili.

2. *Selimwekundu za Damu (Red Blood Cells - RBCs)* – Hushika oksijeni kwenye mapafu na kuisambaza mwilini.
3. *Selimweupe za Damu (White Blood Cells - WBCs)* – Zinalinda mwili dhidi ya magonjwa na maambukizi.
4. *Platelets* – Husaidia kuganda kwa damu na kuzuia upotevu mkubwa wa damu.

ii. Kazi Muhimu za Damu

1. *Usafirishaji wa Oksijeni* – Selimwekundu za damu zinabeba oksijeni kutoka mapafu hadi kwenye tishu za mwili.
2. *Kuondoa Taka* – Damu husafirisha taka kama kaboni dioksidi na kusababisha utokaji wake mwilini kupitia figo na mapafu.
3. *Kinga Dhidi ya Magonjwa* – Selimweupe hupambana na bakteria, virusi, na magonjwa mengine.
4. *Udhibiti wa Joto la Mwili* – Damu husaidia kudumisha halijoto ya mwili kwa kupanua au kubana mishipa ya damu.
5. *Uponyaji wa Majeraha* – Platelets husaidia kuganda kwa damu, kuzuia upotevu wa damu nyingi baada ya jeraha.

Kwa hivyo, bila damu, uhai wa mwili usingewezekana.

---

2. UMUHIMU WA DAMU KATIKA BIBLIA

Biblia inaeleza damu kama *ishara ya uhai na upatanisho*. Katika *Mambo ya Walawi 17:11*, Mungu anasema:

"KWA KUWA UHAI WA MWILI U KATIKA HIYO DAMU; NAMI NIMEWAPA HIYO JUU YA MADHABAHU, ILI KUFANYA UPATANISHO KWA AJILI YA NAFSI ZENU; KWA MAANA NI DAMU ILE IFANYAYO UPATANISHO KWA AJILI YA NAFSI."

Hii inaonyesha kuwa damu ni muhimu si tu kwa maisha ya mwili, bali pia kwa wokovu wa roho.

i. Damu Kama Ishara ya Agano

Katika Agano la Kale, damu ilihusika katika maagano kati ya Mungu na wanadamu:

- ✔ *Damu ya Pasaka* – Wana wa Israeli walipaka damu ya mwana-kondoo juu ya miimo ya milango yao ili waokolewe kutoka pigo la mwisho Misri (*Kutoka 12:7*).
- ✔ *Damu Katika Agano la Musa* – Musa alinyunyiza damu juu ya madhabahu na watu, kuonyesha agano la Mungu na Israeli (*Kutoka 24:8*).
- ✔ *Dhabihu za Kafara* – Kuhani Mkuu aliingia Patakatifu pa Patakatifu kila mwaka na damu ya mnyama kwa ajili ya upatanisho wa dhambi za Israeli (*Mambo ya Walawi 16*).

ii. Damu ya Yesu Kama Dhabihu Kuu

Katika Agano Jipya, Yesu Kristo anaitwa *"Mwana-Kondoo wa Mungu"* na damu yake inakuwa kafara ya milele kwa dhambi za wanadamu.

- ✔ *Mathayo 26:28* – Yesu alisema: **"HII NDIYO DAMU YANGU YA AGANO, IMWAGIKAYO KWA AJILI YA WENGI KWA ONDOLEO LA DHAMBI."**

✔ *Waebrania 9:22* – **"NA KARIBU VITU VYOTE HUSAFISHWA KWA DAMU, NA PASIPO KUMWAGA DAMU HAKUNA ONDOLEO LA DHAMBI."**

Kwa hivyo, damu ya Yesu inadhihirisha upatanisho, utakaso, na uzima wa milele kwa wote wanaomwamini.

---

3. UHUSIANO WA KIROHO WA DAMU

Damu ina maana kubwa kiroho kwa sababu:

✔ *Ni ishara ya wokovu* – Yesu alitoa damu yake kwa ajili ya ukombozi wa wanadamu.

✔ *Inaashiria uzima wa milele* – **"NINYI MNA UZIMA WA MILELE KWA SABABU YA DAMU YANGU,"** alisema Yesu (*Yohana 6:53-56*).

✔ *Hutulinda dhidi ya adui wa roho* – Wakristo wanaoshinda kwa "damu ya Mwana-Kondoo" (*Ufunuo 12:11*).

Kwa hivyo, damu ni zaidi ya kiini cha uhai wa kimwili; ni kiini cha maisha ya kiroho pia.

---

4. DAMU KATIKA SAYANSI YA KISASA

Sayansi ya tiba inathibitisha umuhimu wa damu kwa njia mbalimbali:

✔ *Upimaji wa damu* – Husaidia kugundua magonjwa kama kisukari, anemia, na saratani.

✔ *Upandikizaji wa damu (Blood Transfusion)* – Husaidia wagonjwa waliopoteza damu katika ajali au upasuaji.

✔ *Utafiti wa damu katika tiba* – Madaktari wanatumia sayansi ya damu kugundua tiba za magonjwa kama leukemia na hemophilia.

Hii inathibitisha kile Biblia ilichosema zamani – kwamba damu ni chanzo cha uhai.

---

5. DAMU NA MASUALA YA MAADILI

Mafundisho ya Biblia kuhusu damu yanaweza kuathiri mijadala ya kisasa kuhusu maadili:

✔ *Thamani ya Maisha* – Levitiko 17:14 inasisitiza kuwa maisha ni matakatifu, jambo linalohusiana na mijadala ya uavyaji mimba na euthanasia.

✔ *Utoaji wa Damu* – Kutambua kuwa damu huokoa maisha kunaweza kuwahamasisha watu kuwa wachangiaji wa damu.

✔ *Uhusiano wa Binadamu na Mazingira* – Biblia inahimiza kuheshimu uhai wa viumbe vyote kwa kutambua kuwa damu ni uhai wao.

---

6. DAMU NI UZIMA WA KIMWILI NA KIROHO

Kutoka mtazamo wa kibaiolojia na kitheolojia, damu ni msingi wa uhai:

✔ *Kibaiolojia*, damu inasafirisha oksijeni, virutubisho, na inalinda mwili dhidi ya magonjwa.

✔ *Kitheolojia*, damu ni ishara ya ukombozi na kafara ya Yesu Kristo kwa ajili ya wanadamu.

Katika *Mambo ya Walawi 17:14*, Mungu anasema: **"KWA MAANA UHAI WA KILA KIUMBE NI KATIKA DAMU YAKE."**

Kwa hivyo, tunapaswa kuzingatia thamani ya damu si tu kwa afya ya mwili, bali pia kwa maisha yetu ya kiroho na mahusiano yetu na Mungu. *Tunapaswa kuishi maisha yanayoheshimu uhai na kumpa Mungu utukufu kwa damu ya Yesu Kristo!*

DAMU KAMA ISHARA YA UPATANISHO NA AGANO

(KUTOKA 12:7, MATHAYO 26:28)

Katika Maandiko, damu ni ishara kuu ya *upatanisho (atonement) na agano (covenant)* kati ya Mungu na watu wake. Damu ilitumika katika dhabihu ili kufanya upatanisho wa dhambi na kuleta msamaha. Katika *Mathayo 26:28*, Yesu anasema:

"HII NDIYO DAMU YANGU YA AGANO, IMWAGIKAYO KWA AJILI YA WENGI KWA ONDOLEO LA DHAMBI."

Kauli hii ya Yesu inahusiana moja kwa moja na *Kutoka 24:8*, ambapo Musa alipaka damu ya sadaka juu ya watu ili kuthibitisha agano lao na Mungu. Kwa hivyo, damu inawakilisha utakaso, ukombozi, na uhusiano wa kipekee kati ya Mungu na wanadamu.

Katika sura hii, tutachunguza:

1. *Damu kama kifungo cha agano la Kale*
2. *Damu kama upatanisho katika mfumo wa dhabihu za Agano la Kale*

3. *Yesu Kristo kama utimilifu wa dhabihu za damu*

4. *Maana ya theolojia ya damu kwa waumini wa leo*

---

1. DAMU KAMA KIFUNGO CHA AGANO LA KALE

Katika Biblia, agano ni mkataba wa kiungu unaofungwa kati ya Mungu na wanadamu. Maagano mengi katika Maandiko yalikamilishwa kwa kumwaga damu, kuonyesha uzito wa ahadi hiyo.

i. Agano la Ibrahimu na Mungu (Mwanzo 15:9-18)

Katika *Mwanzo 15:9-18*, Mungu alifanya agano na Ibrahimu kwa kutumia damu ya wanyama waliokatwa vipande viwili. Mungu alipita katikati ya vipande hivyo kama moto wa taa, kuonyesha kuwa agano hilo lilikuwa la milele na lilihitaji dhabihu ya damu.

ii. Agano la Musa na Israeli (Kutoka 24:8)

Baada ya Mungu kumpa Musa sheria za Agano, Musa alitawanya damu ya dhabihu juu ya madhabahu na juu ya watu akisema:

"TAZAMA, HII NDIYO DAMU YA AGANO, ALILOFANYA BWANA PAMOJA NANYI KWA MANENO HAYA YOTE." (*Kutoka 24:8*).

Damu hii ilikuwa ishara ya kutakaswa kwa Israeli na kuthibitisha ahadi yao ya kumtii Mungu.

---

2. DAMU KAMA UPATANISHO KATIKA MFUMO WA DHABIHU ZA AGANO LA KALE

Sheria ya Musa ilitumia damu katika mfumo wa dhabihu ili kufanya upatanisho wa dhambi.

i. Mambo ya Walawi 17:11 - Damu Kama Upatanisho wa Dhambi

Katika *Mambo ya Walawi 17:11*, Mungu anasema: **"KWA KUWA UHAI WA MWILI U KATIKA HIYO DAMU; NAMI NIMEWAPA HIYO JUU YA MADHABAHU, ILI KUFANYA UPATANISHO KWA AJILI YA NAFSI ZENU; KWA MAANA NI DAMU ILE IFANYAYO UPATANISHO KWA AJILI YA NAFSI."**

Hii inaonyesha kuwa damu ni msingi wa upatanisho wa dhambi kwa sababu inawakilisha uhai wa mtoaji wa dhabihu.

ii. Pasaka (Kutoka 12:7-13) - Damu Kama Ulinzi wa Kifo

Katika *Kutoka 12*, Mungu aliamuru Waisraeli wachinje mwana-kondoo asiye na waa na kupaka damu yake juu ya miimo ya milango yao ili malaika wa mauti apite juu yao na kuokoa wazaliwa wao wa kwanza. Mungu alisema: **"NAMI NITAKAPOIONA DAMU, NITAPITA JUU YENU..."** (*Kutoka 12:13*).

Hii inahusiana moja kwa moja na Yesu Kristo, ambaye ndiye *Mwana-Kondoo wa Pasaka* aliyemwaga damu yake kwa ajili ya ukombozi wa wanadamu.

iii. Siku ya Upatanisho (Mambo ya Walawi 16:14-19)

Katika Siku ya Upatanisho (Yom Kippur), Kuhani Mkuu aliingia Patakatifu pa Patakatifu na kunyunyiza damu ya fahali na mbuzi juu ya kiti cha rehema (mercy seat) ili kufunika dhambi za Israeli. Hii ilionyesha kuwa damu ndiyo njia pekee ya kupata msamaha wa dhambi.

3. YESU KRISTO KAMA UTIMILIFU WA DHABIHU ZA DAMU

Agano Jipya linathibitisha kuwa Yesu Kristo ndiye utimilifu wa mfumo wa dhabihu za Agano la Kale.

i. Yesu Kama Mwana-Kondoo wa Mungu (Yohana 1:29)

Yohana Mbatizaji alipomwona Yesu, alisema: **"TAZAMA, MWANA-KONDOO WA MUNGU AICHUKUAYE DHAMBI YA ULIMWENGU!"** (*Yohana 1:29*).

Hii inathibitisha kuwa Yesu ni dhabihu ya mwisho na kamilifu kwa ajili ya dhambi za wanadamu.

ii. Mathayo 26:28 - Yesu Anaanzisha Agano Jipya Kwa Damu Yake

Katika Karamu ya Mwisho, Yesu alichukua kikombe cha divai na kusema:

"HII NDIYO DAMU YANGU YA AGANO, IMWAGIKAYO KWA AJILI YA WENGI KWA ONDOLEO LA DHAMBI." (*Mathayo 26:28*).

Hii inaonyesha kuwa damu yake ndiyo njia mpya ya upatanisho wa dhambi na kwamba Agano Jipya linategemea dhabihu yake.

iii. Waebrania 9:12 - Yesu Aliingia Patakatifu Pa Patakatifu Mbingu Kwa Damu Yake

Katika *Waebrania 9:12*, tunasoma:

"WALA HAKUINGIA KWA DAMU YA MBUZI NA NDAMA, BALI KWA DAMU YAKE MWENYEWE, MARA MOJA TU, AKAINGIA PATAKATIFU, AKIISHA KUPATA UKOMBOZI WA MILELE."

Hii inaonyesha kuwa Yesu ndiye Kuhani Mkuu wa milele, ambaye sadaka yake haihitaji kurudiwa tena kama dhabihu za Agano la Kale.

---

4. MAANA YA THEOLOJIA YA DAMU KWA WAUMINI WA LEO

Damu ya Yesu Kristo ina maana kubwa kwa kila Mkristo leo:

i. Damu ya Kristo Inasafisha Dhambi

✔ *1 Yohana 1:7* – **"NA DAMU YA YESU KRISTO, MWANA WAKE, YATUSAFISHA DHAMBI ZOTE."**

✔ *Waefeso 1:7* – **"KATIKA YEYE TUNAO UKOMBOZI KWA DAMU YAKE, MASAMAHA YA DHAMBI."**

ii. Damu ya Kristo Inatoa Uzima wa Milele

✔ *Yohana 6:53-56* – Yesu alisema:
"MSIPOULA MWILI WA MWANA WA ADAMU, NA KUINYWA DAMU YAKE, HAMNA UZIMA NDANI YENU."

Hii inamaanisha kuwa damu ya Kristo ni msingi wa wokovu na uzima wa milele kwa waumini.

iii. Damu ya Kristo Inaleta Ushindi Dhidi ya Shetani

✔ *Ufunuo 12:11* – **"NAO WAKAMSHINDA KWA DAMU YA MWANA-KONDOO, NA KWA NENO LA USHUHUDA WAO."**

Kwa hiyo, Wakristo wanapata ushindi kwa damu ya Yesu, ambayo ina nguvu ya kushinda nguvu zote za giza.

DAMU KAMA ISHARA KUU YA UKOMBOZI

Kutoka Agano la Kale hadi Agano Jipya, damu imekuwa ishara ya *uhai, upatanisho, na agano.*

✔ *Katika Agano la Kale*, damu ya dhabihu ilihitajika kwa msamaha wa dhambi.

✔ *Katika Agano Jipya*, Yesu Kristo alitoa damu yake mara moja na kwa wote, akianzisha Agano Jipya la neema.

✔ *Kwa Wakristo wa leo*, damu ya Kristo ni msingi wa wokovu, utakaso, na ushindi wa kiroho.

Kwa kumwaga damu yake, Yesu alitimiza maana ya kweli ya upatanisho na agano la milele kati ya Mungu na wanadamu. *Damu yake ni msingi wa wokovu wetu!*

UHUSIANO KATI YA DAMU YA KIMWILI NA UKOMBOZI WA KIROHO KUPITIA DHABIHU YA KRISTO

Katika Ukristo, damu ina umuhimu mkubwa wa *kimwili na wa kiroho*. Kimaumbile, damu ndiyo chanzo cha uhai wa mwili, ikihusiana moja kwa moja na usambazaji wa oksijeni na virutubisho kwa viungo vyote. Kiroho, damu ni *ishara ya dhabihu na ukombozi*, ikiwakilisha ondoleo la dhambi kupitia kifo cha Yesu Kristo msalabani.

Katika *Mambo ya Walawi 17:11, 14*, Mungu anasema:

"KWA KUWA UHAI WA MWILI U KATIKA HIYO DAMU; NAMI NIMEWAPA HIYO JUU YA MADHABAHU, ILI KUFANYA UPATANISHO KWA AJILI YA NAFSI ZENU; KWA MAANA NI DAMU ILE IFANYAYO UPATANISHO KWA AJILI YA NAFSI."

Kauli hii inaonyesha kuwa damu ni *sehemu ya mpango wa Mungu wa wokovu*, ikitumiwa katika Agano la Kale kwa dhabihu, na hatimaye katika Agano Jipya kwa damu ya Yesu Kristo. Katika sura hii, tutachunguza:

1. *Damu Kama Kiini cha Uhai wa Kimwili*
2. *Dhambi na Mahitaji ya Dhabihu ya Damu*
3. *Yesu Kristo Kama Dhabihu Kamilifu ya Milele*
4. *Ukombozi Kupitia Damu ya Kristo*
5. *Uhusiano wa Theolojia ya Damu Katika Maisha ya Mkristo*

---

1. DAMU KAMA KIINI CHA UHAI WA KIMWILI

Kwa mtazamo wa kibaiolojia, damu ni sehemu muhimu ya mwili wa mwanadamu. Inajumuisha:

- *Selimwekundu za damu (Red Blood Cells)* zinazobeba oksijeni kutoka mapafu hadi kwenye viungo vya mwili.
- *Selimweupe za damu (White Blood Cells)* zinazolinda mwili dhidi ya maambukizi.
- *Platelets*, ambazo husaidia kuganda kwa damu ili kuzuia upotevu mkubwa wa damu.

- *Plasma*, ambayo hubeba virutubisho na homoni zinazodumisha kazi za mwili.

Kama *Mambo ya Walawi 17:14* inavyosema, damu ni kiini cha uhai. Bila damu, mwili wa mwanadamu hauwezi kuishi. Hii ni ishara yenye nguvu ya ukweli wa kiroho: *bila damu ya Kristo, hakuna uzima wa kiroho.*

---

2. DHAMBI NA MAHITAJI YA DHABIHU YA DAMU

Katika Mwanzo 2:17, Mungu alimuonya Adamu na Hawa kwamba ikiwa wangekula tunda lililokatazwa, wangekufa. Baada ya kuasi, kifo cha kiroho kiliingia, na mwanadamu alitenganishwa na Mungu.

Katika *Mwanzo 3:21*, Mungu aliwafunika Adamu na Hawa kwa mavazi ya ngozi, akionyesha kuwa *dhabihu ilihitajika kufunika dhambi zao.* Hii ilikuwa ishara ya kwanza ya *dhabihu ya damu kwa ajili ya msamaha wa dhambi*, ambayo baadaye ilikuja kudhihirishwa katika mfumo wa dhabihu wa Agano la Kale.

i. Mfumo wa Dhabihu Katika Agano la Kale

Katika *Mambo ya Walawi 16*, Siku ya Upatanisho (Yom Kippur), kuhani mkuu alinyunyiza damu ya mnyama juu ya kiti cha rehema ili kufunika dhambi za Israeli.

- Damu iliwakilisha uhai wa mnyama uliotolewa kwa niaba ya mwenye dhambi.
- Dhabihu hizi zilihitaji kurudiwa mara kwa mara kwa sababu hazikuweza kuondoa dhambi kikamilifu (*Waebrania 10:1-4*).

Kwa hiyo, mfumo wa dhabihu ulikuwa kivuli cha *dhabihu kuu ya Yesu Kristo*, ambaye ndiye *Mwana-Kondoo wa Mungu.*

---

3. YESU KRISTO KAMA DHABIHU KAMILIFU YA MILELE

Katika Agano Jipya, Yesu Kristo anatajwa kama *Mwana-Kondoo wa Mungu aichukuaye dhambi ya ulimwengu* (*Yohana 1:29*).

Katika *Mathayo 26:28*, Yesu alisema: **"HII NDIYO DAMU YANGU YA AGANO, IMWAGIKAYO KWA AJILI YA WENGI KWA ONDOLEO LA DHAMBI."**

Hii inaonyesha kuwa kifo chake kilitimiza mfumo wa dhabihu wa Agano la Kale kwa njia kamilifu na ya milele.

i. Waebrania 9:12 - Yesu Aliingia Patakatifu pa Milele Kwa Damu Yake

Katika *Waebrania 9:12*, tunasoma: **"WALA HAKUINGIA KWA DAMU YA MBUZI NA NDAMA, BALI KWA DAMU YAKE MWENYEWE, MARA MOJA TU, AKAINGIA PATAKATIFU, AKIISHA KUPATA UKOMBOZI WA MILELE."**

Hii inaonyesha kuwa:

✔ Yesu ndiye Kuhani Mkuu wa milele.

✔ Dhabihu yake haihitaji kurudiwa kama zile za Agano la Kale.

✔ Ukombozi wake ni wa milele, hauhitaji nyongeza ya sadaka nyingine.

---

4. UKOMBOZI KUPITIA DAMU YA KRISTO

Yesu Kristo alikufa ili kutufanyia mambo yafuatayo:

✔ *Ondoleo la Dhambi* – **"KATIKA YEYE TUNAO UKOMBOZI KWA DAMU YAKE, MASAMAHA YA DHAMBI, SAWASAWA NA WINGI WA NEEMA YAKE."** (*Waefeso 1:7*).

✔ *Kuhesabiwa Haki* – **"BASI, TUKIISHA KUHESABIWA HAKI KWA DAMU YAKE, TUTAOKOLEWA NA GHADHABU KWA YEYE."** (*Warumi 5:9*).

✔ *Utakaso* – **"DAMU YA YESU KRISTO, MWANA WAKE, YATUSAFISHA DHAMBI ZOTE."** (*1 Yohana 1:7*).

✔ *Ushindi Dhidi ya Shetani* – **"NAO WAKAMSHINDA KWA DAMU YA MWANA-KONDOO, NA KWA NENO LA USHUHUDA WAO."** (*Ufunuo 12:11*).

Damu ya Yesu *inafuta dhambi zetu, inatufanya wenye haki mbele za Mungu, na inatupa ushindi wa kiroho.*

---

5. UHUSIANO WA THEOLOJIA YA DAMU KATIKA MAISHA YA MKRISTO

Damu ya Kristo inatufundisha:

i. Neema na Upendo wa Mungu

Kwa damu yake, Yesu alithibitisha upendo wake wa milele kwa wanadamu. Kama *Yohana 3:16* inavyosema, Mungu alitoa Mwana wake ili *kila amwaminiye asipotee bali awe na uzima wa milele.*

ii. Wajibu wa Kuishi Maisha Matakatifu

Kwa kuwa damu ya Kristo imetusafisha, tunaitwa kuishi maisha matakatifu (*1 Petro 1:18-19*). Tunapaswa:

✔ Kujiepusha na dhambi.

✔ Kuishi kwa imani na kumtegemea Kristo.

✔ Kuwa na msamaha kwa wengine kama tulivyosamehewa.

iii. Ushiriki wa Sakramenti ya Meza ya Bwana

Katika *1 Wakorintho 11:25*, Paulo anasema kwamba Yesu alisema:

"KIKOMBE HIKI NI AGANO JIPYA KATIKA DAMU YANGU; FANYENI HIVI KWA UKUMBUSHO WANGU."

Hii inaonyesha kuwa tunaposhiriki Meza ya Bwana, tunakumbuka dhabihu ya Yesu na kuthibitisha imani yetu kwake.

Damu ni msingi wa *uhai wa kimwili na wa kiroho*. Katika Agano la Kale, damu ilihitajika kwa upatanisho wa dhambi. Katika Agano Jipya, Yesu Kristo alitoa damu yake kama *dhabihu kamilifu ya milele*.

Kwa hiyo, kila Mkristo anapaswa kuelewa kuwa *kupitia damu ya Kristo tunapata ondoleo la dhambi, utakatifu, na uzima wa milele. Damu yake ni msingi wa wokovu wetu!*

MIFANO YA KISASA KATIKA SAYANSI YA MATIBABU – JUKUMU LA DAMU KATIKA UPONYAJI NA UCHUNGUZI

Damu imekuwa *muhimu kwa maisha ya binadamu*, si tu katika mtazamo wa kibaiolojia bali pia katika tafakari za kidini. Katika historia yote ya tiba, damu imekuwa *kiini cha uponyaji, utambuzi wa magonjwa, na maendeleo ya matibabu*. Biblia inasema katika *Mambo ya Walawi 17:11*:

"KWA KUWA UHAI WA MWILI U KATIKA HIYO DAMU; NAMI NIMEWAPA HIYO JUU YA MADHABAHU, ILI KUFANYA UPATANISHO KWA AJILI YA NAFSI ZENU; KWA MAANA NI DAMU ILE IFANYAYO UPATANISHO KWA AJILI YA NAFSI."

Katika zama za kisasa, maendeleo makubwa katika sayansi ya matibabu yanaonyesha *umuhimu wa damu katika uponyaji, uchunguzi wa magonjwa, na maendeleo ya teknolojia za afya*. Katika sura hii, tutachunguza:

1. *Jukumu la Damu Katika Uponyaji*
2. *Damu Kama Chanzo cha Uchunguzi wa Magonjwa*
3. *Teknolojia za Kisasa Zinazotumia Damu Katika Matibabu*
4. *Mapinduzi ya Afya Kupitia Akili Bandia (AI), Uchanganuzi wa Big Data, na Matibabu Sahihi (Precision Medicine)*
5. *Uhusiano wa Maendeleo Haya na Mtazamo wa Kidini*

---

1. JUKUMU LA DAMU KATIKA UPONYAJI

Damu hufanya kazi muhimu katika mwili wa binadamu ili kuhakikisha *uponyaji na uhai unadumishwa*. Bila damu, mwili hauwezi kupona kutokana na majeraha, maambukizi, au magonjwa.

i. Kazi ya Damu Katika Uponyaji wa Majeraha

- *Platelets* katika damu husababisha kuganda kwa damu, kuzuia upotevu mkubwa wa damu baada ya jeraha.
- *Selimweupe za damu (White Blood Cells)* hupambana na bakteria na virusi, kusaidia katika uponyaji wa vidonda.
- *Virutubisho na Protini za Uponyaji* – Damu husafirisha protini muhimu kwa ajili ya kuziba majeraha na kujenga tishu mpya.

ii. Upandikizaji wa Damu (Blood Transfusion) Katika Matibabu

- Wagonjwa waliopoteza damu kutokana na ajali au upasuaji hupewa *damu mbadala* ili kurejesha uhai wao.
- Wagonjwa wa upungufu wa damu (anemia) hupokea *damu iliyo na hemoglobini* ya kutosha kusaidia usambazaji wa oksijeni mwilini.
- Wagonjwa wa saratani (hasa wanaopokea chemotherapy) hupokea *chembe hai za damu (platelets na seli nyekundu)* kusaidia mwili kupambana na magonjwa.

---

2. DAMU KAMA CHANZO CHA UCHUNGUZI WA MAGONJWA

Damu ni kiashiria muhimu cha afya ya mwili wa binadamu. Upimaji wa damu unaweza kusaidia kutambua:

- *Magonjwa ya kuambukiza* kama vile malaria, homa ya dengue, na virusi vya HIV.
- *Kiwango cha sukari mwilini (diabetes diagnosis)* kwa kutumia upimaji wa glucose.

- *Magonjwa ya moyo* kwa kuchunguza viwango vya cholesterol na protini zinazohusiana na matatizo ya moyo.
- *Saratani na matatizo ya damu* kwa kuchunguza alama za vimelea (biomarkers) zinazohusiana na magonjwa sugu.

Damu ni chanzo kikubwa cha uchunguzi wa kitabibu na inatumika kwa *vipimo vya maabara, tathmini ya afya, na ufuatiliaji wa magonjwa sugu.*

---

3. TEKNOLOJIA ZA KISASA ZINAZOTUMIA DAMU KATIKA MATIBABU

Maendeleo makubwa ya kisasa yamebadilisha jinsi damu inavyotumika katika uchunguzi na matibabu.

i. Upimaji wa Damu wa Kisasa (Advanced Blood Testing Technologies)

- *Liquid Biopsy* – Uchunguzi wa saratani kwa kuchambua vipande vya DNA vinavyopatikana katika damu.
- *PCR Testing* – Upimaji wa virusi kama HIV, Hepatitis B, na COVID-19 kwa kutumia teknolojia ya polymerase chain reaction (PCR).
- *Multi-Omics Analysis* – Uchanganuzi wa damu kwa kutumia bioinformatics ili kutambua magonjwa ya kijenetiki.

ii. Damu Katika Utafiti wa Tiba Maalum (Personalized Medicine)

- Kupitia *genomics*, damu inatumika kutengeneza tiba zilizobinafsishwa kwa kila mgonjwa.
- Teknolojia ya *CRISPR-Cas9* inafanya mabadiliko ya vinasaba kwenye damu ili kutibu magonjwa ya kurithi kama vile sickle cell anemia.

---

4. MAPINDUZI YA AFYA KUPITIA AKILI BANDIA (AI), UCHANGANUZI WA BIG DATA, NA MATIBABU SAHIHI (PRECISION MEDICINE)

Teknolojia za kisasa zinaweza kutumia data inayopatikana kutoka kwenye damu kufanya utambuzi wa magonjwa kwa haraka na kwa usahihi zaidi.

i. Akili Bandia Katika Matibabu

- AI inaweza kuchambua data za damu haraka na kutoa majibu ya uchunguzi wa magonjwa.
- Inatumika kutambua kansa mapema zaidi kuliko vipimo vya kawaida.

ii. Uchanganuzi wa Big Data Katika Matibabu

- Teknolojia hii inaruhusu wataalamu wa afya kuchunguza maelfu ya sampuli za damu kwa wakati mmoja ili kutambua mifumo ya magonjwa.

iii. Matibabu Sahihi (Precision Medicine)

- Kutumia vinasaba vya damu kwa ajili ya kutengeneza tiba zilizobinafsishwa kwa mtu binafsi.

Maendeleo haya yanaonyesha kwamba *damu si tu sehemu ya mwili wa binadamu bali ni nyenzo kubwa ya uponyaji na maendeleo ya matibabu.*

---

5. UHUSIANO WA MAENDELEO HAYA NA MTAZAMO WA KIDINI

Matumizi ya damu katika matibabu yanaakisi mafundisho ya Biblia kuhusu umuhimu wa damu katika maisha. Katika *Mathayo 26:28*, Yesu alisema: **"HII NDIYO DAMU YANGU YA AGANO, IMWAGIKAYO KWA AJILI YA WENGI KWA ONDOLEO LA DHAMBI."**

Hii inaonyesha kwamba damu ina nguvu za kimwili na kiroho katika kuleta *uzima, uponyaji, na wokovu*. Tunapochunguza maendeleo ya kisasa katika sayansi ya damu, tunaweza kuona mlingano wa kiroho katika:

i. Damu Kama Ishara ya Uponyaji

✔ Kama damu ya Kristo ilivyotoa uzima wa kiroho, damu ya kibaiolojia inasaidia uponyaji wa kimwili.

✔ Katika Agano la Kale, damu ilitumiwa katika dhabihu za utakaso – hii ni sawa na jinsi damu inavyotumika leo katika tiba za kusafisha mwili kutokana na sumu na magonjwa.

ii. Damu Kama Chanzo cha Uzima

✔ Biblia inasema damu ni uhai wa mwili (*Mambo ya Walawi 17:14*), na sayansi ya kisasa inathibitisha hili kwa kuonyesha kwamba bila damu, hakuna uhai.

iii. Uponyaji Kupitia Damu ya Kristo na Uponyaji wa Kisasa

✔ Yesu alitoa damu yake kwa wokovu wetu – leo, damu inatolewa kusaidia uponyaji wa wagonjwa.

✔ Yesu aliwaponya wagonjwa kupitia imani – sasa, teknolojia za damu zinatumiwa kuokoa maisha.

Damu imeendelea kuwa *kiini cha uhai wa kimwili na wa kiroho.* Katika sayansi ya matibabu, maendeleo makubwa katika uchunguzi na tiba yamefanikisha uponyaji wa wagonjwa kupitia matumizi ya damu. Kwa mtazamo wa kiroho, damu ya Kristo ndiyo msingi wa wokovu wa wanadamu.

Kwa hivyo, tunaposhukuru maendeleo ya kisasa katika tiba ya damu, tunapaswa pia *kushukuru kwa damu ya Kristo, ambayo inaleta uponyaji wa milele kwa roho za wanadamu. Damu ndiyo msingi wa uzima wote - kimwili na kiroho!*

TAFKAKARI – JINSI UELEWA WA UMUHIMU WA DAMU KIBIOLOJIA UNAVYOTUFANYA TUITHAMINI KWA UNDANI ISHARA YAKE KIROHO

Damu ni *chanzo cha uhai* katika mwili wa binadamu, lakini pia ni *ishara kuu ya ukombozi wa kiroho* katika Biblia. Kimaumbile, damu husafirisha oksijeni na virutubisho, huondoa taka za mwili, na husaidia katika kinga dhidi ya magonjwa. Kiroho, damu inawakilisha *msamaha wa dhambi, upatanisho na Mungu, na ushindi wa kiroho kupitia Kristo.*

Katika *Mambo ya Walawi 17:11*, Mungu anasema: **"KWA KUWA UHAI WA MWILI U KATIKA HIYO DAMU; NAMI NIMEWAPA HIYO JUU YA MADHABAHU, ILI KUFANYA UPATANISHO KWA AJILI YA NAFSI ZENU; KWA MAANA NI DAMU ILE IFANYAYO UPATANISHO KWA AJILI YA NAFSI."**

Uelewa wa jinsi damu inavyofanya kazi katika mwili wa mwanadamu unatusaidia kuona thamani yake kubwa katika *wokovu wa kiroho*. Katika sura hii, tutachunguza:

1. *Damu Kama Kiini cha Uhai wa Kimwili*
2. *Damu Kama Ishara ya Upatanisho wa Kiroho*
3. *Ulinganisho Kati ya Kazi ya Damu Kimwili na Kazi ya Damu ya Kristo Kiroho*
4. *Jinsi Uelewa wa Kibaiolojia wa Damu Unavyoboresha Maana Yetu ya Damu Kiroho*
5. *Hitimisho: Uhusiano wa Damu Katika Maisha Yetu ya Kila Siku*

---

1. DAMU KAMA KIINI CHA UHAI WA KIMWILI

Damu hufanya kazi muhimu katika mwili wa binadamu ili kudumisha uhai:

✔ *Usafirishaji wa Oksijeni na Virutubisho* – Damu inabeba oksijeni kutoka kwenye mapafu na kuisambaza kwa viungo vyote vya mwili. Bila oksijeni, seli haziwezi kuishi.

✔ *Kuondoa Taka* – Damu inachukua kaboni dioksidi na taka nyingine kutoka mwilini na kuiondoa kupitia mapafu na figo.

✔ *Kinga ya Mwili* – Selimweupe za damu zinapambana na bakteria na virusi ili kulinda mwili dhidi ya magonjwa.

✔ *Uponyaji wa Majeraha* – Platelets husaidia kuganda kwa damu na kuzuia upotevu mkubwa wa damu baada ya majeraha.

Bila damu, hakuna uhai! *Hii inatufundisha kuwa damu ina thamani kubwa katika maisha ya mwili, kama ilivyo katika maisha ya kiroho.*

---

2. DAMU KAMA ISHARA YA UPATANISHO WA KIROHO

Katika Maandiko, damu hutumika kama *ishara ya upatanisho kati ya Mungu na wanadamu*:

✔ *Damu ya Pasaka (Kutoka 12:7-13)* – Waisraeli walipaka damu ya mwana-kondoo juu ya miimo ya milango yao ili waokoke kutoka kwa pigo la mwisho.

✔ *Damu Katika Agano la Musa (Kutoka 24:8)* – Musa alinyunyiza damu juu ya madhabahu na watu ili kuthibitisha agano lao na Mungu.

✔ *Damu ya Kristo Katika Agano Jipya (Mathayo 26:28)* – Yesu alisema:

"HII NDIYO DAMU YANGU YA AGANO, IMWAGIKAYO KWA AJILI YA WENGI KWA ONDOLEO LA DHAMBI."

Damu ya Yesu ni dhabihu ya milele inayotoa msamaha wa dhambi na kutufanya kuwa wenye haki mbele za Mungu.

---

3. ULINGANISHO KATI YA KAZI YA DAMU KIMWILI NA KAZI YA DAMU YA KRISTO KIROHO

Tunapochunguza jinsi damu inavyofanya kazi mwilini, tunaweza kuona jinsi kazi yake inavyofanana na kazi ya damu ya Kristo kiroho:

Damu - Kimwili	*Damu ya Kristo - Kiroho*
Hutoa oksijeni kwa mwili	Hutoa uzima wa kiroho kwa waumini (Yohana 6:53-56)
Huondoa taka mwilini	Husafisha dhambi kutoka kwa maisha ya waumini (1 Yohana 1:7)
Hulinda mwili dhidi ya magonjwa	Hulinda waumini dhidi ya shetani na uovu (Ufunuo 12:11)
Husaidia kuganda kwa damu na uponyaji	Huponya mioyo iliyovunjika na kurejesha mahusiano na Mungu (Waebrania 9:14)

Tunaweza kuona kuwa *kama damu inavyowezesha uhai wa kimwili, damu ya Kristo inawapatia waumini uhai wa kiroho.*

4. JINSI UELEWA WA KIBAIOLOJIA WA DAMU UNAVYOBORESHA MAANA YETU YA DAMU KIROHO

Kwa kuelewa jinsi damu inavyofanya kazi mwilini, tunapata maarifa mapya kuhusu thamani yake katika maisha yetu ya kiroho:

✔ *Damu ni Muhimu Kwa Uzima* – Kama mwili unavyohitaji damu ili kuishi, roho zetu zinahitaji damu ya Kristo kwa wokovu wa milele.

✔ *Damu Husafisha Mwili* – Kama damu inavyosafisha sumu mwilini, damu ya Kristo inasafisha dhambi na uovu kutoka kwa mioyo yetu.

✔ *Damu Inaleta Uponyaji* – Katika mwili wa binadamu, damu husafirisha vitu vinavyosaidia uponyaji wa jeraha. Kiroho, damu ya Yesu huponya majeraha ya dhambi na huzuni.

✔ *Damu Inapambana na Maadui* – Selimweupe za damu huzuia maambukizi ya magonjwa. Vivyo hivyo, damu ya Yesu inatusaidia kushinda nguvu za giza na shetani.

Kwa hivyo, kadri tunavyoelewa umuhimu wa damu kimwili, tunapaswa pia kutafakari juu ya thamani ya damu ya Kristo katika maisha yetu ya kiroho.

5. UHUSIANO WA DAMU KATIKA MAISHA YETU YA KILA SIKU

Kwa msingi wa Biblia na sayansi ya tiba, tunaweza kuona kuwa damu ni zaidi ya kiungo cha mwili – ni *kiini cha maisha, kimwili na kiroho.*

✔ *Katika mwili wa binadamu, damu inahakikisha uhai, afya, na ulinzi dhidi ya maambukizi.*

✔ *Katika maisha ya kiroho, damu ya Kristo ni msingi wa wokovu, utakaso, na uzima wa milele.*

Katika *Ufunuo 12:11*, tunasoma:

"NAO WAKAMSHINDA KWA DAMU YA MWANA-KONDOO, NA KWA NENO LA USHUHUDA WAO."

Kwa hivyo, tunapothamini damu yetu kimwili, tunapaswa pia kuthamini damu ya Kristo, ambayo ni msingi wa wokovu wetu. *Kwa damu yake, tunaondolewa dhambi, tunapokea uzima wa milele, na tunashinda nguvu za giza!*

Mwisho, uelewa wetu wa damu kimwili unatufundisha kuithamini zaidi damu ya Kristo, ambayo si tu inatuokoa bali pia inatufanya kuwa wapya katika Kristo Yesu!

Sura ya 05

BAYOLOJIA YA TAUNI NA UPONYAJI

Tauni ni mojawapo ya magonjwa mabaya zaidi katika historia ya binadamu, ikisababisha vifo vya mamilioni ya watu katika vipindi tofauti vya kihistoria. Husababishwa na bakteria *Yersinia pestis*, ambayo inaweza kuambukiza binadamu kupitia kuumwa na viroboto wa panya au kwa njia ya hewa katika visa vya tauni ya mapafu. Katika sura hii, tutachunguza:

1. *Historia ya Tauni na Athari Zake Kwa Jamii*
2. *Sifa za Kibakteria za* YERSINIA PESTIS

3. *Uchambuzi wa Kijenetiki wa Bakteria Kupitia DNA ya Kale (aDNA)*
4. *Ueneaji na Mbinu za Maambukizi ya Tauni*
5. *Majibu ya Mfumo wa Kinga na Matibabu ya Tauni*
6. *Mchango wa Sayansi ya Kisasa Katika Kuzuia na Kudhibiti Tauni*
7. *Mchango wa Theolojia Katika Kuelewa Maradhi na Uponyaji*

---

1. HISTORIA YA TAUNI NA ATHARI ZAKE KWA JAMII

Katika historia, tauni imekuwa janga kubwa lililoharibu jamii nyingi na kuathiri maendeleo ya kiuchumi, kijamii, na kisiasa.

i. Tauni ya Justinian (541-542 BK)

Hii ilikuwa mlipuko wa kwanza mkubwa wa tauni uliorekodiwa kihistoria, ukiwaua mamilioni ya watu katika Dola ya Byzantine.

ii. Tauni Nyeusi (1347-1351 BK)

Moja ya milipuko mbaya zaidi ya tauni, Tauni Nyeusi ilisababisha vifo vya takriban asilimia 30-60 ya wakazi wa Ulaya. Iliathiri miji mikubwa kama Florence, Paris, na London.

iii. Tauni ya Tatu (1855-1950 BK)

Hii ilikuwa mlipuko wa tauni uliotokea Asia, hususan nchini China na India, na kuenea duniani kote. Ilisaidia watafiti kugundua bakteria **YERSINIA PESTIS** mnamo mwaka 1894.

2. SIFA ZA KIBAKTERIA ZA Yersinia pestis

YERSINIA PESTIS ni bakteria yenye uwezo wa kusababisha aina tatu za tauni:

i. Tauni ya Ngiri (Bubonic Plague)

- Huathiri tezi za limfu na kusababisha uvimbe wenye maumivu (buboes).
- Inaambukizwa kwa kuumwa na viroboto waliobeba bakteria kutoka kwa panya waliyoambukizwa.
- Inahusiana na vifo vya haraka ikiwa haitatibiwa.

ii. Tauni ya Damu (Septicemic Plague)

- Husababisha maambukizi katika damu, kusababisha sumu mwilini na kuganda kwa damu.
- Inaweza kusababisha vidonda vyeusi kwenye ngozi kutokana na ukosefu wa oksijeni katika mishipa midogo.

iii. Tauni ya Mapafu (Pneumonic Plague)

- Huanza kwa dalili za mafua lakini husambaa haraka ndani ya mapafu.
- Inaambukizwa kwa njia ya hewa kati ya watu na ni hatari zaidi.

3. UCHAMBUZI WA KIJENETIKI WA BAKTERIA KUPITIA DNA YA KALE (ADNA)

Teknolojia ya *DNA ya Kale (Ancient DNA – aDNA)* imewezesha wanasayansi kuchunguza vinasaba vya

YERSINIA PESTIS kutoka kwa mifupa ya wahanga wa tauni wa zamani.

- *Uchunguzi wa jeni za bakteria* umeonyesha kwamba **YERSINIA PESTIS** imetoka kwa bakteria wengine wa familia ya **YERSINIA** na ilibadilika kujipatia uwezo wa kusababisha milipuko mikubwa ya magonjwa.
- *Ulinganisho wa DNA ya kisasa na ya kale* umewezesha kufuatilia mabadiliko ya bakteria hii na kuelewa jinsi ilivyoenea kupitia historia.

---

4. UENEAJI NA MBINU ZA MAAMBUKIZI YA TAUNI

Bakteria **YERSINIA PESTIS** huenea kwa njia mbalimbali:

- *Kupitia viroboto wa panya*: Hii ndiyo njia kuu ya maambukizi ya tauni ya ngiri.
- *Kutoka mtu hadi mtu*: Tauni ya mapafu inaweza kuenea kupitia hewa wakati mtu aliyeambukizwa anapokohoa au kupiga chafya.
- *Kwa kugusa tishu zilizoambukizwa*: Mtu anaweza kupata tauni kwa kushika mizoga ya wanyama walioambukizwa.

---

5. MAJIBU YA MFUMO WA KINGA NA MATIBABU YA TAUNI

Mwili wa binadamu una njia za asili za kupambana na maambukizi ya tauni, lakini ikiwa hautapata matibabu kwa haraka, ugonjwa huu unaweza kusababisha kifo ndani ya siku chache.

i. Majibu ya Mfumo wa Kinga

- *Selimweupe za damu (Macrophages na Neutrophils)* hujaribu kushambulia bakteria, lakini **YERSINIA PESTIS** inaweza kuzuia mfumo wa kinga.
- *Cytokines na Kingamwili* – Mwili huzalisha protini za kinga (antibodies) kupambana na bakteria.

ii. Matibabu ya Kisasa ya Tauni

- *Antibiotiki kama streptomycin, tetracycline, na ciprofloxacin* hutumiwa kuua bakteria.
- *Chanjo za Tauni* zimeendelezwa lakini hutumika zaidi kwa watu walioko katika hatari kubwa ya kuambukizwa.
- *Kuhimiza usafi wa mazingira* ili kuzuia ueneaji wa bakteria kutoka kwa wanyama kwenda kwa binadamu.

---

6. MCHANGO WA SAYANSI YA KISASA KATIKA KUZUIA NA KUDHIBITI TAUNI

Teknolojia mpya imeleta maendeleo makubwa katika utafiti wa tauni:

✔ *Bioinformatics na Big Data* – Uchambuzi wa vinasaba vya bakteria kwa kutumia kompyuta kusaidia kuelewa jinsi inavyobadilika.

✔ *Utumiaji wa teknolojia ya CRISPR* – Kutengeneza matibabu yanayolenga bakteria kwa usahihi zaidi.

✔ *Ufuatiliaji wa wanyama wenye maambukizi* – Kupima

vinasaba vya bakteria katika panya na viroboto ili kutabiri mlipuko mpya wa tauni.

7. MCHANGO WA THEOLOJIA KATIKA KUELEWA MARADHI NA UPONYAJI

Kwa mtazamo wa kidini, tauni na magonjwa mengine yanaweza kuonekana kama majaribu au onyo la Mungu, lakini pia yanahusiana na *huruma na uponyaji wa kiroho.*

- *Katika Biblia, tauni mara nyingi zilihusiana na hukumu ya Mungu*, lakini pia zilikuwa fursa ya watu kumrudia Mungu (*Kutoka 9:14, Hesabu 16:46-50*).
- *Yesu Kristo alikuja kama tabibu mkuu* ili kuponya wagonjwa, si tu kimwili bali pia kiroho (*Mathayo 9:12, Luka 5:31*).
- *Maombi na imani vina nafasi katika uponyaji*, lakini pia Mungu ametupatia hekima ya kutumia sayansi kwa ajili ya tiba (*Yakobo 5:14-15*).

Kwa hivyo, wakati tauni na magonjwa yanaweza kuwa changamoto, pia yanaweza kutufundisha kuwa na huruma kwa wengine na kuthamini uponyaji wa kimwili na wa kiroho unaotolewa na Mungu.

Tauni imekuwa mojawapo ya changamoto kubwa katika historia ya binadamu, lakini maendeleo ya kisayansi yameleta njia za kudhibiti na kutibu ugonjwa huu. Uelewa wa bayolojia ya tauni unatufundisha:

✔ *Umuhimu wa kinga ya mwili na usafi wa mazingira.*

✔ *Nafasi ya sayansi katika kuzuia na kutibu magonjwa ya mlipuko.*

✔ *Thamani ya uponyaji wa kimwili na wa kiroho* katika maisha ya mwanadamu.

Katika kila mlipuko wa ugonjwa, tunapaswa kutafuta hekima kutoka kwa Mungu na maarifa kutoka kwa sayansi ili kuwalinda watu na kueneza upendo wa Kristo kwa wote!

TAUNI KATIKA BIBLIA NA MAELEZO YA KIBAYOLOJIA

Katika historia ya binadamu, magonjwa ya mlipuko yamekuwa sehemu muhimu ya uzoefu wa wanadamu, yakileta maafa makubwa lakini pia mabadiliko ya kijamii na kiimani. Biblia inatoa akaunti nyingi za tauni kama sehemu ya mpango wa Mungu wa hukumu, onyo, na wokovu. Kati ya akaunti maarufu zaidi za tauni katika Biblia ni *Mapigo Kumi ya Misri* (Kutoka 7-12), ambayo yalionyesha mamlaka ya Mungu juu ya miungu ya Misri na nguvu zake za kuwakomboa watu Wake.

Sura hii inachunguza:

1. *Maana ya Tauni Kulingana na Biblia*
2. *Mapigo Kumi ya Misri na Maana Yake Kiroho*
3. *Ufafanuzi wa Kisayansi wa Mapigo Kumi*
4. *Uhusiano wa Tauni za Biblia na Magonjwa ya Kibiolojia*
5. *Mafunzo ya Kitheolojia na Kisayansi Kuhusu Tauni*

1. MAANA YA TAUNI KULINGANA NA BIBLIA

Katika Biblia, tauni zinaonekana mara kwa mara kama *hukumu kutoka kwa Mungu, njia ya kuleta utii, au onyo kwa mataifa*. Mungu mara nyingi alitumia tauni kama adhabu kwa maovu ya wanadamu lakini pia kama njia ya kusafisha watu Wake na kuwahimiza kumrudia Yeye kwa toba.

Katika *Mambo ya Walawi 26:25*, Mungu anasema: **"NITAKAPOWALETEA UPANGA JUU YENU, MTAKAOTEKELEZA MAPATANO YANGU; NA MKIWA MMEKUSANYIKA KATIKA MIJI YENU, NITAPELEKA TAUNI KATI YENU, NANYI MTATIIWA MKONO WA ADUI."**

Hii inaonyesha jinsi tauni ilivyotumiwa kama chombo cha Mungu cha kuleta toba na utii.

2. MAPIGO KUMI YA MISRI NA MAANA YAKE KIROHO

Katika *Kutoka 7-12*, Mungu alileta mapigo kumi dhidi ya Misri ili kumlazimisha Farao kuwaachilia Waisraeli kutoka utumwa. Mapigo haya yalikuwa na madhumuni mawili:

1. *Kuonyesha nguvu ya Mungu dhidi ya miungu ya Misri* – Kila pigo lilipingana na miungu fulani ya Misri, likionyesha kuwa Mungu wa Israeli ndiye Mwenyezi.
2. *Kuwakomboa Waisraeli* – Mapigo haya yalikuja kama ishara ya ukombozi wa Mungu,

ikithibitisha kwamba Yeye pekee ndiye aliye na mamlaka ya kuokoa watu Wake.

Muhtasari wa Mapigo Kumi

Pigo	*Maandiko (Kutoka 7-12)*	*Mungu wa Misri Aliyepingwa*
1. Maji kuwa damu	Kutoka 7:14-24	Hapi (mungu wa Mto Nile)
2. Kuwepo kwa vyura	Kutoka 8:1-15	Heket (mungu wa uzazi, aliye na kichwa cha chura)
3. Wadudu (kutojulikana: inzi, viroboto, au chawa)	Kutoka 8:16-19	Geb (mungu wa ardhi)
4. Inzi wengi	Kutoka 8:20-32	Khepri (mungu wa uumbaji, aliye na kichwa cha mende)
5. Kifo cha mifugo	Kutoka 9:1-7	Hathor (mungu wa uzuri, aliye na kichwa cha ng'ombe)

Pigo	*Maandiko (Kutoka 7-12)*	*Mungu wa Misri Aliyepingwa*
6. Majipu yenye vidonda	Kutoka 9:8-12	Isis (mungu wa uponyaji)
7. Mvua ya mawe na moto	Kutoka 9:13-35	Nut (mungu wa anga)
8. Nzige	Kutoka 10:1-20	Seth (mungu wa machafuko na maafa)
9. Giza kubwa	Kutoka 10:21-29	Ra (mungu wa jua)
10. Kifo cha wazaliwa wa kwanza	Kutoka 11:1-12:30	Farao (aliyeaminiwa kuwa mungu)

Kila pigo lilikuwa na madhumuni maalum ya kufunua udhaifu wa miungu ya Misri na nguvu kuu ya Mungu wa Israeli.

---

3. UFAFANUZI WA KISAYANSI WA MAPIGO KUMI

Ingawa mapigo haya yalikuwa ishara za nguvu ya Mungu, tafiti za kisayansi na maelezo ya kibiolojia yamependekeza kuwa huenda baadhi ya mapigo yalitokana na matukio ya asili yaliyochochewa na hali ya mazingira.

- *Pigo la kwanza (Maji Kuwa Damu)* – Wanasayansi wanapendekeza kuwa huenda lilisababishwa na *kuongezeka kwa mwani mwekundu wenye sumu* (red algae bloom) unaoweza kusababisha maji kubadilika rangi na samaki kufa.
- *Pigo la Pili (Vyura Wengi)* – Kifo cha samaki katika pigo la kwanza kingeweza kusababisha vyura kuondoka majini na kuenea nchi kavu.
- *Pigo la Tatu na la Nne (Wadudu na Inzi)* – Hali ya hewa yenye unyevunyevu huweza kusababisha mlipuko wa wadudu kama viroboto na inzi.
- *Pigo la Tano (Mifugo Kufa)* – Huenda lilisababishwa na *ugonjwa wa kimeta (Anthrax)* ulioenezwa na wadudu waliotokana na maambukizi ya awali.
- *Pigo la Sita (Majipu)* – Ugonjwa huu unaweza kuwa mlipuko wa ngozi unaosababishwa na bakteria kama *Staphylococcus aureus.*
- *Pigo la Saba (Mvua ya Mawe na Moto)* – Inawezekana lilihusiana na hali ya hewa mbaya na radi zilizoambatana na mvua ya mawe kali.
- *Pigo la Nane (Nzige)* – Milipuko ya nzige hutokea katika mazingira yenye mvua nyingi na ukame wa baadaye, hali inayofanana na mazingira ya Misri wakati huo.
- *Pigo la Tisa (Giza Nene)* – Huenda lilitokana na *dhoruba ya vumbi ya jangwa la Sahara* (known as a "khamsin"), inayoweza kufunika jua kwa siku kadhaa.

- *Pigo la Kumi (Kifo cha Wazaliwa wa Kwanza)* – Wanasayansi wengine wanaamini kuwa huenda lilihusiana na *sumu ya ukungu wa nafaka (fungal toxins)* ambayo huweza kusababisha vifo vya ghafla, hasa kwa watoto wadogo.

---

4. UHUSIANO WA TAUNI ZA BIBLIA NA MAGONJWA YA KIBIOLOJIA

Kama inavyoonekana, baadhi ya tauni za Biblia zinaweza kuwa na maelezo ya kisayansi yanayohusiana na magonjwa ya mlipuko, vimelea, na mabadiliko ya mazingira. Hii inaonyesha jinsi Mungu anaweza kutumia kanuni za kiasili kwa kusudi lake la kiroho.

Katika historia ya mwanadamu, magonjwa kama vile *tauni nyeusi (Black Death), homa ya Manjano, na COVID-19* yameonyesha jinsi mlipuko wa magonjwa unavyoweza kuwa na athari kubwa kwa jamii.

---

5. MAFUNZO YA KITHEOLOJIA NA KISAYANSI KUHUSU TAUNI

Kutokana na mapigo haya, tunajifunza kuwa:

✔ *Mungu ndiye mwenye mamlaka juu ya uumbaji wote* (Zaburi 24:1).

✔ *Tauni zinaweza kuwa hukumu, lakini pia njia ya kuwakomboa watu Wake* (2 Mambo ya Nyakati 7:13-14).

✔ *Sayansi inaweza kusaidia kuelewa jinsi magonjwa*

yanavyosambaa, lakini ni Mungu anayetoa uponyaji wa kweli (Kutoka 15:26).

Mapigo ya Misri yanaonyesha mamlaka ya Mungu juu ya mataifa yote na yanathibitisha kuwa Yeye ndiye anayeokoa na kuhukumu. Ingawa wanasayansi wamejaribu kueleza matukio haya kwa misingi ya kibayolojia, maana yake kuu ni ya kiroho: *Mungu ana nguvu juu ya wanadamu wote, na ni Yeye pekee anayestahili kuabudiwa!*

SHERIA ZA KUWEKA KARANTINI NA USAFI (MAMBO YA WALAWI 13) KAMA HATUA ZA AFYA YA UMMA

Katika Agano la Kale, Mungu aliwapatia Waisraeli sheria za usafi, kujitenga, na karantini ambazo kwa wakati huo zilihusiana na *utakatifu wa kikanisa* lakini pia zilikuwa hatua muhimu za *afya ya umma*. Kitabu cha *Mambo ya Walawi 13-15* kinatoa maagizo ya kina kuhusu jinsi ya kushughulikia magonjwa ya ngozi (hasa ukoma), uchafu wa mwili, na jinsi mtu mwenye ugonjwa anapaswa kutengwa ili kuepusha maambukizi kwa jamii.

Ingawa sheria hizi zilikuwa sehemu ya sheria za kidini, tafiti za kisasa zinaonyesha kuwa maagizo haya yalikuwa na *misingi thabiti ya kiafya*, zikichangia udhibiti wa magonjwa ya kuambukiza. Kwa mfano, kanuni za kujitenga kwa wagonjwa wa ukoma zilisaidia kuzuia kuenea kwa maambukizi, dhana inayofanana na karantini zinazotumika leo.

Katika sura hii, tutachunguza:

1. *Maana ya Karantini Kulingana na Biblia*
2. *Sheria za Kujitenga kwa Watu Wagonjwa Katika Mambo ya Walawi 13*
3. *Ulinganifu wa Sheria za Kitaalamu za Kiafya Katika Biblia na Sayansi ya Kisasa*
4. *Mafunzo ya Kitheolojia Kuhusu Karantini na Afya*

---

1. MAANA YA KARANTINI KULINGANA NA BIBLIA

Neno **KARANTINI** linahusiana na *kutengwa kwa watu walioambukizwa ugonjwa ili kuzuia maambukizi kwa wengine.* Katika *Mambo ya Walawi 13-15*, Mungu anawapa Waisraeli mwongozo wa jinsi ya kushughulikia magonjwa ya ngozi, utoaji wa majimaji mwilini, na uchafu mwingine unaoweza kusababisha maambukizi.

Mojawapo ya aya zinazosisitiza umuhimu wa kujitenga ni:

"MTU MWENYE PIGO LA UKOMA ATAVAA MAVAZI YALIYOTATUKA, NA NYWELE ZAKE ZITAKUWA HURU, NAYE ATAFUNIKA MDOMO WAKE WA JUU, NAYE ATAPIGA KELELE, 'NAJISI, NAJISI!' ATAKAA PEKE YAKE; NJE YA KAMBI ATAKUWA NA MAKAO YAKE."

— *Mambo ya Walawi 13:45-46*

Katika kifungu hiki, tunaona kanuni nne muhimu kuhusu karantini ya kibiblia:

1. *Wagonjwa wanatambuliwa na wataalamu (makuhani) na wanapaswa kuchunguzwa mara kwa mara* (Walawi 13:2-3).
2. *Watu walioambukizwa hutengwa nje ya kambi ya jamii* ili kuzuia kuenea kwa ugonjwa (Walawi 13:46).
3. *Mgonjwa anapaswa kutoa onyo kwa wengine* (kupiga kelele "Najisi!") ili watu wajihadhari (Walawi 13:45).
4. *Kugundua uponyaji na kurudi kwa jamii kunahusisha taratibu maalum za utakaso* (Walawi 14:1-9).

Misingi hii inafanana sana na kanuni za kisasa za afya ya umma, kama vile:

✔ *Kujitenga kwa wagonjwa wenye magonjwa ya kuambukiza* (e.g., karantini kwa wagonjwa wa COVID-19).

✔ *Utambuzi wa mapema wa magonjwa kupitia vipimo na uchunguzi wa kitabibu.*

✔ *Kufuata taratibu maalum kabla ya mgonjwa kuruhusiwa kurudi katika jamii* (e.g., matibabu ya magonjwa yanayoambukiza kama kifua kikuu).

---

2. SHERIA ZA KUJITENGA KWA WATU WAGONJWA KATIKA MAMBO YA WALAWI 13

Katika sura ya 13 ya *Mambo ya Walawi*, Mungu anawapa Musa na Haruni maelekezo kuhusu namna ya kugundua na kushughulikia magonjwa ya ngozi, ikiwa ni pamoja na ukoma. Sheria hizi zinahusiana na *karantini na usafi wa umma* kwa misingi ifuatayo:

A. Utambuzi wa Ugonjwa

- Kuhani alikuwa na jukumu la kuchunguza mtu aliyekuwa na dalili za magonjwa ya ngozi na kuamua ikiwa ni najisi au la (Walawi 13:2-3).
- Ikiwa dalili zilikuwa za kushukiwa kuwa hatari, mgonjwa alihitajika kutengwa kwa *siku saba za kwanza*, kisha kuchunguzwa tena (Walawi 13:4-5).
- Ikiwa dalili zingeendelea, kipindi cha karantini kingeongezwa hadi siku kumi na nne (Walawi 13:6-8).

B. Karantini na Kujitenga

- Wagonjwa waliothibitishwa kuwa na ukoma walipaswa *kuhama kutoka ndani ya kambi* na kukaa peke yao (Walawi 13:46).
- Walitakiwa kuvaa mavazi yaliyotatuka na kufunika sehemu ya juu ya midomo yao (inayofanana na kuvaa barakoa) ili kuepusha kuenea kwa magonjwa ya kupumua.
- Walitakiwa kupiga kelele *"Najisi! Najisi!"* ili kuwaonya wengine wasiwakaribie.

C. Uponyaji na Kurudi Katika Jamii

- Ikiwa mtu angepona, alihitajika *kupimwa upya na kuhani*, na kupitia taratibu maalum za utakaso kabla ya kurejea katika jamii (Walawi 14:1-9).

3. ULINGANIFU WA SHERIA ZA KIBIBLIA NA SAYANSI YA KISASA

Sheria hizi za *Mambo ya Walawi 13-15* zinashabihiana na kanuni za kisasa za afya ya umma, ambazo zinahusisha:

1. *Uchunguzi wa kitabibu* – Kama makuhani wa Israeli walivyotambua wagonjwa, leo hii madaktari hufanya vipimo vya kitaalamu ili kutambua magonjwa ya kuambukiza.
2. *Karantini kwa wagonjwa wa magonjwa ya kuambukiza* – Kama vile wenye ukoma walivyotengwa, wagonjwa wa magonjwa kama COVID-19, Ebola, na TB hulazimika kujitenga ili kuepusha kuenea kwa ugonjwa.
3. *Matumizi ya barakoa na kujikinga kwa njia mbalimbali* – Katika Biblia, mgonjwa alipaswa *kufunika sehemu ya juu ya mdomo wake*, sawa na matumizi ya barakoa leo.
4. *Kuzingatia utakaso na usafi* – Sheria za utakaso kwa watu waliopona zinafanana na kanuni za kisasa za *kuosha mikono, matumizi ya sanitizers, na taratibu za sterilization katika hospitali.*

---

4. MAFUNZO YA KITHEOLOJIA KUHUSU KARANTINI NA AFYA

Kutokana na *sheria za Mungu kuhusu karantini*, tunapata mafunzo yafuatayo:

A. Mungu ni Chanzo cha Sheria za Afya

Sheria hizi zinaonyesha hekima ya Mungu katika *kulinda maisha ya wanadamu*. Kabla ya ugunduzi wa kisasa wa bakteria na virusi, Mungu tayari aliwapa Waisraeli kanuni za kiafya zinazowalinda na magonjwa.

B. Magonjwa ni Sehemu ya Anguko la Mwanadamu

Magonjwa na tauni ni matokeo ya dunia iliyoharibiwa na dhambi (Mwanzo 3:17-19). Kwa hivyo, tunapaswa kuyachukulia magonjwa kama ukumbusho wa hali yetu ya dhambi na kutafuta neema ya Mungu kwa njia ya Kristo.

C. Kujali Afya ya Jamii ni Wajibu wa Kila Mtu

Sheria za kujitenga kwa wagonjwa zinaonyesha kuwa *kujihadhari na afya ya jamii ni sehemu ya upendo wa Kikristo* (Mathayo 22:39).

D. Yesu Kristo ni Uponyaji wa Mwisho

Ingawa sheria hizi zilisaidia kudhibiti magonjwa, uponyaji wa kweli unatoka kwa Kristo pekee. Yesu alipomponya mwenye ukoma (Mathayo 8:1-4), alionyesha kuwa *Yeye ndiye uponyaji wa kimwili na kiroho.*

Sheria za karantini katika *Mambo ya Walawi 13-15* zinaonyesha hekima ya Mungu katika afya ya jamii na zinatufundisha jinsi ya kudumisha usafi, kujali afya ya wengine, na kumtegemea Mungu kwa uponyaji wa kweli. Kanuni hizi zinabaki kuwa msingi mzuri wa afya ya umma hadi leo.

1. MUKTADHA WA KIHISTORIA

Kisa cha Mfalme Hezekia kinafanyika katika karne ya 8 KK, wakati wa utawala wake juu ya Yuda. Wakati huo, Hezekia alikuwa mgonjwa sana, kiasi cha kuwa kwenye hatihati ya kufa (*Isaya 38:1*). Nabii Isaya, aliyeishi wakati uo huo, alikuwa kiungo muhimu kati ya Mungu na mfalme, akileta ujumbe wa Mungu kwa Hezekia kwamba angekufa. Hata hivyo, baada ya maombi ya dhati ya Hezekia kwa Mungu, ujumbe huo uligeuka, nabii Isaya akamwelekeza kufanyiwa matibabu maalum ya asili—kufunga **KEKI YA TINI** juu ya jipu lake.

Kwa kawaida, matunda ya tini (au msera) yalikuwa yakitumika sana katika Mashariki ya Kati kwa madhumuni ya lishe na tiba. Katika *2 Wafalme 20:7* (inayoelezea tukio hilo hilo), tunaona pia msisitizo wa matumizi ya "lump of figs" katika uponyaji. Kwa hivyo, utamaduni wa kiafya wa wakati huo ulitambua thamani ya tiba za asili kama matumizi ya matunda, mimea, na mbinu nyinginezo za kiasili.

---

2. MAANA YA KITHEOLOJIA

Kusisitiza tiba ya asili iliyotolewa na nabii Isaya kumweka Mfalme Hezekia katika nafasi ya kupokea muujiza kunafunua mambo kadhaa ya kitheolojia:

1. *Kipaumbele cha Mungu Katika Uhai wa Mwanadamu*: Mungu, ambaye ni chanzo cha uzima, si tu kwamba anasikiliza maombi ya waja Wake, bali pia anatoa njia za uponyaji. Katika kisa cha Hezekia, Mungu alichagua njia ya kawaida (keki ya tini) ili kumponya, akiunganisha matibabu ya asili na neema yake ya kipekee.
2. *Kuhusisha Matendo na Imani*: Hezekia hakuagizwa tu kusubiri muujiza bila kufanya chochote. Badala yake, ilimbidi aamini na kutekeleza agizo la nabii Isaya—kuweka keki ya tini juu ya jipu. Hii inaonyesha kuwa imani haiwezi kutenganishwa na

matendo (*Yakobo 2:17*), na kwamba mara nyingi Mungu hutumia njia za kawaida kutekeleza makusudi yake ya kiroho.

3. *Ushirika Kati ya Mungu na Binadamu*:
Mungu angetekeleza uponyaji wake kwa njia ya moja kwa moja, lakini anachagua kumshirikisha mwanadamu kupitia tiba asilia. Hili linathibitisha kuwa Mungu hakatai sayansi, tiba, au mbinu za kiasili, bali anaweza kuzitumia kutimiza lengo lake.

4. *Kumbukumbu ya Utukufu wa Mungu*:
Matokeo ya uponyaji wa Hezekia ni kusifiwa kwa Mungu aliyemwongeza miaka kumi na mitano ya uhai (*Isaya 38:5*). Kwa hiyo, matumizi ya keki ya tini yalikuwa kama njia ya kuvuta umakini kwa Mungu, ambaye ndiye chanzo cha maisha na uponyaji.

---

3. MIFANO YA KIVITENDO NA MAFUNZO TUNAYOPATA

Tunaweza kujifunza mambo kadhaa muhimu kutoka kisa hiki cha Isaya 38:21 na kuliunganisha na maisha yetu ya sasa:

1. *Kuchanganya Tiba za Kiasili na Uingiliaji wa Mungu*
Kama vile Hezekia alivyotumia keki ya tini na maombi (kwa mwongozo wa Isaya), nasi tunaweza kuona umuhimu wa kuchanganya matibabu ya kidaktari (ya kisasa au kiasili) na sala. Mungu

anapenda kumponya mwanadamu—wakati mwingine kupitia njia za kawaida, wakati mwingine kupitia miujiza ya moja kwa moja, au vyote pamoja.

2. *Kuchukua Hatua za Uangalizi*

Isaya alimwagiza Hezekia kutenda jambo fulani: kuweka keki ya tini juu ya jipu. Ingekuwa rahisi kwa Hezekia kusema, "Mungu akipenda, ataniponya bila mimi kufanya chochote." Lakini mara nyingi Mungu hutaka mwanadamu ajishughulishe, akionyesha utiifu na imani kupitia matendo (*2 Wafalme 5:14*; kisa cha Namaan kunawa mtoni Yordani).

3. *Ushauri wa Wataalamu*

Katika kisa cha Hezekia, nabii Isaya alikuwa mtu aliyeagizwa na Mungu, lakini pia alikuwa kiongozi wa kiroho mwenye ujuzi na heshima. Vivyo hivyo, tunapaswa kutafuta msaada kutoka kwa wataalamu—madaktari, washauri, au wachungaji—ili tuwe na mwongozo sahihi tunapopitia magonjwa au matatizo mengine ya kiafya.

4. *Majaliwa ya Mungu*

Kisa cha Hezekia kinatukumbusha kuwa hatudhibiti kila kitu. Hatimaye, ni Mungu anayetoa "uendelezaji wa uhai." Hata tunapotumia tiba za asili, sala na matumaini yetu vinapaswa kuwekwa kwa Mungu, tukitambua mamlaka yake juu ya afya na uhai.

---

4. ULINGANIFU KATI YA KEKI YA TINI NA TIBA ZA ASILI ZA LEO

Leo hii, tiba za asili na mimea zinakubaliwa zaidi katika ulimwengu wa kisayansi. Mfano:

- *Tini (Figs)* zinajulikana kuwa na kiwango kikubwa cha virutubisho, ikiwa ni pamoja na vitamini, madini, na nyuzinyuzi, ambavyo vina manufaa mbalimbali kwa mwili.
- *Mimea mingine kama aloe vera, asali, tangawizi, na pilipili manga* zimekuwa zikitumika kama tiba za kiasili tangu enzi za mababu.

Ingawa asili ya keki ya tini ya Hezekia haijachambuliwa kisayansi kwa undani katika Maandiko, ujuzi wa sasa unaonyesha uwezekano kwamba "poultice" au "lundo la tini" lilikuwa na uwezo wa kupunguza maambukizi au kuzima uchungu. Hili linathibitisha kwamba kuna upatanisho kati ya *sayansi na imani*, hasa tunapotambua kuwa Mungu anayetupa mimea na vyakula vyenye manufaa, ndiye anayetuongoza kutumia rasilimali hizo kwa busara.

---

5. MABADILIKO YA MTAZAMO WA KIKRISTO KUHUSU TIBA

Kwa muda mrefu, kanisa na wakristo wamekabiliwa na maswali kuhusu tafsiri ya tiba za kiasili, sayansi ya kisasa, na muujiza wa Mungu. Kisa cha Hezekia kinaonyesha:

1. *Mungu anashirikisha wanadamu katika mchakato wa uponyaji* – Tini kama tiba iliwekwa kimwili, huku Mungu akitimiza sehemu yake ya miujiza.
2. *Imani inachochea matendo* – Tunapoamini kuwa Mungu anaweza kutuponya,

tunakuwa wazi kutii na kutenda kile tunachoelekezwa, iwe ni kumeza dawa au kuomba kwa bidii.

3. *Sayansi na Imani Zinashirikiana* – Hakuna mpasuko kati ya uuguzi wa kisasa na imani ya Kikristo. Mungu anaweza kufanya kazi kupitia teknolojia na ujuzi wa madaktari kama ambavyo alivyofanya kupitia keki ya tini.

Kufunga keki ya tini juu ya jipu la Hezekia ni mfano wa kushirikiana kati ya *imani* na *tiba za asili* katika mpango wa Mungu wa uponyaji. Hii inaonyesha kwamba Mungu *anaweza kuchagua kutumia njia za kawaida*—na wakati mwingine njia zisizoelezeka—kumuinua mtu kutoka kwenye ugonjwa. Kwa upande mmoja, kuna uwepo wa "muujiza" unaotokana na neema ya Mungu, na kwa upande mwingine, kuna *matumizi ya rasilimali za kiasili* ambazo Mungu ametupa.

Katika ulimwengu wa sasa, ambamo sayansi imepiga hatua kubwa, bado ni muhimu kutambua nafasi ya *mazingira na vyanzo vya tiba asili*, sambamba na kumtumaini Mungu kwa uponyaji. Hatimaye, kisa cha Hezekia kinatukumbusha kuwa hekima ya Mungu inashinda ile ya mwanadamu, lakini Mungu anapenda kutuongoza kutumia "hekima ya kawaida" yenye asili ya kiungu, ikiwemo rasilimali za kiasili kwa afya na manufaa yetu.

Isaya 38:21 ni alama ya jinsi ambavyo Mungu anabaki kuwa *Mponyaji mkuu*, lakini ameruhusu mwanadamu kushiriki katika mchakato wa uponyaji kwa kutumia vyakula, mimea, na vipawa vya kisayansi alivyotupatia. Vilevile, inatukumbusha kumtegemea Yeye, tukitenda kwa imani na kufuata mwongozo wake. Hivyo, tunaweza kusimama imara tukijua kwamba Mungu hajapuuza miujiza, wala hajaacha kutupa njia za asili za kujihudumia kiafya.

MIUJIZA YA UPONYAJI YA YESU NA UMUHIMU WAKE KWA AFYA YA KIMWILI NA KIROHO

Katika Agano Jipya, Yeshu anatajwa mara nyingi akifanya miujiza ya uponyaji. Kuanzia kwa wenye ukoma (*Mathayo 8:1-4*), vipofu (*Marko 10:46-52*), viziwi na bubu (*Marko 7:31-37*), hadi kwa waliopooza (*Marko 2:1-12*), Yesu alionyesha mamlaka yake juu ya magonjwa, akirejesha afya ya kimwili na kiroho kwa wale waliomwamini. Miujiza hii inashuhudia utambulisho wake kama Mwana wa Mungu, na inaashiria ufalme wa Mungu unaoleta ukombozi wa kimwili na kiroho. Katika sura hii, tutaangazia:

1. *Muktadha wa Kiagano na Kihistoria wa Miujiza ya Uponyaji*
2. *Umuhimu wa Kwanza: Kuponya Afya ya Kimwili*
3. *Umuhimu wa Pili: Kurejesha Afya ya Kiroho*
4. *Msimamo wa Kiafya (Biolojia) Kuhusu Miujiza*
5. *Umuhimu Wa Uponyaji katika Kujenga Imani*

1. MUKTADHA WA KIAGANO NA KIHISTORIA WA MIUJIZA YA UPONYAJI

Yesu anajitokeza katika historia ya Israeli wakati mafundisho ya Torati na manabii yalikuwa yameweka msingi thabiti wa imani katika Mungu mmoja. Katika Agano la Kale, wafuasi wa Mungu waliona uponyaji ukitendeka mara kwa mara kupitia manabii—kama vile Eliya na Elisha—lakini pia walifuata sheria za kiafya zilizoainishwa katika *Mambo ya Walawi*. Kuingia kwa Yesu katika historia kulileta *ufunuo mpya*, kwa sababu:

1. *Yesu alionekana kama kutimiliza Torati* (Mathayo 5:17).
2. *Kila muujiza wake wa uponyaji ulihusisha upendo, huruma, na mamlaka ya moja kwa moja*—pasipo kafara za dhabihu au kuombwa makuhani.
3. *Yesu alidhihirisha nguvu ya ufalme wa Mungu* kwa kuponya wote waliokuja kwake kwa imani.

---

2. UMUHIMU WA KWANZA: KUPONYA AFYA YA KIMWILI

Yesu aliwaponya watu waliosumbuliwa na magonjwa tofauti tofauti, akionyesha *mguso wa kipekee wa kimungu* unaozidi uwezo wa kimatibabu wa wakati huo. Mambo muhimu yaliyojitokeza:

1. *Usikivu na Huruma:* Yesu hakuwa anaponya tu ili kudhihirisha uwezo wake, bali alikuwa akiguswa na mahitaji ya watu (Mathayo 14:14).
2. *Ushiriki wa Imani ya Mgonjwa:* Mara nyingi tunasoma, "Imani yako imekuponya" (Marko

10:52; Luka 8:48). Hii inaonyesha uhusiano muhimu kati ya imani ya mgonjwa na kitendo cha miujiza.

3. *Mtazamo wa Jamii:* Katika mazingira ya Wayahudi, wagonjwa kama wenye ukoma walikuwa wametengwa kijamii. Yesu alipo waponya, aliwarejesha pia katika jamii yao, aliondoa unyanyapaa.

Nafasi ya Kibaiolojia

Kutokana na mtazamo wa kibaolojia, uponyaji wa kimujiza unatusaidia kutambua:

- *Nafasi ya saikolojia katika tiba:* Mawazo, hisia, na imani zinaweza kuathiri mwitikio wa mwili kwa magonjwa.
- *Kuimarika kwa mfumo wa kinga (immune system):* Watu waliomwamini Yesu kwa dhati na kuona uponyaji wake huenda pia walipata msukumo chanya kuimarisha mfumo wao wa kinga—kipengele ambacho sasa kimechunguzwa katika eneo la *psycho-neuro-immunology*.

---

3. UMUHIMU WA PILI: KUREJESHA AFYA YA KIROHO

Ingawa uponyaji wa kimwili ulikuwa ni *dhihirisho la huruma ya Mungu*, Yesu alihimiza watu kutambua kushinda kwa dhambi na nafasi ya toba. Mfano:

1. *Kisa cha mtu aliyepooza:* (Marko 2:1-12). Yesu kwanza anasema, "Umesamehewa dhambi zako," kisha anamwambia "Simama, ujitwike kitanda

chako…" Hii inaonyesha kwamba tatizo la kiroho—dhambi—lilikuwa kipaumbele.

2. *Mwanamke aliyepatikana katika uzinzi:* (Yohana 8:1-11). Ingawa sio miujiza ya uponyaji wa kimwili, kitendo cha Yesu kumhurumia kumemrudishia afya ya "kiroho na kijamii," akimwambia "Enenda zako; wala usitende dhambi tena."

3. *Yesu akiwaponya wenye pepo:* Kama walivyo vipofu walivyopata kuona, wendawazimu na wenye pepo pia walipata utulivu wa ndani na wajibu wa kiroho (*Marko 5:1-20*).

Kwa hiyo, *uponyaji wa kiroho* hauishii kwenye ukiri wa imani tu, bali ni kuwa huru dhambi, kuishi maisha mapya, na kurudisha utukufu kwa Mungu.

---

4. MSIMAMO WA KIAFYA (BIOLOJIA) KUHUSU MIUJIZA

Miujiza ya uponyaji ya Yesu inaweza kuonekana isiyoelezeka kikamilifu na sayansi ya tiba, lakini hivyo haipunguzi thamani ya tathmini ya kibaiolojia:

1. *Uwezekano wa Nafasi ya Placebo au Imani:* Baadhi ya wanasayansi wanapendekeza imani na matumaini vinaweza kuleta mabadiliko makubwa katika mwili, lakini hii haifutii ukweli kwamba muujiza wa Yesu haukuwa wa kawaida tu, kwani wagonjwa kama *kipofu Timayo* (Marko 10:46-52) au *mtu aliyezaliwa kipofu* (Yohana 9) hawakuwa na tiba mbadala.

2. *Kufufua Wafu (Mathayo 9:18-26; Yohana 11:1-44):* Kisa cha kufufuliwa kwa Lazaro

baada ya siku nne hakina maelezo ya kibaiolojia—kinaashiria mamlaka ya kipekee ya Mungu juu ya uhai na mauti.

3. *Kuponya Mara Moja (Instantaneous Healing):* Mara nyingi uponyaji ulitokea papohapo (Mathayo 8:13; Luka 17:14), isiwezekane kuelezea kwa michakato ya kimwili ya taratibu kama mwitikio wa kinga.

Kwa mantiki hii, *sayansi inaweza tu kusema imefikia kikomo*, lakini imani ya Kikristo inatazama mbali zaidi ya maelezo ya kibayolojia—kuona utendaji wa Mungu.

---

5. UMUHIMU WA UPONYAJI KATIKA KUJENGA IMANI

Miujiza ya uponyaji ya Yesu inahusu zaidi ya kurejesha afya ya mwili:

1. *Kuthibitisha Utambulisho Wa Yesu:*
   - Miujiza inathibitisha kuwa Yesu ni Mwana wa Mungu (*Yohana 20:30-31*), anayestahili kuaminiwa na kufuatwa.
2. *Kufunua Tabia Ya Mungu:*
   - Upendo, rehema, na huruma ya Mungu vinajidhihirisha katika matendo ya uponyaji.
3. *Kusukuma Watu Kutafakari Kikamilifu:*

- Wengi walipomwona Yesu akiponya, walitafakari ukombozi mpana zaidi: *Ufalme wa Mungu.*

4. *Kujenga Jumuiya Yenye Matumaini:*
   - Miujiza hii iliimarisha imani ya mitume na wafuasi wengine, ikajenga kanisa lililojazwa tumaini na ujasiri wa kushuhudia habari njema.

Onyo Kuhusu Magonjwa na Dhambi

- Sio magonjwa yote yanayohusishwa moja kwa moja na dhambi binafsi. Yeshu alikemea mawazo kwamba ugonjwa wa mtu fulani ni matokeo ya dhambi zake au za wazazi wake (Yohana 9:1-3).
- Hata hivyo, magonjwa yanaonyesha upungufu wa maisha ya mwanadamu na mara nyingi humfanya mwanadamu kumtafuta Mungu kwa bidii zaidi.

Miujiza ya uponyaji ya Yesu inaonyesha kuwa *afya ya mwili na roho* ni vipengele muhimu katika mpango wa Mungu. Watu walipona magonjwa ya mwili, lakini pia walipata nafasi ya kumjua Mungu kwa undani, kutubu dhambi, na kuamini upya kwamba upendo wa Mungu hujumuisha matakwa yetu ya kimwili na ya kiroho.

Kutoka kwa mtazamo wa kibayolojia, huenda suala la muujiza likaonekana halina maelezo kamili, lakini kwa mtazamo wa kiroho, ni hatua inayoonyesha *mamlaka ya Kristo juu ya uumbaji*, ambako anaweza kuingilia kati, kuponya na kubadilisha hali ya mwanadamu. Miujiza hii ni mwaliko kwetu tushikamane na imani— kwamba *Mungu anajali mahitaji yetu yote: kimwili, kiakili, na kiroho.*

Kwa hivyo, tunapoona miujiza ya uponyaji katika Injili, tuzidi kuelewa uhusiano mpana kati ya Mungu na mwanadamu, na tukubali kuwa uponyaji wa kweli—unaoangazia mwili na roho—unapatikana kikamilifu katika Yesu Kristo, ambaye ndiye Tabibu Mkuu (Mathayo 9:12).

MJADALA – UCHANGANUO WA KUSHIRIKIANA KWA MUNGU NA MICHAKATO YA KIBIOLOJIA KATIKA UPONYAJI

Katika uwanja wa tiba na teolojia, mjadala kuhusu ushirikiano wa *mchakato wa kibaiolojia* na *uingiliaji wa kiungu* (divine intervention) ni mada ambayo imechukua nafasi muhimu. Kwa watetezi wa imani, Mungu ndiye chanzo kikuu cha miujiza na uponyaji; wakati huo huo, sayansi inasisitiza mchakato wa kimaumbile na ufuataji wa kanuni za kibaiolojia katika kutengeneza hali ya afya na upya wa mwili. Katika sura hii, tutajadili jinsi *uinterplay* (ushirikiano) baina ya uingiliaji wa Mungu na michakato ya kibaiolojia unavyoonekana katika ulimwengu wa uponyaji, tukiangazia mitazamo ya kielimu na masuala ya kisaikolojia na kisaikolojia.

---

1. UELEWA WA MISINGI YA KIBIOLOJIA KATIKA UPONYAJI

i. Michakato ya Kimwili

Mwili wa binadamu umeundwa kwa namna ya kipekee inayomwezesha kujiendesha katika uponyaji. *Mfumo wa kinga* (immune system) hufanya kazi 24/7 kupambana na bakteria, virusi, na maambukizi, huku seli zikijirekebisha mara kwa mara kwa michakato ya kifarmakolojia kama vile *kujitengeneza upya kwa tishu*. Kwa hivyo, mgonjwa anaweza kupata nafuu wakati mwili wake unadhibiti au kushinda ugonjwa kwa namna ya kawaida.

ii. Nafasi ya Mazingira na Lishe

Kiwango cha uponyaji mara nyingi hudhibitiwa pia na *mazingira* (kama vile hewa safi, upatikanaji wa maji, na chakula bora), vilevile *lishe* inayotoa virutubisho muhimu kwa seli. Haya yote yanabainisha jinsi binadamu anavyoweza kutumia "hekima ya uumbaji" – yaani, kanuni za kimaumbile alizopewa.

---

2. UINGILIAJI WA KIUNGU: MTAZAMO WA KIROHO NA KISAIKOLOJIA

i. Dhana ya Miujiza

Katika *utamaduni wa Kikristo*, miujiza ya uponyaji inahusisha matukio yasiyoelezeka kirahisi na kanuni za kibaiolojia, ambapo mgonjwa anaweza kupona nje ya matarajio ya madaktari. *Miujiza* hii inaweza kuchochewa na maombi, ibada, au hali maalum zinazotajwa kuwa uingiliaji wa Mungu.

ii. Athari ya Imani

Watafiti wameonyesha kuwa *imani* (faith) na *msukumo wa kisaikolojia* huathiri utendaji kazi wa mwili, hususan katika kazi ya mfumo wa kinga. *Utafiti* kutoka nyanja za psycho-neuro-immunology unaonyesha kuwa mawazo chanya, matumaini, na imani vinaweza kuongeza uwezo wa mwili kupambana na ugonjwa, japo si sayansi tu inayoweza kufafanua kikamilifu jinsi uingiliaji wa Mungu unavyoshirikiana na michakato hii.

---

3. USHIRIKIANO BAINA YA KIUNGU NA MICHAKATO YA KIMAUMBILE

Katika matatizo mengi ya kiafya, *mchakato wa kibiolojia* unaweza kutegemea uingiliaji wa kidaktari kama upasuaji au matibabu ya madawa. Hata hivyo, watu wenye imani mara nyingi huamini kwamba Mungu anafanya kazi kupitia mbinu hizo pia. Hii inafungua mjadala:

1. *Kuheshimu Kanuni za Asili*: Baadhi ya wanatheolojia wanaamini Mungu anatumia sheria za kimaumbile alizounda. Kwa mfano, mtu anayepata nafuu baada ya upasuaji huonyesha kazi ya daktari na sayansi, lakini pia *baraka na hekima ya Mungu* inayowezesha teknolojia hiyo.
2. *Ushirikiano wa Taratibu*: Kwa upande mmoja, kuna matukio ya miujiza ya papo hapo isiyoelezeka kisayansi, lakini kuna pia uponyaji wa taratibu unaolenga kanuni za kimaumbile (mfumo wa kinga, lishe sahihi, n.k.). Huu ni mwingiliano mtakatifu unaoonyesha Mungu akifanya kazi katika "vilivyo kawaida."
3. *Majibu na Matarajio*: Wale wanaoamini uingiliaji wa Mungu wanaweza pia kutarajia mabadiliko chanya katika hospitali na matibabu ya kidaktari. Wengine huona miujiza ikitokea pengine penye uhaba wa rasilimali, huku

wengine wakipata uponyaji ingawa tiba za kidaktari zilishindikana.

---

4. MITAZAMO YA KIELIMU NA NADHARIA ZA KISAIKOLOJIA

i. Nadharia ya Placebo

Mara nyingi, mihadhara ya kisayansi inaweza kutaja *athari ya Placebo*, ambapo mtu anaweza kupona kwa sababu anaamini tiba itafanya kazi. Hatari ni kudhani "uponyaji wote wa kiroho ni athari ya Placebo," lakini hiyo haiwezi kueleza kikamilifu matukio ambayo yamelipita daraja la maelezo ya kitaalamu, kama kufufuliwa kwa waliokufa au uponyaji wa magonjwa sugu yasiyokuwa na tiba.

ii. Uhalisia wa Kiungu

Kwa upande mwingine, wanatheolojia na wafuasi wa Kikristo wanasema *Mungu ndiye asili ya maisha yote*; kwa hivyo, "muujiza" sio kukiuka sheria za kimaumbile ila ni *kuiimarisha au kuikamilisha* kwa namna isiyotarajiwa na ufahamu wa sasa wa sayansi. Hii imethibitishwa na visa vya uponyaji ambavyo tiba ilishindwa, lakini kwa maombi au matendo fulani ya kiimani, mgonjwa akapona.

---

5. CHANGAMOTO ZA KIAKILI NA KIMAADILI

Katika mjadala huu, changamoto kadhaa zinajitokeza:

1. *Umuhimu wa Kuepuka Ufanatiki*: Baadhi ya watu wanaweza kupuuzia tiba za kisayansi wakitarajia "muujiza tu," na wengine wanaweza kukataa uwepo wa muujiza kabisa wakikumbatia uelewa wa kisayansi tu. Wote wanaweza kuchukua msimamo mgumu unaoweza kudidimiza ukweli mpana.

2. *Haki ya Kuchagua*: Mgonjwa ana haki kuchagua kati ya matibabu ya kisayansi, maombi, au yote mawili. Jamii inapaswa kutoa uhuru na taarifa sahihi ili kusaidia maamuzi bora.

3. *Kushughulikia Matokeo*: Je, tukitumia kanuni zote za kibaiolojia na maombi, lakini uponyaji usije, inamaanisha nini? Katika upana wa Kikristo, linaeleweka kuwa Mungu anaweza kuruhusu mateso kwa sababu za kiufalme—lakini hilo haliondoi wajibu wetu kuitumia sayansi kikamilifu na kumwomba Mungu kwa imani.

6.: KUJENGA MAWAZO HURIA KUHUSU UPONYAJI

Ushirikiano baina ya *mchakato wa kibiolojia* na *uingiliaji wa kiungu* ni mada inayohitaji uwazi wa kifikra na uelewa mpana wa pande zote mbili—imani na sayansi. Miujiza inayotokea ndani ya kanuni za kiasili au nje yake, inaashiria kwamba:

- Mungu anaweza kufanyia kazi mfumo wa kimwili uliopo (mfumo wa kinga, tiba za kisasa) au akafanya jambo nje ya matarajio ya kibinadamu.
- Kuna umuhimu wa kuelewa dhana ya "utunzaji wa uumbaji": Mtu anapaswa kushirikiana na Mungu kwa kutumia rasilimali zilizopo (dawa, upasuaji, n.k.) huku akiweka imani yake kwa Mungu.
- Matokeo yanaweza kuongeza imani ya mtu katika Mungu au kuchochea utafiti zaidi wa kisayansi.

Kwa msingi huu, majadiliano kuhusu "uinterplay" kati ya uingiliaji wa Mungu na michakato ya kibiolojia yanaongeza kina kwa ufahamu wetu wa uponyaji. Tunatekewa kumwomba Mungu atupe hekima, tuamini uwezo wake, na kufaidi sayansi ya tiba aliyoiruhusu ili kuchangia uhai bora kwa wanadamu wote.

Sura ya 06

BAYOLOJIA YA UZAZI

Uzazi ni dhana muhimu sana katika Biblia, ukionyesha agizo la Mungu kwa wanadamu: *"Zaeni, mkaongezeke, mkaijaze nchi"* (Mwanzo 1:28). Agizo hili linasisitiza mpango wa Mungu kwa uumbaji wake, akiwapa wanadamu jukumu la kuendeleza kizazi na kulinda dunia. Aidha, amri hii ilirudiwa kwa Nuhu na kizazi chake baada ya gharika: *"Nanyi zaeni, mkaongezeke; zaeni kwa wingi katika nchi, mkaongezeke ndani yake"* (Mwanzo 9:7). Hii inaonyesha kuwa uzazi ni sehemu ya mpango wa Mungu kwa mwanadamu, siyo tu kwa ajili ya kuendeleza uhai bali pia kwa kutekeleza kusudi lake la kiroho na kijamii.

Katika sura hii, tutachunguza *maana ya uzazi kwa mtazamo wa Biblia na bayolojia*, tukiangazia nafasi ya mwanadamu kama mshiriki wa kazi ya Mungu, umuhimu wa uzazi katika jamii, na jinsi teolojia ya Kikristo inavyoweza kuunganisha kanuni za kimaumbile na mapenzi ya Mungu kwa wanadamu.

---

1. MAANA YA "ZAENI NA MKAONGEZEKE" KATIKA BIBLIA

Agizo la "zaeni na mkaongezeke" linaweza kutafsiriwa katika viwango viwili:

i. Maana ya Kibaolojia

Kwa mtazamo wa kibayolojia, uzazi ni *mchakato wa uumbaji wa maisha mapya kupitia muungano wa chembe hai za uzazi za kiume na za kike*. Mchakato huu unahusisha:

- *Uzalishaji wa mbegu za uzazi (gametes)*
- *Urutubishaji wa yai (fertilization)*
- *Ukuaji wa kiinitete (embryo development)*
- *Kuzaliwa kwa mtoto (birth)*

Katika mpango wa Mungu, mwanadamu amepewa uwezo wa kuendelea kuzaliana na kueneza uumbaji wa Mungu duniani. Hili linaonyesha *hekima ya Mungu katika bayolojia*, ambapo mfumo wa uzazi umeundwa kwa utaratibu wa ajabu unaowezesha maisha mapya.

ii. Maana ya Kiroho na Kijamii

Zaidi ya maana yake ya kibayolojia, uzazi pia una maana ya kiroho. Mungu hakuwaagiza wanadamu tu kujaza dunia kwa watu, bali pia *kuwalea watoto katika kumcha Mungu na kujenga jamii za haki*. Ndiyo maana Biblia inasema: *"Mfundishe mtoto njia impasayo, naye hataiacha hata atakapokuwa mzee"* (Mithali 22:6). Katika maisha ya

Kikristo, uzazi unajumuisha pia *kuzaa watoto wa kiroho kwa kuwafundisha wengine Neno la Mungu* (Mathayo 28:19-20).

---

2. UZAZI KATIKA MAANDIKO NA MTAZAMO WA THEOLOJIA

Biblia inaonyesha uzazi kama *baraka* na pia *jukumu la kiungu*:

i. Uzazi Kama Baraka

Katika Biblia, watoto wanachukuliwa kama *zawadi kutoka kwa Mungu*. Zaburi 127:3 inasema: **"TAZAMA, WANA NDIO URITHI WA BWANA, UZAO WA TUMBO NI THAWABU."**

Kwa hiyo, uzazi unapaswa kuonekana kama neema ya Mungu kwa wanadamu.

ii. Uzazi Kama Jukumu

Biblia pia inatoa wajibu kwa wazazi kuwalea watoto wao kwa njia inayompendeza Mungu. *Waefeso 6:4* inasema: **"NANYI AKINA BABA, MSIWACHOKOZE WATOTO WENU, BALI WALEENI KATIKA ADABU NA MAONYO YA BWANA."**

Hii inathibitisha kuwa uzazi siyo tu mchakato wa kibaolojia, bali ni **MWITO WA KIROHO** wa kuhakikisha kizazi kinachofuata kinamcha Mungu.

---

3. UHUSIANO KATI YA THEOLOJIA NA BAYOLOJIA YA UZAZI

Katika ulimwengu wa kisasa, sayansi ya kibaolojia inaonyesha jinsi uzazi unavyotokea kwa misingi ya mchakato wa asili. Hata hivyo, Biblia inaweka bayolojia ya uzazi katika muktadha wa *kusudi la Mungu* kwa mwanadamu.

i. Muundo wa Kimungu wa Uzazi

Mungu aliumba mwanadamu na mfumo wa uzazi wa kushangaza unaofanya kazi kwa usahihi mkubwa. Mfumo wa uzazi wa kiume na wa kike unakamilishana, ukionyesha jinsi Mungu alivyo *mpangaji mkuu wa maisha.*

ii. Uzazi na Maisha ya Familia

Biblia inasisitiza ndoa kama msingi wa uzazi (Mwanzo 2:24). Uzazi haupaswi kutazamwa tu kwa mtazamo wa kibaolojia, bali pia kwa mtazamo wa kifamilia, kijamii, na kiroho.

---

4. JUKUMU LA UZAZI KATIKA MPANGO WA MUNGU

i. Kuendeleza Uumbaji wa Mungu

Uzazi ni sehemu ya kazi ya Mungu ya kuendeleza uumbaji wake. Mungu aliumba dunia na wanadamu ili waijaze na kuitiisha kwa heshima na haki.

ii. Kukuza Ufalme wa Mungu

Ingawa uzazi wa kibayolojia ni muhimu, Biblia pia inahimiza uzazi wa kiroho kwa kuwaongoza watu kwa Kristo. Yesu alitoa amri ya kufanya wanafunzi kutoka mataifa yote (Mathayo 28:19).

---

5. MASUALA YA KISASA YANAYOHUSIANA NA UZAZI

Katika ulimwengu wa sasa, kuna changamoto mbalimbali zinazohusiana na uzazi, ikiwa ni pamoja na:

- *Mabadiliko ya kijamii kuhusu familia na ndoa*

- *Teknolojia mpya kama uzazi wa mpango na mbinu za uzaaji wa vitandani (In-Vitro Fertilization - IVF)*
- *Changamoto za kiafya kama ugumba na matatizo ya kijeni*

Hata hivyo, mtazamo wa Kikristo unasisitiza umuhimu wa kuthamini uzazi kwa njia inayomheshimu Mungu.

---

6. UZAZI NA NJIA MBADALA: KULEA WATOTO KWA NJIA YA KIROHO

Si kila mtu ana nafasi ya kuwa mzazi wa kibaolojia, lakini Biblia inafundisha njia nyingine za kutekeleza kusudi la uzazi:

i. Uasili na Kulea Watoto wa Kiroho

Biblia inatoa mfano wa kuasili kama njia halali ya kuwa mzazi. Waefeso 1:5 inasema:

"KWA UPENDO ALITUWEKA TAYARI TANGU AWALI TUPATE KUFANYWA WANA KWA NJIA YA YESU KRISTO, SAWASAWA NA URADHI WA MAPENZI YAKE."

Hii inaonyesha kuwa kulea watoto wa kiroho ni sehemu ya mpango wa Mungu.

ii. Ualimu wa Kiroho

Kwa mujibu wa Mathayo 28:19, kufanya wanafunzi ni sehemu ya kuendeleza ufalme wa Mungu. Kwa hivyo, hata wale wasio na watoto wa kibaolojia wanaweza kutimiza agizo la Mungu kwa kuwaelekeza wengine katika njia za haki.

7. HITIMISHO: UZAZI KAMA DHAMANA YA KIROHO NA KIBAOLOJIA

Kwa mtazamo wa Kibiblia na wa kibaolojia, uzazi ni zawadi kutoka kwa Mungu na dhamana inayopaswa kuheshimiwa. Uzazi siyo tu tendo la kibaolojia, bali ni mwito wa kumjua Mungu, kumpenda, na kuhakikisha kwamba vizazi vijavyo vinafuata njia zake.

Hivyo basi, tunapaswa kuona uzazi siyo tu kama njia ya kuendeleza uhai wa kimwili, bali pia kama njia ya *kueneza upendo wa Mungu kwa vizazi vyote* kwa njia ya kimwili na kiroho.

Katika mwanga huu, tunaposhiriki katika uzazi, tunakuwa *wajenzi wa familia za Mungu*, tukifuata mpango wake wa kiungu na kutekeleza wito wake kwa wanadamu.

MUUJIZA WA MIMBA NA UKUAJI WA KICHANGA (ZABURI 139:13-16)

BIBLIA NA SAYANSI YA UZAZI

Katika *Zaburi 139:13-16*, Mfalme Daudi anatoa sifa kwa Mungu kwa jinsi alivyoumba mwili wake tangu tumboni mwa mama yake. Andiko hili linafunua ukweli wa ajabu wa kiroho, wa kibiolojia, na wa kisayansi kuhusu uumbaji wa maisha ya mwanadamu.

"Kwa maana Wewe ndiwe Uliyeumba viungo vyangu vya ndani, Uliniunga tumboni mwa mama yangu. Nitakushukuru kwa kuwa nimeumbwa Kwa jinsi ya ajabu ya kutisha; Matendo Yako ni ya ajabu, Na nafsi yangu yajua sana. Mifupa yangu haikusitirika Kwako, Nilipoumbwa kwa siri, Nilipopangwa kwa ustadi pande za chini za nchi. Macho

Yako yaliniona kabla sijakamilika, Na katika kitabu Chako ziliandikwa zote, Siku zilizoamriwa, Kabla haijawa hata moja kati yake." **(ZABURI 139:13-16)**

Huu ni ushahidi wa nguvu kwamba Biblia inathibitisha muujiza wa uzazi na ukuaji wa mwanadamu tumboni mwa mama yake. Pia, Biblia inaendana na ukweli wa kisayansi, ikionyesha kuwa uumbaji wa mtoto ni mchakato wa ajabu uliopangwa kwa hekima kuu ya Mungu. Katika sura hii, tutachunguza kwa kina jinsi andiko hili linathibitisha ukweli wa kibayolojia kuhusu *mimba, ukuaji wa kijusi, na nafasi ya DNA katika mpango wa Mungu wa uzazi.*

---

1. MUNGU KAMA MUUMBA WA MAISHA (ZABURI 139:13)

Daudi anaanza kwa kusema:

"KWA MAANA WEWE NDIWE ULIYEUMBA VIUNGO VYANGU VYA NDANI, ULINIUNGA TUMBONI MWA MAMA YANGU."

Neno la Kiebrania linalotumika hapa kwa "kuumba" ni **QANAH**, ambalo lina maana ya *"kununua" au "kumiliki"*. Hii inamaanisha kuwa Mungu si tu Muumba, bali pia *mmiliki wa maisha yote*, akithibitisha kwamba uhai wa kila mwanadamu ni mali ya Mungu.

i. Maisha ya Mwanadamu Yanatoka kwa Mungu

Biblia inathibitisha kwamba uhai wa mwanadamu hauanzi tu wakati wa kuzaliwa, bali tangu *utungu wa mimba*. Maandiko kama *Yeremia 1:5*, yanathibitisha haya:

"KABLA SIJAKUUMBA KATIKA TUMBO NALIKUJUA, NA KABLA HUJATOKA TUMBONI NALIKUTAKASA; NIMEKUWEKA KUWA NABII WA MATAIFA."

Hii inaonyesha kuwa Mungu *ana mpango maalum kwa kila mtu tangu tumboni mwa mama yake*, jambo linalothibitishwa na tafiti za kisayansi kuhusu DNA.

ii. DNA Kama Mpango wa Mungu wa Maisha

Katika dunia ya kisasa, *sayansi ya vinasaba (genetics) imethibitisha kuwa maisha huanza wakati wa urutubishaji wa yai na mbegu za uzazi za baba na mama.*

- *DNA* (Deoxyribonucleic Acid) huwekwa ndani ya kila seli, ikiwa na *maelekezo kamili ya jinsi mwili wa mtoto utakavyokua.*
- Kila binadamu ana *muundo wa kipekee wa DNA*, ukithibitisha maneno ya Daudi, *"Nilipoumbwa kwa siri, Nilipopangwa kwa ustadi pande za chini za nchi."*
- DNA ndiyo "kitabu cha maelekezo" kinachoongoza ukuaji wa kijusi tangu siku ya kwanza ya mimba.

---

2. MWANADAMU AMEUMBWA KWA NJIA YA AJABU (ZABURI 139:14)

Daudi anasema:

"NITAKUSHUKURU KWA KUWA NIMEUMBWA KWA JINSI YA AJABU YA KUTISHA; MATENDO YAKO NI YA AJABU, NA NAFSI YANGU YAJUA SANA."

Maneno haya yanathibitisha kwamba ukuaji wa kijusi ni muujiza wa ajabu wa Mungu.

i. Mchakato wa Kibiolojia wa Ukuaji wa Mtoto Tumboni

Sayansi inathibitisha jinsi mwili wa binadamu unavyokua kwa namna ya ajabu:

- *Siku 18:* Moyo wa mtoto huanza kupiga.
- *Siku 21:* Mfumo wa neva huanza kuunda.
- *Wiki 6:* Ubongo huanza kufanya kazi.
- *Wiki 8:* Viungo vyote vya mwili vinaanza kufanya kazi.
- *Wiki 12:* Mtoto anaweza kujitikisa tumboni.
- *Wiki 20:* Mtoto anaweza kusikia sauti za nje.
- *Wiki 24:* Mtoto anaweza kuishi nje ya tumbo la mama.
- *Wiki 40:* Mtoto anazaliwa akiwa na kila mfumo wa mwili wake ukiwa tayari.

Hii inaonyesha kwamba ukuaji wa kijusi ni mchakato wa *kushangaza na wa kipekee*, jambo ambalo Biblia ilielezea karne nyingi kabla ya sayansi ya kisasa.

---

3. MUNGU ANAMUONA KILA KIJUSI KABLA HATA HAJAZALIWA (ZABURI 139:15-16)

Daudi anaendelea kusema:

"MIFUPA YANGU HAIKUSITIRIKA KWAKO, NILIPOUMBWA KWA SIRI, NILIPOPANGWA KWA USTADI PANDE ZA CHINI ZA NCHI."

Hapa, Daudi anatambua kuwa hata kabla ya mwanadamu kuzaliwa, Mungu *anamwona na anamjua.*

i. Umuhimu wa Mfumo wa Uumbaji wa Mungu

- *Mifupa yangu haikusitirika Kwako*: Sayansi inaonyesha kwamba mifupa ya mtoto huanza kuonekana kwa *X-ray katika wiki za mwanzo za ujauzito.* Hii inathibitisha kwamba hata kabla ya macho ya mwanadamu kuona mifupa ya mtoto, Mungu alikuwa *tayari ameiona.*
- *Kupangwa kwa ustadi*: Maendeleo ya kijusi ni ya kushangaza, kwani kila kiungo hupangwa kwa *utaratibu maalum unaotawaliwa na DNA.*
- *Siku zote zimeandikwa katika kitabu cha Mungu*: Sayansi ya *epigenetics* inaonyesha kwamba maisha ya mtoto yanaweza kuathiriwa na mazingira ya mama tangu akiwa tumboni, jambo ambalo Biblia ilielezea mapema.

---

4. MUNGU ANA MPANGO KWA KILA MTOTO (ZABURI 139:16)

Daudi anahitimisha kwa kusema:

"MACHOYAKO YALINIONA KABLA SIJAKAMILIKA, NA KATIKA KITABU CHAKO ZILIANDIKWA ZOTE, SIKU ZILIZOAMRIWA, KABLA HAIJAWA HATA MOJA KATI YAKE."

Hii inaonyesha kwamba Mungu *anapanga maisha ya kila mtoto kabla hajazaliwa*, jambo linalothibitishwa na utafiti wa kisayansi kuhusu ukuaji wa mtoto.

- Sayansi inathibitisha kuwa *uwezo wa akili, vipaji, na hata tabia fulani za mtoto huanza kuundwa tumboni mwa mama yake.*
- Matokeo haya yanaendana na ukweli wa Kibiblia kwamba *Mungu anajua kila hatua ya maisha ya mwanadamu kabla hajazaliwa.*

---

5. BIBLIA INATHIBITISHA UKWELI WA KISAYANSI KUHUSU UZAZI

Kutoka kwa tafsiri ya *Zaburi 139:13-16*, tunaweza kuona kuwa:

1. *Mungu ndiye Muumba wa maisha yote*, na sayansi ya DNA inathibitisha hili.
2. *Uumbaji wa mtoto tumboni ni wa ajabu*, jambo linalothibitishwa na ukuaji wa kijusi.
3. *Mungu anamwona kila mtoto kabla hajazaliwa*, jambo ambalo sasa limethibitishwa na teknolojia ya kisasa kama *ultrasound.*
4. *Mungu ana mpango kwa kila mtoto*, jambo ambalo linathibitishwa na utafiti wa vinasaba.

Kwa hivyo, sayansi na Biblia *havilipingani*, bali vinathibitishana. Uumbaji wa mwanadamu siyo tu mchakato wa kibaolojia, bali pia ni tendo la kiroho linaloonyesha ukuu wa Mungu. Ndiyo maana kila maisha ni matakatifu na yanapaswa kulindwa.

SHERIA ZA USAFI WA KIBIOLOJIA KATIKA WALAWI NA UMUHIMU WAKE KATIKA AFYA YA UZAZI

Sheria za usafi wa kibaolojia zilizoainishwa katika kitabu cha *Walawi (sura 11-15)* zinaendelea kuwa na umuhimu mkubwa kwa afya ya uzazi na maadili ya kisasa. Ingawa mara nyingi zinaonekana kama masharti ya kidini pekee, tafiti za kisayansi na za kitheolojia zimebainisha kuwa sheria hizi zina faida kubwa kwa afya ya mwili, roho, na jamii kwa ujumla. Kwa Waisraeli wa kale, sheria hizi zilikuwa msingi wa utakatifu, zikisaidia kutenganisha kinachochukuliwa kuwa safi na kisicho safi. Kwa jamii ya leo, tunaweza kuelewa maana zake kwa kuangazia vipengele vya *kibiolojia, kitheolojia, na kiafya*.

---

1. SHERIA ZA USAFI KATIKA WALAWI: MUHTASARI WA KIMAANDIKO

Kitabu cha Walawi kinatoa miongozo mbalimbali kuhusu usafi wa kimwili na kiroho. Sheria hizi zinajumuisha:

1. *Sheria za vyakula (Walawi 11)* – Kutenganisha vyakula safi na visivyo safi.
2. *Sheria za magonjwa ya ngozi (Walawi 13)* – Jinsi ya kugundua na kutibu ugonjwa wa ukoma.
3. *Sheria za uchafuzi wa mwili (Walawi 15)* – Matatizo yanayohusiana na uzazi, hedhi, na magonjwa ya zinaa.

Hizi zote zilikuwa na madhumuni ya kuhakikisha jamii inaishi kwa usafi na afya, jambo ambalo linathibitishwa na sayansi ya kisasa.

2. UMUHIMU WA SHERIA ZA USAFI WA KIBAOLOJIA KWA AFYA YA UZAZI

i. Matunzo ya Afya ya Wanawake

Katika *Walawi 15:19-33*, sheria zinahusu uchafu wa hedhi na kutenganishwa kwa mwanamke hadi kipindi cha hedhi kimalizike. Katika nyakati za kale, kutengwa kwa mwanamke mwenye hedhi kulikuwa njia ya kumlinda na kumpa muda wa kupumzika. Sayansi ya kisasa inaonyesha kuwa wanawake wanaopata muda wa kupumzika wakati wa hedhi hupata *afya bora ya uzazi* na hupunguza hatari ya matatizo kama vile *anemia*.

ii. Kinga Dhidi ya Magonjwa ya Zinaa

Sheria za usafi katika *Walawi 15* zinaeleza kuwa mtu mwenye kutokwa na usaha au ugonjwa wa zinaa anapaswa kujitenga. Hili linahusiana na utafiti wa kisasa unaothibitisha kuwa magonjwa mengi ya zinaa (kama vile kaswende, kisonono, na HPV) yanaweza kusambazwa kwa njia ya ngono zisizo salama.

Kwa hivyo, dhana ya kutengwa kwa walio wagonjwa na kuepuka mahusiano ya ndoa wakati wa ugonjwa inalingana na *matibabu ya kisasa ya magonjwa ya zinaa*, ambayo yanapendekeza mgonjwa ajitenge na afuate matibabu sahihi.

iii. Usafi wa Wanaume na Tohara

Katika *Walawi 12:3*, Mungu aliamuru kwamba wavulana watakeetwe (watahiriwe) siku ya nane baada ya kuzaliwa. Leo hii, sayansi imethibitisha kuwa *kutahiriwa hupunguza hatari ya magonjwa ya zinaa, saratani ya uume, na maambukizi ya njia ya mkojo kwa watoto wachanga.* Pia, uchunguzi wa kisayansi umeonyesha kuwa siku ya nane ndiyo siku ambapo kiwango cha *protini ya kugandisha damu (vitamin K)* huwa katika hali bora zaidi, hivyo kupunguza hatari ya kutokwa damu kupita kiasi.

---

3. SHERIA ZA USAFI NA UHUSIANO WAKE NA THEOLOJIA YA UKAMILIFU

Katika *Walawi 11:44-45*, Mungu anawaambia Waisraeli: **"KWA MAANA MIMI NDIMI BWANA, MUNGU WENU; TAKASENI NAFSI ZENU BASI, NANYI MTAKUWA WATAKATIFU, KWA KUWA MIMI NI MTAKATIFU."**

Kwa Waisraeli, *usafi wa mwili uliwakilisha usafi wa kiroho*, hivyo kutotii sheria hizi kulimaanisha kujitenga na Mungu. Katika Agano Jipya, Yesu alifafanua zaidi kuwa *utakatifu wa kweli unatokana na usafi wa moyo* (Mathayo 15:11). Hata hivyo, bado kuna uhusiano mkubwa kati ya *usafi wa kimwili na wa kiroho*, ambapo afya ya mwili inaathiri hali ya kiroho ya mtu.

Katika *1 Wakorintho 6:19-20*, Paulo anaeleza kuwa: **"JE, HAMJUI YA KUWA MIILI YENU NI HEKALU LA ROHO MTAKATIFU?"**

Kwa hivyo, kudumisha usafi wa mwili ni sehemu ya *kumheshimu Mungu kwa miili yetu.*

---

4. SHERIA ZA USAFI WA KIBAOLOJIA KWA WAYAHUDI WA KISASA

Sheria hizi bado zinafuatwa na Wayahudi wa kisasa, hasa kupitia:

1. *Kosher (Kashrut)* – Mfumo wa lishe unaojumuisha kula vyakula safi kama vile nyama zisizochanganywa na maziwa.

2. *Mikvah (Mikve)* – Kuoga katika bafu takatifu baada ya hedhi au mahusiano ya ndoa ili kurejesha usafi.

3. *Tahadhari za Kiafya* – Kuepuka kugusa maiti, magonjwa ya ngozi, na magonjwa ya zinaa.

Njia hizi zimeonyesha kuwa na *faida za kiafya*, hasa katika kuzuia maambukizi ya bakteria na magonjwa yanayoenezwa kupitia vyakula na maji machafu.

5. SHERIA ZA USAFI KWA WAKRISTO WA KISASA

Ingawa Wakristo hawalazimiki kufuata sheria zote za Agano la Kale, bado kuna *kanuni za kiroho na kiafya* zinazoweza kutumika:

- *Maisha ya Usafi na Uadilifu* – Kuishi kwa namna inayoonyesha utakatifu wa Mungu.
- *Kujali Afya ya Mwili* – Kula chakula bora, kufanya mazoezi, na kuepuka tabia zinazoathiri afya.
- *Ulinzi Dhidi ya Magonjwa ya Zinaa* – Kufanya mahusiano ndani ya ndoa kama njia ya kudumisha usafi wa kimwili na kiroho.

6. SHERIA ZA USAFI WA KIBAOLOJIA KWA SAYANSI YA KISASA

Sayansi ya afya imeonyesha kuwa:

1. *Sheria za kutenga wagonjwa* zilisaidia kuzuia kuenea kwa magonjwa ya kuambukiza.
2. *Sheria za chakula* zilisaidia kupunguza magonjwa yanayopatikana kupitia kula nyama mbichi au yenye vimelea.
3. *Sheria za usafi wa uzazi* zililinda afya ya wanawake, watoto, na familia kwa ujumla.

Hii inathibitisha kuwa sheria za usafi katika Walawi hazikuwa za kidini pekee, bali pia zilikuwa njia ya *kulinda afya ya jamii nzima*.

---

7. UMUHIMU WA SHERIA ZA USAFI WA KIBAOLOJIA LEO

Katika dunia ya kisasa, sheria hizi zinaendelea kuwa na thamani kwa:

- *Kuhifadhi afya ya jamii* kwa kufuata kanuni bora za usafi na lishe.
- *Kudumisha usafi wa kiroho* kwa kuishi kwa utakatifu na kujiepusha na dhambi.
- *Kuimarisha maadili ya ndoa na familia* kwa kuzingatia afya ya uzazi na uzingativu wa mahusiano safi.

Kwa hivyo, ingawa Wakristo hawaishi chini ya sheria za Agano la Kale, bado *kanuni za usafi wa kibaolojia kutoka Walawi zinabaki kuwa na manufaa makubwa katika maisha ya kiroho, kiafya, na kijamii*. Kwa kuwa miili yetu ni *hekalu la Mungu*, tunapaswa kuishi kwa usafi, kiafya, na kwa utakatifu, tukitambua kuwa afya yetu ya kimwili na ya kiroho ni sehemu ya ibada kwa Mungu.

UMUHIMU WA NASABA KATIKA SIMULIZI ZA BIBLIA NA MAANA YAKE KIBAIOLOJIA

Nasaba au ufuatiliaji wa kizazi ni mojawapo ya vipengele muhimu katika Biblia. Maandishi ya Kimaandiko yanaonyesha umuhimu wa nasaba kwa kuweka uhusiano kati ya vizazi, kuonesha uaminifu wa Mungu kwa agano lake, na kuthibitisha utimilifu wa unabii wa Masihi. Katika maandiko ya Biblia, vizazi vinaunganishwa kwa namna ambayo inaeleza historia ya ukombozi wa mwanadamu na mpango wa Mungu kwa wanadamu.

Kwa mtazamo wa kibaolojia, nasaba pia inahusiana na urithi wa vinasaba (DNA), unaoonesha uendelevu wa maisha kupitia uzao. Kwa hiyo, tafakari ya nasaba katika Biblia inatoa mafunzo ya kihistoria, kitheolojia, na kibaolojia kuhusu nafasi ya kizazi katika mpango wa Mungu.

1. UMUHIMU WA NASABA KATIKA BIBLIA

Katika Biblia, umuhimu wa nasaba unaonekana katika maeneo yafuatayo:

i. Thibitisho la Ahadi za Mungu

Nasaba inahakikisha kuwa agano la Mungu linaendelea kwa vizazi tofauti. Mungu aliahidi Ibrahim: **"NITAKUFANYA WEWE KUWA TAIFA KUBWA, NA**

NITAKUBARIKI; NITAKUFANYA JINA LAKO LIWE KUU, NAWE UTAKUWA BARAKA." (Mwanzo 12:2).

Ahadi hii inathibitishwa kupitia kizazi cha Isaka, Yakobo, na uzao wao wote, na mwisho kupitia Yesu Kristo, ambaye ni uzao wa Ibrahimu.

ii. Uanzishaji wa Utambulisho wa Kabila na Sheria

Katika Agano la Kale, nasaba iliimarisha utambulisho wa kikabila wa Waisraeli. Kila kabila lilihusiana na uzao wa mmoja wa wana wa Yakobo, likiwa na mgawanyo wa ardhi na majukumu ya kiutawala.

Mfano mwingine ni ule wa Walawi, ambao walihifadhiwa kwa kazi ya kikuhani kwa sababu walitokana na uzao wa Lawi.

iii. Uhakikisho wa Utimilifu wa Unabii wa Masihi

Yesu Kristo, Masihi aliyeahidiwa, alizaliwa katika ukoo wa Daudi, jambo lililohitajika kwa utimilifu wa unabii wa Agano la Kale. Injili za Mathayo na Luka zinaeleza ukoo wa Yesu kwa undani, zikionesha uhusiano wake na Ibrahimu na Daudi ili kuthibitisha kuwa yeye ndiye Masihi aliyekuwa akisubiriwa.

---

2. NASABA KULINGANA NA KITABU CHA MWANZO

Katika *Mwanzo 5*, tunapata ukoo wa Adamu hadi Nuhu, unaothibitisha mwendelezo wa maisha kutoka kwa mwanzo wa uumbaji hadi kizazi cha mabadiliko ya kihistoria. Baada ya gharika, *Mwanzo 10* unatambulisha kizazi cha wana wa Nuhu (Shemu, Hamu, na Yafethi), kinachojulikana kama *Jedwali la Mataifa*.

Nasaba hii inaonyesha jinsi wanadamu walivyotawanyika duniani baada ya gharika, ikithibitisha kuwa historia ya wanadamu ni muendelezo wa kizazi kutoka kwa mwanzo.

3. UMUHIMU WA KUZAANA KULINGANA NA BIBLIA

Kuzaana ni amri ya Mungu kwa wanadamu tangu mwanzo. Mungu alimwambia Adamu na Hawa:

"ZAENI, MKAONGEZEKE, MKAIJAZE NCHI, NA KUITIISHA." (Mwanzo 1:28).

Baada ya gharika, Mungu alimpa Nuhu na wanawe agizo hilo hilo:

"ZAENI, MKAONGEZEKE, MKAIJAZE NCHI." (Mwanzo 9:7).

Mambo makuu kuhusu uzazi katika Biblia ni:

i. Uzao kama Baraka ya Mungu

Watoto huonekana kama zawadi na baraka kutoka kwa Mungu. *Zaburi 127:3* inasema:

"TAZAMA, WANA NDIO URITHI WA BWANA, UZAO WA TUMBO NI THAWABU YAKE."

Katika Biblia, familia ni msingi wa jamii, na watoto huonekana kama urithi wa kiroho na wa kimwili.

ii. Kuzaana kama Njia ya Kudumisha Imani

Katika *Kumbukumbu la Torati 6:6-7*, Mungu anaagiza wazazi kuwafundisha watoto wao sheria na mapenzi yake ili kuzihifadhi kwa vizazi vyote.

Mwandishi wa Mithali anaeleza umuhimu wa kuendeleza hekima kwa vizazi:

"MFUNDISHE MTOTO NJIA IMPASAYO, NAYE HATAIACHA HATA ATAKAPOKUWA MZEE." (Mithali 22:6).

Hii inaonyesha kuwa nasaba haimaanishi tu urithi wa damu, bali pia urithi wa kiimani.

iii. Nasaba na Mchakato wa Ukombozi

Kipindi cha Agano la Kale, watu waliamini kwamba kuzaa ni sehemu ya kushiriki mpango wa Mungu wa wokovu. Hii ilihusiana na kusubiri kwa Masihi, ambaye alitabiriwa kutoka katika uzao wa Ibrahimu (Mwanzo 22:18) na Daudi (2 Samweli 7:12-13).

Kwa hivyo, kila kizazi kilikuwa na jukumu la kuhakikisha kuwa kizazi kijacho kinaendelea kutembea katika njia za Mungu.

---

4. MAANA YA NASABA KWA SAYANSI YA KISASA

Nasaba haionyeshi tu uhusiano wa kiroho bali pia wa kibaolojia kupitia *DNA*. Katika utafiti wa kisasa, wanasayansi wamegundua kuwa DNA huhifadhi habari zote za urithi wa vizazi, ikiwemo afya, tabia, na sifa za kimwili.

Maendeleo katika *biolojia ya molekuli na uhandisi wa kijeni* yameweza kuthibitisha umuhimu wa nasaba kwa njia zifuatazo:

1. *Uhusiano wa vinasaba (genetic inheritance)* – Vinasaba hubeba taarifa muhimu zinazorithiwa kutoka kizazi kimoja hadi kingine.
2. *Utambulisho wa vizazi (ancestry DNA testing)* – Wanasayansi wanaweza kufuatilia asili ya mtu kupitia uchunguzi wa DNA.
3. *Matibabu yanayotokana na historia ya nasaba (genetic medicine)* – Taarifa za nasaba hutumiwa kutambua magonjwa yanayorithiwa, kama vile ugonjwa wa kisukari, saratani, na magonjwa ya moyo.

Hii inaonyesha kuwa maelezo ya Biblia kuhusu nasaba na urithi yanaungwa mkono na tafiti za kisayansi zinazothibitisha muendelezo wa kizazi kupitia *vinasaba*.

5. UMUHIMU WA NASABA NA UZAO KULINGANA NA BIBLIA

Kutokana na uchunguzi wa kitheolojia na wa kibaolojia, tunaweza kusema kuwa:

- Nasaba ni sehemu muhimu ya mpango wa Mungu, inayoonyesha mwendelezo wa kizazi na uaminifu wake kwa ahadi zake.
- Uzao ni njia ya kushiriki katika kazi ya uumbaji ya Mungu na kudumisha jamii za waumini.
- Uzao ni urithi wa kiimani, ambapo kizazi kimoja huhakikisha kuwa kinachofuata kinaendelea katika njia za Bwana.
- Sayansi inathibitisha kuwa urithi wa kizazi kupitia *DNA* una umuhimu wa kibaolojia kwa afya na utambulisho wa binadamu.

Kwa hivyo, maandiko matakatifu yanathibitisha kuwa kuzaa na kusambaza maadili ya kiroho na ya kijamii ni sehemu ya mpango wa Mungu kwa wanadamu. *Nasaba ni zaidi ya damu; ni urithi wa kiroho unaounganisha vizazi na kuendeleza mapenzi ya Mungu duniani.*

MAARIFA YA KISASA KUHUSU UZAZI NA MPANGO WA FAMILIA KWA MUKTADHA WA KANUNI ZA KIBIBLIA

Mpango wa familia ni dhana inayohusiana na upangaji wa idadi ya watoto ndani ya familia, pamoja na kuamua muda wa kuzaliwa kwa watoto kwa kutumia njia mbalimbali kama vile uzazi wa mpango wa asili, njia za kisayansi za kudhibiti uzazi, matibabu ya ugumba, na njia nyinginezo za kusaidia au kuzuia ujauzito. Katika ulimwengu wa kisasa, maamuzi haya yanategemea sababu nyingi kama vile hali ya kifedha, afya, kazi, mahusiano ya wanandoa, na mazingira ya maisha.

Ingawa Biblia haizungumzi moja kwa moja kuhusu uzazi wa mpango wa kisasa, inatoa kanuni muhimu kuhusu ndoa, uzazi, na nafasi ya watoto katika jamii ya waumini. Kwa hivyo, sura hii itachunguza mtazamo wa Kibiblia kuhusu uzazi na mpango wa familia kwa kuzingatia maarifa ya kisasa kuhusu afya ya uzazi na maadili ya Kikristo.

---

1. MTAZAMO WA BIBLIA KUHUSU UZAZI NA KUZAANA

Katika Biblia, uzazi unaonekana kuwa sehemu muhimu ya mpango wa Mungu kwa wanadamu. Mungu alimwambia Adamu na Hawa:

"ZAENI, MKAONGEZEKE, MKAIJAZE NCHI, NA KUITIISHA." (Mwanzo 1:28).

Baada ya gharika, Mungu alimwambia Nuhu na watoto wake:

"ZAENI, MKAONGEZEKE, MKAIJAZE NCHI." (Mwanzo 9:7).

Haya ni maagizo ambayo yanaonyesha kuwa uzazi ni baraka ya Mungu kwa wanadamu. Katika Zaburi 127:3, Biblia inasema:

"TAZAMA, WANA NDIO URITHI WA BWANA, UZAO WA TUMBO NI THAWABU YAKE."

Hii inaonyesha kuwa watoto ni zawadi kutoka kwa Mungu, na ni wajibu wa wanandoa kuwalea katika njia inayompendeza Mungu.

2. UZAZI WA MPANGO KATIKA MUKTADHA WA KIBIBLIA

Ingawa Biblia haisemi moja kwa moja kuhusu mbinu za kisasa za uzazi wa mpango, inatoa kanuni za jumla zinazoweza kutumika katika kufanya maamuzi kuhusu uzazi wa mpango:

i. Uongozi wa Mungu katika Maamuzi ya Uzazi

Katika *Methali 16:9*, tunasoma:

"MOYO WA MWANADAMU HUPANGA NJIA YAKE, LAKINI BWANA NDIYE AONGOZAE HATUA ZAKE."

Hii ina maana kuwa, ingawa wanandoa wanaweza kupanga familia yao, ni muhimu kuomba hekima ya Mungu ili kuhakikisha kuwa maamuzi yao yanapatana na mapenzi yake.

Katika *Yakobo 1:5*, Biblia inasema:

"LAKINI MTU WA KWENU AKIKOSA HEKIMA, NA AOMBE KWA MUNGU, AWAPAYE WOTE KWA UKARIMU WALA HAKEMEI, NAYE ATAPEWA."

Kwa hiyo, wanandoa wanapaswa kumtegemea Mungu katika kupanga familia yao kwa njia ya maombi na tafakari ya kina.

ii. Kuweka Mipango ya Uzazi Kwa Busara

Biblia inahimiza hekima na mpangilio katika maisha. *Methali 21:5* inasema:

"MAWAZO YA MWENYE BIDII HUUELEKEA UTAJIRI, BALI KILA MTU MWENYE PUPA HUUELEKEA UHITAJI."

Hii ina maana kuwa kupanga uzazi kwa njia ya busara kunaweza kusaidia familia kujipanga kifedha, kimwili, na kiroho kwa ajili ya watoto watakaozaliwa.

iii. Mungu Ana Uwezo wa Kuleta Uzao Kwa Mapenzi Yake

Katika *Mwanzo 29:31*, Biblia inaeleza jinsi Mungu alivyoifungua tumbo la Raheli alipokuwa tasa. Pia, katika *1 Samweli 1:20*, tunamuona Hana ambaye alimuomba Mungu mtoto, na Mungu akamjalia Samweli. Hii inaonyesha kuwa, licha ya juhudi za kibinadamu za kudhibiti uzazi, Mungu ndiye anayetoa watoto kwa mapenzi yake.

---

3. MBINU MBALIMBALI ZA UZAZI WA MPANGO NA MTAZAMO WA KIBIBLIA

Zipo njia mbalimbali zinazotumiwa kwa uzazi wa mpango, baadhi zikiwa za asili na nyingine za kisasa. Biblia haitoi maagizo ya moja kwa moja kuhusu njia hizi, lakini kanuni zake zinaweza kutumiwa katika kutathmini iwapo njia fulani inakubalika kiroho.

i. Uzazi wa Mpango wa Asili (Natural Family Planning - NFP)

Hii ni mbinu inayotegemea mzunguko wa mwanamke wa hedhi na kuzuia ujauzito kwa kujiepusha na tendo la ndoa wakati wa siku za rutuba. Njia hii inakubalika na madhehebu mengi ya Kikristo kwa kuwa haileti madhara ya kiafya na inaheshimu mwili wa mwanadamu kama uumbaji wa Mungu.

ii. Matibabu ya Ugumba

Katika Biblia, tunaona mifano ya wanawake waliokuwa wagumba lakini Mungu akawajalia watoto, kama vile Sara (Mwanzo 21:1-2), Hana (1 Samweli 1:20), na Elisabeti (Luka 1:57). Hii inaonyesha kuwa kutafuta matibabu ya ugumba si dhambi, ilimradi inafanywa kwa heshima na maadili ya Kikristo.

iii. Matumizi ya Njia za Kisasa za Kuzuia Ujauzito

Njia kama vile vidonge vya uzazi wa mpango, sindano, vipandikizi, na kondomu zinaweza kutumiwa na wanandoa kwa kusudi la kupanga uzazi. Kwa mtazamo wa Kibiblia, njia hizi si dhambi mradi hazihusishi utoaji mimba au madhara kwa afya.

iv. Utoaji wa Mimba (Abortion) na Mtazamo wa Kibiblia

Biblia inakataa utoaji wa mimba kwa sababu inatambua kuwa uhai wa mtoto huanza akiwa tumboni. *Zaburi 139:13-16* inasema Mungu anatufahamu tangu tumboni mwa mama zetu. Pia, katika *Yeremia 1:5*, Mungu alimwambia Yeremia:

"KABLA SIJAKUUMBA KATIKA TUMBO NALIKUJUA, NA KABLA HUJATOKA TUMBONI NALIKUTAKASA."

Kwa hivyo, utoaji wa mimba si njia halali ya uzazi wa mpango kwa mujibu wa mafundisho ya Biblia.

4. UZAZI WA MPANGO NA MAADILI YA KIKRISTO

i. Maamuzi Yafanywe Kwa Makubaliano ya Wanandoa

Biblia inasema katika *1 Wakorintho 7:5* kwamba mume na mke wanapaswa kufanya maamuzi kwa pamoja kuhusu mambo yanayohusu ndoa na mwili wao.

ii. Wanandoa Wana Uhuru wa Kupanga Familia

Ingawa uzazi ni baraka, hakuna amri katika Biblia inayosema kila wanandoa lazima wawe na watoto. Wanandoa wanaweza kuamua kuchelewesha au kupunguza idadi ya watoto kwa sababu mbalimbali, ilimradi wanamtegemea Mungu na kufanya maamuzi kwa maombi.

iii. Wajibu wa Wazazi Katika Kulea Watoto

Uzazi hauishii tu katika kuleta watoto duniani bali unajumuisha kulea watoto kwa nidhamu na mafundisho ya Mungu. *Waefeso 6:4* inasema:

"NANYI AKINA BABA, MSIWACHOKOZE WATOTO WENU, BALI WALEENI KATIKA ADABU NA MAONYO YA BWANA."

Hii inaonyesha kuwa maamuzi ya uzazi wa mpango yanapaswa pia kuzingatia uwezo wa kuwalea watoto kwa heshima ya Mungu.

Kwa kuzingatia mafundisho ya Biblia, uzazi wa mpango si dhambi ikiwa unafanywa kwa hekima, kwa makubaliano ya wanandoa, na kwa heshima kwa uumbaji wa Mungu. Wanandoa wanapaswa kutafuta mwongozo wa Mungu katika kupanga familia zao na kuhakikisha kuwa wanadumisha maadili ya Kikristo katika maamuzi yao ya uzazi. *Uzazi ni zawadi kutoka kwa Mungu, na kila mtoto ni baraka inayostahili kupokelewa kwa heshima na upendo.*

UZAZI KAMA KAZI YA KIBIOLOJIA NA WITO WA KIUNGU

Uzazi ni mojawapo ya kazi muhimu zaidi za mwili wa binadamu, lakini pia ni sehemu ya mpango wa Mungu kwa wanadamu. Katika Biblia, uzazi hauonekani tu kama mchakato wa kibaolojia bali pia kama wito wa kiroho, jukumu la kibinadamu, na baraka ya kipekee kutoka kwa Mungu. Mungu aliamuru mwanadamu kuzaliana na kuongezeka, akisema:

"ZAENI, MKAONGEZEKE, MKAIJAZE DUNIA NA KUITIISHA." (Mwanzo 1:28).

Hii inaonyesha kuwa uzazi ni agizo la Mungu, na kwa hivyo, unapaswa kuzingatiwa kwa heshima, nidhamu, na maadili. Katika sura hii, tutachunguza jinsi uzazi unavyokuwa mchakato wa kibaolojia na pia wito wa kiungu, na jinsi wanadamu wanapaswa kushiriki kwa uwajibikaji katika mpango wa Mungu wa kuongeza kizazi.

---

1. UZAZI KAMA KAZI YA KIBIOLOJIA

Kibiolojia, uzazi ni mchakato unaohakikisha kuendelea kwa uhai wa viumbe. Kwa wanadamu, uzazi huanza na utungisho wa yai la mwanamke na mbegu za mwanamume, kisha mtoto hukua tumboni kwa miezi tisa kabla ya kuzaliwa.

i. Mzunguko wa Uzazi na Homoni

Mzunguko wa uzazi unasimamiwa na homoni mbalimbali, ambazo huandaa mwili wa mwanamke kwa ajili ya mimba. Mchakato huu unahusisha:

- *Ovulationi* (Utoaji wa yai)
- *Utungisho wa yai na mbegu za kiume*
- *Ukuaji wa kiinitete katika mfuko wa uzazi*
- *Makala ya ukuaji wa mtoto tumboni hadi kuzaliwa*

Katika *Zaburi 139:13-16*, Biblia inaeleza jinsi Mungu anavyoshiriki kikamilifu katika kuumba kila mtu tumboni mwa mama yake:

"KWA MAANA WEWE ULIUMBA VIUNGO VYANGU VYA NDANI, UKANIFANYA KWA USTADI TUMBONI MWA MAMA YANGU."

Hii inaonyesha kuwa, licha ya mchakato wa kibaolojia unaohusika katika uzazi, kuna mkono wa Mungu unaohakikisha uumbaji wa kila mtoto kwa namna ya pekee.

---

2. UZAZI KAMA WITO WA KIUNGU

Katika Biblia, uzazi ni sehemu ya agano kati ya Mungu na mwanadamu. Mungu alitoa maagizo ya kuzaliana sio tu kwa wanadamu bali pia kwa wanyama (Mwanzo 1:22). Hata hivyo, uzazi wa mwanadamu una nafasi ya kipekee kwa sababu unahusisha roho na mpango wa Mungu kwa ajili ya wanadamu.

i. Uzazi Kama Agizo la Mungu

Katika *Mwanzo 9:1*, baada ya gharika, Mungu alimwambia Nuhu na watoto wake:

"ZAENI, MKAONGEZEKE, MKAIJAZE DUNIA."

Hili ni agizo linaloonyesha kuwa Mungu ana mpango wa kuongeza wanadamu duniani kwa kizazi baada ya kizazi.

ii. Uzazi Kama Njia ya Kutimiza Ahadi za Mungu

Katika Biblia, ahadi nyingi za Mungu zilitekelezwa kupitia uzao wa watu wake. Kwa mfano, Mungu alimwahidia Ibrahimu kuwa atakuwa baba wa mataifa mengi (Mwanzo 17:4-6). Pia, ahadi ya Masihi ilikuja kupitia ukoo wa Daudi (2 Samweli 7:12-16), ikionyesha jinsi uzazi unavyoshiriki katika mpango wa wokovu wa Mungu kwa wanadamu.

3. UWAJIBIKAJI WA MWANADAMU KATIKA UZAZI

Ingawa uzazi ni baraka na wito wa Mungu, pia ni jukumu kubwa linalohitaji hekima na mipango mizuri.

i. Kulea Watoto Katika Njia ya Mungu

Biblia inasisitiza kuwa watoto wanapaswa kulelewa katika njia ya haki. *Methali 22:6* inasema: **"MLEE MTOTO KATIKA NJIA IMPASAYO, NAYE HATAIACHA HATA ATAKAPOKUWA MZEE."**

Hii inamaanisha kuwa uzazi hauishii tu katika kuleta watoto duniani bali pia katika kuwalea kwa nidhamu ya Mungu.

ii. Uzazi wa Mpango na Maamuzi ya Wanandoa

Kwa kuwa uzazi ni jukumu kubwa, wanandoa wanapaswa kupanga familia zao kwa hekima. *1 Wakorintho 7:5* inasema kuwa wanandoa wanapaswa kufanya maamuzi ya ndoa kwa makubaliano.

Biblia haitaji moja kwa moja njia za kisasa za uzazi wa mpango, lakini inahimiza hekima na maamuzi yenye busara (Methali 21:5). Kwa hivyo, wanandoa wanapaswa kuomba mwongozo wa Mungu wanapopanga familia zao.

4. CHANGAMOTO ZA KISASA ZINAZOHUSIANA NA UZAZI

Katika ulimwengu wa kisasa, kuna changamoto nyingi zinazohusiana na uzazi, ikiwa ni pamoja na:

- *Ugumba*: Wanandoa wengi wanakabiliana na changamoto za kushindwa kupata watoto, jambo ambalo linaweza kusababisha msongo wa mawazo na changamoto za ndoa. Biblia ina mifano ya watu waliopitia ugumba lakini Mungu akawajalia watoto, kama vile Sara (Mwanzo 21:1-2) na Hana (1 Samweli 1:20).
- *Kutojali Uzazi*: Katika baadhi ya jamii, watu wanakataa kuzaa kabisa kwa sababu ya vipaumbele vingine kama kazi na maisha ya kisasa. Hii inaweza kupunguza ukuaji wa familia na jamii kwa ujumla.
- *Madhara ya Maisha ya Kisasa Katika Uzazi*: Mabadiliko ya mtindo wa maisha, vyakula vilivyochakatwa, na msongo wa mawazo vinaathiri afya ya uzazi.

---

5. UZAZI KATIKA MWANGA WA MAADILI YA KIKRISTO

Katika kuzingatia uzazi, wanandoa wanapaswa kuzingatia mambo yafuatayo:

i. Kuheshimu Uhai wa Binadamu

Biblia inafundisha kuwa uhai huanza tangu tumboni mwa mama. *Yeremia 1:5* inasema:

"KABLA SIJAKUUMBA KATIKA TUMBO NALIKUJUA, NA KABLA HUJATOKA TUMBONI NALIKUTAKASA."

Hii inathibitisha kuwa kila mtoto ni kiumbe maalum mbele za Mungu, na kwa hivyo, uzazi unapaswa kuheshimiwa.

ii. Kuwa Wazazi Wenye Uwajibikaji

Watoto wanapaswa kulelewa kwa maadili mema na kumjua Mungu. *Waefeso 6:4* inasema: **"NANYI AKINA BABA, MSIWACHOKOZE WATOTO WENU, BALI WALEENI KATIKA ADABU NA MAONYO YA BWANA."**

Uzazi ni zaidi ya mchakato wa kibaolojia; ni wito wa kiungu unaohitaji utimilifu wa kimwili, kiroho, na kiakili. Wanandoa wanapaswa kuona uzazi kama sehemu ya mpango wa Mungu kwa maisha yao, huku wakizingatia maadili ya Kikristo katika malezi ya watoto wao.

Kwa kuzingatia uzazi kwa heshima na uwajibikaji, wanadamu wanatimiza agizo la Mungu la kuzaliana, wanashiriki katika mpango wake wa wokovu, na wanahakikisha kuwa kizazi kinachofuata kinakua kwa kumcha Mungu. *Uzazi ni baraka, wajibu, na mwito wa kiungu kwa wanadamu wote.*

Sura ya 07

WANYAMA KATIKA BIBLIA – MAANA, ALAMA NA UMUHIMU WAO KATIKA IMANI

Biblia inaonyesha kwa uwazi kuwa wanyama ni sehemu muhimu ya uumbaji wa Mungu. Wanyama wanawakilisha hekima ya Mungu, uangalizi Wake kwa viumbe vyote, na wanatumika kama vielelezo vya mafundisho ya kiroho na maadili. Katika maandiko, wanyama hutumika kwa njia tofauti: baadhi ni alama za kiroho, wengine ni sehemu ya dhabihu na ibada, na wengine wanaonyesha tabia fulani za wanadamu kwa njia ya mifano na mafundisho.

Katika sura hii, tutachunguza nafasi ya wanyama katika Biblia, kuanzia katika uumbaji wao, matumizi yao katika ibada, alama zao za kiroho, hadi mafundisho wanayobeba kwa wanadamu kuhusu imani, utii, na uwajibikaji wa kusimamia uumbaji wa Mungu.

1. WANYAMA KATIKA UUMBAJI WA MUNGU

Biblia inaanza kwa kusimulia jinsi Mungu alivyoumba wanyama kama sehemu ya kazi Yake kuu ya uumbaji: **"MUNGU AKASEMA, 'NCHI NA IZAE KIUMBE HAI KWA JINSI YAKE, MNYAMA WA KUFUGWA, NACHO KITAMBAACHO, NA MNYAMA WA MWITU KWA JINSI YAKE'; IKAWA HIVYO."** (Mwanzo 1:24).

Hii inaonyesha kuwa Mungu aliumba wanyama kwa utaratibu maalum, akiwapa tabia na kazi zao maalum. Wanyama waliumbwa kabla ya mwanadamu na walipewa dunia kama makazi yao, lakini pia walihusiana moja kwa moja na maisha ya mwanadamu.

Katika *Mwanzo 2:19-20*, tunasoma kwamba Mungu alimleta kila mnyama mbele ya Adamu ili awape majina:

"BASI BWANA MUNGU AKAWAUMBA WANYAMA WOTE WA MWITUNI NA NDEGE WOTE WA ANGANI, AKAWALETA KWA ADAMU AONE ATAWAITAJE; NA JINA LO LOTE ATAKALOMPA KIUMBE HAI, NDILO LITAKALOKUWA JINA LAKE."

Kitendo hiki cha Adamu kuwapa wanyama majina kilionyesha mamlaka aliyopewa juu yao, lakini pia uhusiano wa karibu kati ya wanadamu na wanyama.

2. WANYAMA KAMA ALAMA ZA KIROHO NA MAFUNDISHO YA IMANI

Katika Biblia, wanyama hutumika kama vielelezo vya mafundisho ya kiroho. Wanawakilisha tabia mbalimbali za wanadamu, na mara nyingi hutumika kufundisha maadili na somo la kiroho.

i. Kondoo - Alama ya Unyenyekevu na Dhabihu

Kondoo ni mnyama anayejulikana zaidi katika Biblia kama ishara ya utii, upole, na sadaka. Katika Agano la Kale, kondoo alihitajika kwa dhabihu za kutakasa dhambi: **"ATALETA KONDOO MUME WA KUTOLEA SADAKA YA AMANI KWA BWANA."** (Mambo ya Walawi 3:7).

Katika Agano Jipya, Yesu Kristo anajulikana kama *"Mwana-Kondoo wa Mungu aichukuaye dhambi ya ulimwengu"* (Yohana 1:29). Hii inaonyesha kuwa dhabihu za kondoo zilikuwa mfano wa dhabihu kuu ya Kristo kwa ajili ya wokovu wa wanadamu.

ii. Simba - Alama ya Ufalme na Nguvu

Simba anatajwa mara nyingi kama ishara ya mamlaka na nguvu. Yesu anatajwa kama *"Simba wa kabila la Yuda"* (Ufunuo 5:5), akiwakilisha nguvu na ushindi Wake juu ya dhambi na mauti.

iii. Njiwa - Ishara ya Amani na Roho Mtakatifu

Njiwa katika Biblia ni alama ya amani na uwepo wa Mungu. Katika *Mwanzo 8:11*, baada ya gharika, njiwa alirudi kwa Nuhu akiwa na jani la mzeituni, likimaanisha kuwa dunia ilikuwa imepata amani tena.

Katika Agano Jipya, *Roho Mtakatifu alishuka kama njiwa juu ya Yesu* wakati wa ubatizo Wake (Mathayo 3:16), ikionyesha uwepo wa Mungu na kuanza kwa huduma ya Kristo duniani.

iv. Nyoka – Alama ya Dhambi na Udanganyifu

Katika *Mwanzo 3:1*, Shetani alijitokeza kwa njia ya nyoka na kumdanganya Hawa, jambo lililosababisha kuanguka kwa mwanadamu dhambini. Hii ilifanya nyoka kuwa alama ya hila na majaribu.

Hata hivyo, katika *Hesabu 21:8-9*, Mungu alimwagiza Musa kutengeneza nyoka wa shaba ili yeyote aliyeng'atwa na nyoka aweza kuangalia juu yake na kupona. Hili lilikuwa mfano wa Yesu Kristo, ambaye alinyanyuliwa msalabani ili wote wamwaminiye wapate uzima wa milele (Yohana 3:14-15).

---

3. WANYAMA KATIKA SHERIA NA IBADA YA KIYAHUDI

Katika Agano la Kale, wanyama walikuwa sehemu muhimu ya ibada na sheria za Mungu kwa Waisraeli.

i. Wanyama wa Dhabihu

Sheria ya Musa ilihitaji dhabihu za wanyama kwa ajili ya msamaha wa dhambi. Wanyama waliotolewa dhabihu walihitajika kuwa wasio na mawaa, wakiwakilisha ukamilifu wa dhabihu ya baadaye ya Kristo: **"KWA MAANA PASIPO KUMWAGA DAMU HAKUNA ONDOLEO."** (Waebrania 9:22).

ii. Wanyama Waliotakasika na Wasio Safi

Katika *Mambo ya Walawi 11*, Mungu alitoa sheria za kutofautisha wanyama waliotakasika na wasio safi kwa ajili ya chakula. Hii ilionyesha umuhimu wa utakatifu na utengano wa watu wa Mungu na mataifa mengine.

4. MAFUNDISHO YA UHUSIANO WA BINADAMU NA WANYAMA

Biblia inawafundisha wanadamu kuwa na uwajibikaji kwa wanyama, kwani ni sehemu ya uumbaji wa Mungu.

i. Mungu Anajali Wanyama

Biblia inaonyesha kuwa Mungu anajali wanyama wake:

"JE, MBWA-MWITU ANAWEZA KUPATA CHAKULA CHAKE AU MWANAMWITU ANAPOLIA KWA MUNGU CHAKULA CHAKE?" (Ayubu 38:41).

Yesu alionyesha kuwa Mungu anajali hata ndege wa angani:

"WAANGALIENI NDEGE WA ANGANI; HAWAPANDI WALA HAWAVUNI, WALA HAWAKUSANYI GHALANI, NA BABA YENU WA MBINGUNI HUWALISHA." (Mathayo 6:26).

ii. Binadamu Wanapaswa Kuwatendea Wanyama Kwa Huruma

Biblia inatufundisha kuwahurumia wanyama: **"MWENYE HAKI HUJALI MAISHA YA MNYAMA WAKE, BALI HURUMA ZA WAOVU NI UKATILI."** (Methali 12:10).

Hii inaonyesha kuwa Mungu anawataka wanadamu kuwahudumia wanyama kwa huruma na kuwahifadhi kwa hekima.

Wanyama katika Biblia wana nafasi kubwa si tu katika mazingira ya asili, bali pia katika mafunzo ya kiroho na kijamii. Wao ni alama za kiroho, ni sehemu ya ibada, na ni somo la utii, uaminifu, na huruma.

Mungu aliwaumba wanyama kwa makusudi, na mwanadamu amepewa jukumu la kuwahifadhi na kuwaheshimu kama sehemu ya kazi ya Mungu. Biblia inatufundisha kwamba Mungu anawajali wanyama, na kama tunataka kufuata mfano wa Mungu, basi nasi tunapaswa kuwaheshimu viumbe wake.

Katika mwanga wa mafundisho haya, tunapaswa kuwa waangalifu juu ya jinsi tunavyowahusiana na wanyama, tukitambua kuwa wao ni sehemu ya mpango wa Mungu kwa dunia.

UCHUNGUZI WA KIBIOLOJIA WA TABIA ZA WANYAMA – UCHAPAKAZI WA CHUNGWA (METHALI 6:6-8)

Katika maandiko ya Methali 6:6-8, Mungu anatufundisha kupitia tabia ya mdudu mdogo lakini mwenye akili nyingi – chungu. Maandiko yanasema:

"ENENDA KWA CHUNGU, EWE MVIVU, UKAANGALIE NJIA ZAKE, UKAPATE HEKIMA. YEYE HANA AKIDA, WALA MSIMAMIZI, WALA MKUU, LAKINI HUJIWEKEA CHAKULA WAKATI WA JUA, NA HUKUSANYA CHAKULA CHAKE WAKATI WA MAVUNO." (Methali 6:6-8)

Sehemu hii ya Maandiko inahimiza bidii, kujituma, na kupanga kwa hekima. Kwa mtazamo wa kibaolojia, chungu ni wadudu wa kijamii wenye mifumo ya kipekee ya kazi, mshikamano wa jamii, na uwezo wa kupanga kwa ajili ya maisha yao ya baadaye. Kwa mtazamo wa kitheolojia, mfano wa chungu unatufundisha juu ya busara ya kimungu iliyopandwa hata ndani ya viumbe vidogo.

Katika sura hii, tutachunguza maana ya Methali 6:6-8 katika muktadha wa kibaolojia, kitheolojia, na kijamii, pamoja na kujifunza thamani za maadili zinazotokana na uchunguzi wa tabia za wanyama katika Biblia.

---

1. CHUNGU NA TABIA YAKE YA KIBIOLOJIA

Chungu ni wadudu wa jamii (*Formicidae*) wanaofanya kazi kwa pamoja na kuwa na mfumo bora wa kijamii unaowawezesha kuishi katika mazingira magumu. Uchunguzi wa kibaolojia unaonyesha yafuatayo kuhusu chungu:

i. Mpangilio wa Kazi

Chungu wana mfumo wa kazi uliogawanyika kwa makundi maalum:

1. *Malkia* – Hutaga mayai na kuhakikisha kuendelea kwa kizazi cha jamii.
2. *Wafanyakazi* – Huchimba mahandaki, hukusanya chakula, na hulinda jamii.
3. *Wanajeshi* – Wanalinda kiota dhidi ya maadui.

Mfumo huu wa kijamii unadhihirisha ushirikiano wa hali ya juu ambapo kila chungu huchukua jukumu lake kwa bidii bila kusukumwa au kuhitaji msimamizi wa moja kwa moja.

ii. Uchumi wa Chakula

Methali 6:8 inasema kuwa chungu hujiwekea chakula wakati wa jua na hukusanya chakula wakati wa mavuno. Kwa utafiti wa kisayansi, chungu wamegundulika kuwa na tabia ya kuhifadhi chakula kwa msimu wa baridi, tabia inayowawezesha kuendelea kuishi hata wakati chakula kinapopungua.

iii. Mawasiliano ya Kijamii

Chungu huwasiliana kwa kutumia *pheromones*, kemikali maalum zinazowasaidia kuelekeza wenzao mahali pa chakula na hatari inayoweza kuwepo. Hii inaonyesha kuwa hata viumbe wadogo wamepewa hekima na Mungu ili kushirikiana kwa manufaa ya jamii nzima.

---

2. MAANA YA KITHEOLOJIA YA METHALI 6:6-8

Katika muktadha wa kitheolojia, mfano wa chungu unaelezea maadili kadhaa muhimu kwa Mkristo:

i. Bidii na Kujituma

Chungu hawahitaji msimamizi au mkuu ili wafanye kazi yao. Hii ni funzo kwa wanadamu kuwa na bidii na kutenda kazi kwa moyo wote kama vile Paulo anavyosema:

"NA KILA MFANYALO, LIFANYENI KWA MOYO WOTE, KAMA KWA BWANA, WALA SI KWA WANADAMU." (Wakolosai 3:23)

ii. Mpango wa Baadaye na Uwajibikaji

Chungu wanahifadhi chakula kwa ajili ya baadaye. Hili linahimiza wanadamu kupanga maisha yao kwa hekima na busara.

Katika *Luka 14:28*, Yesu anasema:

"NI NANI MIONGONI MWENU ANAYETAKA KUJENGA MNARA, ASIYEKETI KWANZA NA KUHESABU GHARAMA, KWAMBA ANA VYA KUUMALIZIA?"

iii. Kutozembea na Kukwepa Uvivu

Methali 6:6 inamwonya mvivu:

"ENENDA KWA CHUNGU, EWE MVIVU, UKAANGALIE NJIA ZAKE, UKAPATE HEKIMA."

Uvivu unapingana na mpango wa Mungu kwa wanadamu, kwani Mungu aliwaumba kufanya kazi:

"KWA JASHO LA USO WAKO UTAKULA CHAKULA, HATA UTAKAPOIRUDIA ARDHI." (Mwanzo 3:19)

---

3. MAFUNZO YA MAADILI YANAYOTOKANA NA CHUNGU

Mfano wa chungu unatufundisha thamani kadhaa za maadili zinazofaa kwa maisha ya kila siku:

i. Kujifunza kutoka kwa Mazingira

Mungu amejaza uumbaji wake na mafunzo ya hekima. Tunapaswa kuwa waangalifu na kutumia akili zetu kuelewa maana ya uumbaji wake.

Yesu alihimiza kujifunza kutoka kwa asili aliposema:

"TAZAMENI NDEGE WA ANGANI, HAWAPANDI WALA HAWAVUNI WALA KUWEKA GHALANI; NA BABA YENU WA MBINGUNI HUWALISHA." (Mathayo 6:26)

ii. Ushirikiano na Mshikamano

Chungu wanafanya kazi kwa mshikamano mkubwa. Biblia inahimiza mshikamano kati ya waumini: **"KWA MAANA KAMA MWILI NI MMOJA, NAO UNA VIUNGO VINGI... VIVYO HIVYO NA KRISTO."** (1 Wakorintho 12:12)

iii. Maandalizi ya Baadaye

Methali 30:25 inasema:

"CHUNGU NI WATU WASIO NA NGUVU, ILA HUJIWEKEA CHAKULA WAKATI WA HARI."

Hii inafundisha umuhimu wa kuwa na mipango ya baadaye na akiba kwa nyakati za dharura.

4. MITAZAMO YA KISAYANSI KUHUSU UCHAPA-KAZI WA CHUNGU

Sayansi imegundua mambo ya kushangaza kuhusu chungu:

i. Uwezo wa Kujipanga Kazi

Chungu hawana kiongozi anayewasimamia moja kwa moja, lakini hufanya kazi zao kwa mpangilio kamili.

ii. Nguvu ya Ushirikiano

Jamii ya chungu huonyesha mshikamano wa hali ya juu, ambapo kila mmoja hufanya kazi kulingana na uwezo wake, mfano wa jamii bora za binadamu.

iii. Akili ya Jamii (Collective Intelligence)

Utafiti wa kisayansi unaonyesha kuwa chungu wanafanya maamuzi bora kupitia mfumo wa akili ya pamoja (collective intelligence), ambapo matendo ya kila mmoja yanafaidisha kundi lote.

Mafundisho ya Methali 6:6-8 yana umuhimu mkubwa katika maisha ya kiroho, kijamii, na kisayansi. Biblia inahimiza wanadamu kuwa na bidii, kujiandaa kwa wakati ujao, kushirikiana na kuwa waangalifu na uumbaji wa Mungu.

Mfano wa chungu unatufundisha kuwa kazi ni baraka na si laana, na Mungu ameweka hekima ndani ya uumbaji

Wake ili wanadamu wajifunze kutoka kwake. Tunapaswa kuishi kwa bidii, kujituma, na kutumia rasilimali tulizopewa kwa hekima, ili tuwe na maisha yenye tija kwa ajili yetu na jamii nzima.

Hivyo basi, kama Biblia inavyosema:

"YEYE ASIYEFANYA KAZI, ASILE CHAKULA." (2 Wathesalonike 3:10)

Mungu awabariki wote wanaojifunza na kuishi kulingana na hekima ya chungu!

JUKUMU LA WANYAMA KATIKA AGANO LA MUNGU NA NOA (Mwanzo 9:9-10)

Katika *Mwanzo 9:9-10*, Mungu anathibitisha agano lake na Noa, agano ambalo linajumuisha wanadamu pamoja na viumbe wote wa ulimwengu. Agano hili ni muhimu sana katika muktadha wa kitheolojia na kibiblia, kwani linaonyesha uhusiano wa kimungu kati ya Mungu, wanadamu, na wanyama. Mungu anapotoa ahadi hii kwa Noa, anahakikisha kuwa hawezi kuangamiza tena dunia kwa mafuriko, na anajumuisha viumbe wote hai katika ahadi hii, akionesha kuwa wanyama pia ni sehemu ya mpango wake wa uumbaji.

Agano hili linafundisha juu ya jukumu letu kama wanadamu katika kutunza uumbaji wa Mungu, wanyama, na mazingira kwa ujumla. Pia, upinde wa mvua unakuwa ishara ya uaminifu wa Mungu, na kuwa kumbukumbu ya ahadi yake ya kutokurudia tena maafa makubwa kama yale yaliyotokea katika mafuriko ya Noa.

1. MAANA YA AGANO LA MUNGU NA NOA (MWANZO 9:9-10)

Katika *Mwanzo 9:9-10*, Mungu anasema:

"TAZAMA, MIMI NINAFANYA AGANO LANGU NANYI, NA NA VIZAZI VYENU VYA BAADAYE; NA KWA KILA NAFSI IISHIYO PAMOJA NANYI, YAANI, KWA NDEGE, NA KWA WANYAMA WA MWITUNI, NA KWA KILA MNYAMA WA DUNIA, WALIO PAMOJA NANYI, NA KWA KILA MNYAMA WA DUNIA, WALIO KATIKA MASHUA, KILA MNYAMA WA DUNIA." (Mwanzo 9:9-10)

i. Agano la Kimungu

Mungu anathibitisha agano la milele, linalohusisha wanadamu na wanyama wote. Agano hili linaonesha uhusiano wa karibu kati ya Mungu, wanadamu, na viumbe wengine wa dunia. Si tu kwamba Mungu anawaahidi wanadamu kuwa atawalinda na maafa ya mafuriko, bali pia anawahusisha wanyama kama washirika katika agano hili la kimungu.

ii. Uhusiano wa Kimungu na Viumbe Wote

Hii ni moja ya maeneo ya pekee katika Biblia ambapo wanyama wanahusishwa moja kwa moja na ahadi ya Mungu. Hii ina maana kuwa wanyama ni sehemu ya agano la Mungu, na hivyo wanastahili heshima, uangalizi, na utunzaji wa wanadamu. Wanyama wanachukuliwa kama viumbe wa muhimu katika mipango ya Mungu, na kama wanadamu wanavyohusiana na Mungu, ndivyo wanavyohusiana na wanyama.

2. JUKUMU LETU KAMA WASIMAMIZI WA UUMBAJI

Agano hili linatufundisha kuhusu jukumu letu kama wanadamu katika kutunza, kuheshimu, na kudumisha uumbaji wa Mungu. Kwa maana nyingine, Mungu ametupa dhamana ya kuwa wasimamizi wa dunia na viumbe vyote vinavyoishi humo. Tuna wajibu wa kuwaangalia wanyama, miti, maziwa, mito, bahari, na mazingira kwa jumla.

i. Uaminifu wa Mungu kwa Uumbaji Wake

Upinde wa mvua, unaotumika kama ishara ya agano, ni alama ya uaminifu wa Mungu kwa uumbaji wake. Hii ni ishara ya ahadi kwamba Mungu hatarudia tena kuangamiza dunia kwa mafuriko. Wakati upinde wa mvua unapoonekana, ni ukumbusho wa uaminifu wa Mungu katika kutunza viumbe vyote, ikiwa ni pamoja na wanyama, na ni onyo kwa wanadamu kutimiza jukumu lao kama wasimamizi wa dunia.

ii. Kuwa Wasimamizi wa Mazingira na Wanyama

Katika *Mwanzo 1:28*, Mungu alimuambia Adamu na Hawa:

"KAZA, MULIME, NA KUITIISHA DUNIA; NA UTAWALA JUU YA SAMAKI WA BAHARINI, NA NDEGE WA ANGANI, NA KILA MNYAMA ALIYETAMBA DUNIANI."

Hii inaonesha wazi kuwa wanadamu wamepewa dhamana ya kutunza na kutawala uumbaji wa Mungu, lakini kwa njia ya huruma na heshima. Hatuwezi kudumisha mazingira bila kutunza wanyama na uumbaji wote wa Mungu. Jukumu letu ni kutenda kwa hekima na kujali, kuhakikisha kuwa dunia inaendelea kuwa na uhai na kuwa endelevu kwa vizazi vijavyo.

3. UPINDE WA MVUA KAMA ISHARA YA AHADI YA MUNGU

Upinde wa mvua, kama ishara ya agano, inatufundisha kuhusu uaminifu wa Mungu katika maisha yetu ya kila siku. Mungu alijua kwamba wanadamu wangeweza kusahau ahadi yake, na kwa hivyo aliweka ishara ya upinde wa mvua ili kutufundisha na kutukumbusha kila wakati. Upinde wa mvua ni uthibitisho wa Mungu kuwa ni mwaminifu katika ahadi zake na kuwa hatarudia tena maafa makubwa kama yale ya mafuriko.

i. Kumbukumbu ya Uaminifu wa Mungu

Upinde wa mvua unatoa wito kwa kila mmoja wetu kuwa na imani katika uaminifu wa Mungu. Kama vile Mungu alivyohakikisha kuwa dunia haitaangamizwa tena kwa mafuriko, vivyo hivyo, anatuahidi kuwa atatuweka salama na kututunza katika magumu ya maisha. Hii inatufundisha kuwa, hata katika nyakati ngumu, tunapaswa kuwa na imani katika ahadi za Mungu.

ii. Ishara ya Upendo wa Mungu kwa Uumbaji Wake

Mungu anadhihirisha upendo wake kwa wanyama na wanadamu kwa kushirikiana nao katika agano hili. Upinde wa mvua unakuwa ishara ya upendo wa Mungu kwa viumbe vyote na heshima kwa uumbaji wake. Mungu hakuwa na haja ya kumshirikisha wanyama katika agano hili, lakini alifanya hivyo kwa sababu alijua kuwa wote ni sehemu ya uumbaji wake na wanastahili uangalizi na heshima.

4. UFAHAMU WA THEOLOJIA YA AGANO LA NOA NA WANYAMA

Agano la Mungu na Noa linatoa fundisho kuu kuhusu Mungu kama msimamizi na mlezi wa dunia na viumbe vyote. Mungu anawaahidi wanyama pamoja na wanadamu usalama na utunzaji. Hii ina maana kuwa wanyama wanahusiana na Mungu katika mpango wa uumbaji wake na wana haki ya kuishi katika dunia hii. Hii inatufundisha kuwa tunapaswa kuwa na huruma na upendo kwa wanyama, kuwalinda, na kutunza mazingira ambayo wao pia hutegemea kwa ajili ya maisha yao.

i. Viumbe Vyote ni Sehemu ya Agano la Mungu

Katika Biblia, wanyama ni sehemu ya agano la Mungu, na wanahusiana na ahadi za Mungu katika maisha ya wanadamu. Hii ni muhimu kwa sababu inatufundisha kuwa uhusiano wetu na wanyama ni wa kimaadili na kitheolojia. Mungu anapohusisha wanyama katika agano lake, anawakumbuka na kutuhimiza kutunza viumbe vyote, si kwa manufaa yetu pekee, bali kwa ajili ya Mungu na uumbaji wake.

Agano la Mungu na Noa (Mwanzo 9:9-10) linathibitisha kwamba wanyama ni sehemu muhimu ya uumbaji wa Mungu na kwamba wanadamu wanajukumu la kuwa wasimamizi na wahifadhi wa uumbaji huu. Upinde wa mvua unakuwa ishara ya ahadi ya Mungu, ikitufundisha kuwa Mungu ni mwaminifu na hatarudia tena kuleta maafa makubwa kama yale ya mafuriko.

Kwa hivyo, tunapohusika katika kutunza mazingira yetu na wanyama, tunatimiza sehemu ya jukumu letu kama wasimamizi wa uumbaji wa Mungu. Tunapoheshimu wanyama, tunatimiza mapenzi ya Mungu na kuonyesha upendo na heshima kwa uumbaji wake. Mungu ametuita kuishi kwa kuzingatia agano lake na wanyama, na hivyo tunapaswa kuwa na uangalizi na kujali kwa wanyama na mazingira yetu.

Katika maisha yetu ya kila siku, upinde wa mvua unapaswa kuwa ni kumbukumbu ya uaminifu wa Mungu katika ahadi zake, na kama wanadamu, tunapaswa kuendelea kuwa na imani na kutimiza wajibu wetu kama wasimamizi wa dunia.

TUNZAJI WA KIMAADILI WA WANYAMA KAMA SEHEMU YA JUKUMU LA WANADAMU KATIKA KUSIMAMIA UUMBAJI

Kwa miaka mingi, suala la haki na utunzaji wa wanyama limekuwa linazungumziwa kwa njia tofauti, likihusisha mifumo ya kimaadili, dini, na sayansi. Katika muktadha wa dini, na hasa katika Biblia, tunapata mwongozo mzito kuhusu jukumu la wanadamu katika uhusiano na wanyama. Wanyama si tu viumbe wa uumbaji, bali ni sehemu muhimu ya mpango wa Mungu, na tunapaswa kuwa waangalifu na wa huruma katika jinsi tunavyowatendea. Hii inazungumzia si tu kuhusu utunzaji wa mazingira, bali pia kuhusu uhusiano wa kimaadili, kihisia, na kiroho kati ya wanadamu na wanyama.

Katika sura hii, tutaangazia umuhimu wa kutunza wanyama kwa maadili kama sehemu ya jukumu letu la kusimamia uumbaji wa Mungu. Tutachunguza mifumo ya kimaadili, kama vile haki za asili, utilitarianism, na mazungumzo ya kihisia na kiroho na viumbe visivyo vya kibinadamu, na pia tutakagua jinsi maoni ya Biblia yanavyojibu suala hili la kimaadili. Tutazingatia pia majukumu ya waangalizi wa wanyama, kama vile madaktari wa wanyama (veterinarians), katika jamii na katika ustawi wa wanyama.

---

1. JUKUMU LA WANADAMU KATIKA KUSIMAMIA UUMBAJI WA MUNGU

Katika Biblia, tunapata mifano mingi inayotufundisha kuhusu jukumu letu kama wanadamu katika kusimamia uumbaji wa Mungu. Katika *Mwanzo 1:26-28*, Mungu anasema:

"NA TUMERUHUSU NA TUWE NA MAMLAKA JUU YA SAMAKI WA BAHARINI, NA JUU YA NDEGE WA ANGANI, NA JUU YA WANYAMA WA MWITUNI, NA JUU YA KILA KIUMBE KINACHOTAMBA KATIKA NCHI."

Hii inaonyesha kuwa wanadamu wamepewa mamlaka ya kutawala na kusimamia wanyama, lakini mamlaka hii inaambatana na jukumu la kuwatunza kwa huruma na uangalifu.

i. Mamlaka na Huruma

Mungu alituumba kuwa wasimamizi wa uumbaji wake, lakini katika mamlaka yetu, tunapaswa kuonyesha huruma na heshima kwa viumbe wote. Hii inamaanisha kuwa hatuwezi kutumia wanyama kama mali ya kutumika tu, bali tunapaswa kuwa waangalifu kwa mahitaji yao na kuzingatia ustawi wao. Hii ni muhimu hasa katika mazingira ya kilimo cha viwanda, ambapo wanyama mara nyingi hutumika kwa faida ya kiuchumi bila kuzingatia ustawi wao.

ii. Haki za Asili za Wanyama

Katika muktadha wa haki za wanyama, tunapaswa kutambua kuwa wanyama wanahaki ya kuishi kwa heshima. Haki hizi si lazima ziwe za kisheria pekee, bali pia za kimaadili. Kwa mfano, wanyama wanastahili kuwa na mazingira ya kuishi ambayo yanawapatia nafasi ya kuwa na afya njema, ya kimaumbile, na kuepuka mateso yasiyohitajika. Kwa hivyo, jukumu letu kama wanadamu linatufundisha kuwa na huruma na uwajibikaji katika kutunza wanyama na mazingira yao.

2. MIFUMO YA KIMAADILI: UTILITARIANISM, HAKI ZA ASILI, NA HESHIMA YA WANYAMA

Katika majadiliano ya kimaadili kuhusu utunzaji wa wanyama, mifumo kadhaa ya kimaadili hutumika kutathmini suala hili.

i. Utilitarianism (Faida Kuu)

Utilitarianism ni mtindo wa kimaadili unaozingatia kuwa vitendo ni vya kimaadili iwapo vinaongeza furaha au manufaa kwa wengi. Katika muktadha wa wanyama, hili linatufundisha kuwa vitendo vyote vinavyohusisha wanyama, kama vile kilimo cha viwanda au utafutaji wa wanyama pori, vinapaswa kufanywa kwa njia inayohakikisha kuwa wanyama wanapata ustawi na usalama, na kwamba faida inayopatikana kwa wanadamu inapaswa kuwa sawa na ustawi wa wanyama.

ii. Haki za Asili

Haki za asili zinatafsiriwa kama haki ambazo viumbe vyote vinazaliwa navyo, kama vile haki ya kuishi, kuishi kwa heshima, na kuepuka mateso. Katika muktadha wa wanyama, haki za asili zinatufundisha kuwa wanyama wanastahili kuwa na haki ya kuishi katika mazingira ambayo hayawatesi na ambayo yanawawezesha kufurahia maisha yao ya kimaumbile. Haki hizi ni muhimu kwa sababu zinatufundisha kwamba wanyama ni viumbe hai na wanastahili kuheshimika kama vile wanadamu wanavyostahili.

iii. Heshima ya Kihisia na Kiroho kwa Wanyama

Biblia pia inatufundisha kuwa wanyama ni sehemu ya uumbaji wa Mungu na kwamba wanastahili kuheshimiwa. Katika *Methali 12:10*, inasema:

"MTU MWEMA HUTHAMINI MAISHA YA MNYAMA WAKE, BALI MATENDO YA MWOVU NI KUTESA WANYAMA."

Hii inatufundisha kuwa tunapaswa kuwa na heshima na kujali hisia za wanyama. Hii inajumuisha kuhakikisha kuwa tunawapa huduma bora za afya, chakula, na makazi, na kuwaepusha na mateso yasiyohitajika. Pia, Biblia inatufundisha kuwa wanyama ni viumbe wa kiroho, na hivyo tunapaswa kuwa na uhusiano wa kiroho nao, tukikumbuka kuwa wote ni viumbe wa Mungu.

3. WAJIBU WA WAANGALIZI WA WANYAMA (VETERINARIANS)

Wahudumu wa wanyama, kama vile madaktari wa wanyama (veterinarians), wanabeba jukumu muhimu katika ustawi wa wanyama. Wanajibika kwa kutoa huduma bora za kiafya kwa wanyama, kuzuia magonjwa, na kutoa tiba inayohitajika. Hii ni sehemu muhimu ya jukumu letu la kusimamia uumbaji wa Mungu.

i. Huduma za Afya na Ustawi wa Wanyama

Madaktari wa wanyama wanashughulikia afya na ustawi wa wanyama, na kwa hivyo wanakuwa sehemu muhimu ya kuhakikisha kuwa wanyama wanapata huduma bora za kiafya. Huduma hii inahusisha kutibu magonjwa, kuzuia maambukizi, na kuhakikisha kuwa wanyama wanapata lishe bora. Katika muktadha wa kimaadili, tunapaswa kutambua kuwa waangalizi wa wanyama wanajukumu la kuhakikisha kuwa wanyama wanapata matibabu kwa usahihi, na kuwa wanakuwa na ustawi mzuri.

ii. Majukumu ya Kimaadili ya Madaktari wa Wanyama

Madaktari wa wanyama wanawajibika kuhakikisha kuwa wanyama wanapata matibabu kwa njia inayozingatia maadili ya kitaalam na huruma. Hii inajumuisha kuzuia mateso ya wanyama, kutafuta njia bora za kutibu wanyama, na kuwa na uangalizi wa kudumu kwa ustawi wa wanyama. Katika muktadha wa Biblia, waangalizi wa wanyama wanajukumu la kutunza viumbe vyote vya Mungu kwa huruma na kwa njia inayozingatia hadhi ya viumbe hao.

4. CHANGAMOTO ZA KIMAADILI KATIKA UTUNZAJI WA WANYAMA

Ingawa kuna mapenzi ya kimaadili ya kutunza wanyama, bado kuna changamoto kubwa za kimaadili zinazohusiana na utunzaji wa wanyama katika jamii za kisasa. Hizi changamoto zinajumuisha masuala ya kilimo cha viwanda, uwindaji wa wanyama pori, na matumizi ya wanyama katika utafiti wa kisayansi.

i. Kilimo cha Viwanda

Kilimo cha viwanda kinatishia ustawi wa wanyama kwa kuwa kinahusisha matumizi ya wanyama kwa uzalishaji wa chakula, mara nyingi kwa njia inayowatesa wanyama, kama vile kuishi katika mazingira ya msongamano, au kutumia njia za kikatili za uzalishaji. Hii inatoa changamoto kubwa kwa waangalizi wa wanyama na kwa jamii kwa ujumla. Tunapaswa kutafuta njia bora za kuzalisha chakula bila kuathiri ustawi wa wanyama.

ii. Uwindo wa Wanyama Pori

Uwindo wa wanyama pori, hasa kwa ajili ya furaha ya wawindaji au biashara, ni suala lingine l

MAANA YA SIMBOLIKI YA WANYAMA, KAMA MBUZI (USAFI) NA TAUSI (NGUVU)

Katika Biblia, wanyama wanashikilia nafasi muhimu ya kiroho na kimaadili, wakionyesha maana mbalimbali za kiroho na tabia za kiungu. Kila mnyama anayeonekana katika Maandiko unawakilisha sifa tofauti za kiroho ambazo zinasaidia kuelewa kweli za kiroho na mafundisho ya dini. Simboli ya wanyama inaongeza undani na ufahamu wa mafundisho ya Biblia, na inatoa mifano ya kiroho kwa waumini. Katika sura hii, tutaangalia wanyama muhimu katika Biblia na maana zao za simboliki, jinsi zinavyotumika kuonyesha uzuri wa uumbaji wa Mungu, na jinsi wanyama wanavyohusiana na mafundisho ya maisha ya kiroho.

1. WANYAMA WANAOTUMIKA KAMA SIMBOLI KATIKA BIBLIA

Biblia inatumia wanyama kama mifano muhimu kuonyesha sifa za kiroho za Mungu na tabia zinazohitajika kutoka kwa waumini. Wanyama kama mbuzi, simba, njiwa, na tai wanawakilisha maadili na mafundisho ya kiroho ambayo yanaweza kusaidia waumini kuelewa umuhimu wa tabia nzuri, ujasiri, usafi, na uhuru.

i. Mbuzi (Usafi na Sadaka)

Katika Biblia, mbuzi anawakilisha usafi na sadaka, hasa kwa sababu ya utumizi wake katika dhabihu za kale. Mbuzi alikuwa ni mnyama muhimu katika ibada ya Israeli na mara nyingi alitolewa kama dhabihu kwa ajili ya kutubu dhambi. Katika *Mambo ya Walawi 16:10*, mbuzi alitumika kuachiliwa aende nyikani kwa ajili ya "sadaka ya kutafuta msamaha". Hii inatufundisha umuhimu wa sadaka kwa ajili ya kuondoa dhambi na kuleta usafi katika maisha yetu ya kiroho.

ii. Simba (Nguvu na Ujasiri)

Simba anawakilisha nguvu, heshima, na ujasiri. Katika *Ufunuo 5:5*, Yesu anaitwa "Simba wa Yuda", akionesha mamlaka na nguvu ya kiungu. Simba pia hutumika kama ishara ya maadui au hatari, na hivyo kumfundisha muumini kuwa na imani na ujasiri mbele ya changamoto. Simba pia ni ishara ya utawala na mamlaka ambayo waumini wanapaswa kuzingatia katika maisha yao ya kiroho.

iii. Njiwa (Amani na Roho Mtakatifu)

Njiwa anawakilisha amani na usafi. Katika *Mwanzo 8:11*, njiwa alileta tawi la mzeituni kwa Noa, ishara ya agano la Mungu na matumaini baada ya gharika. Njiwa pia inawakilisha Roho Mtakatifu katika *Mathayo 3:16*, wakati Roho Mtakatifu alishuka kama njiwa wakati wa ubatizo wa Yesu. Hii inatufundisha kuwa, kama waumini, tunapaswa kutafuta amani na usafi katika maisha yetu na katika uhusiano wetu na wengine.

iv. Tai (Uhuru na Ulinzi wa Kiungu)

Tai anawakilisha uhuru, ulinzi, na nguvu za kiungu. Katika *Isaya 40:31*, tunasoma kuhusu wale wanaomtumaini Mungu kuwa watapokea nguvu mpya kama vile tai anavyoruka. Tai pia inawakilisha ulinzi wa Mungu kwa watu wake. Hii inatufundisha kuwa Mungu anawafunika waumini wake na kuwalinda kutokana na hatari na magumu.

---

2. WANYAMA KATIKA HADITHI ZA BIBLIA NA METHALI

Wanyama wanatumika sana katika methali na hadithi za Biblia ili kutoa mafundisho ya kiroho na maadili. Katika methali za biblia, wanyama hutumika kama mifano ya tabia nzuri na mbaya, na wanatoa fundisho kwa waumini kuhusu jinsi ya kuishi maisha bora.

i. Mbuzi na Kondoo - Simboli ya Upendo wa Mungu

Katika *Luka 15:3-7*, Yesu alielezea hadithi ya kondoo aliyepotea, akionyesha jinsi Mungu anavyolinda na kuokoa waumini waliopotea. Hadithi hii inatufundisha kuhusu upendo wa Mungu kwa waumini wake na huruma yake kwa wale waliopotea, akiwaita kurudi kwake ili wapate wokovu. Kondoo anawakilisha uongofu na utulivu, na hadithi ya kondoo aliyepotea inatufundisha kuwa Mungu anajali kila mmoja wetu.

ii. Punda wa Samaria - Huruma na Upendo wa Kweli

Katika *Luka 10:30-37*, hadithi ya Msamaria mwema inatumia punda kama ishara ya huruma na msaada. Punda anatumika kubeba mzigo wa mtu aliyepigwa na kuumizwa, na hadithi hii inatufundisha kuwa waumini wanapaswa kutoa msaada kwa wale walio na mahitaji, bila kujali hali zao. Punda ni ishara ya msaada na upendo wa kweli, unadhihirisha umuhimu wa kumsaidia jirani yetu kwa dhati.

3. FAIDA ZA KUCHUNGUZA MAANA ZA WANYAMA KATIKA BIBLIA

Kufahamu maana za wanyama katika Biblia kunaweza kuwa na faida kubwa katika maisha yetu ya kiroho. Katika tafsiri ya wanyama kama simba, mbuzi, njiwa, na tai, tunaweza kuona mifano ya tabia za kiroho tunazohitaji kujenga katika maisha yetu.

i. Mafundisho ya Kiroho kutoka kwa Wanyama

Kama waumini, tutaweza kupata mafunzo kutoka kwa wanyama kama kondoo, simba, na njiwa kuhusu sifa zinazohitajika kutoka kwa Mungu. Kwa mfano, kondoo anawakilisha upole, utii, na kujitolea kwa Mungu; simba anawakilisha nguvu, ujasiri, na imani; njiwa anawakilisha amani na utulivu, na tai inawakilisha uhuru wa kiroho na nguvu za kiungu.

ii. Kuongeza Uhusiano wa Kiroho

Kufikiria na kutafakari kuhusu maana za wanyama katika Biblia kunaweza kutufundisha jinsi ya kujenga tabia nzuri na imani thabiti katika maisha yetu ya kila siku. Kwa mfano, kila mnyama anayeonekana katika Biblia anatufundisha namna ya kuishi kwa ushirikiano na Mungu na jamii yetu.

4. MATUMIZI YA SIMBOLI ZA WANYAMA KATIKA MAISHA YA KILA SIKU

Mafundisho ya kiroho na maadili yanayotokana na wanyama katika Biblia yanaweza kutumika katika maisha ya kila siku. Waumini wanaweza kuchukua mifano ya wanyama na kuziweka katika maisha yao, ikiwa ni pamoja na kutafuta amani na utulivu kama njiwa, kuwa na nguvu na ujasiri kama simba, au kuwa na upendo wa kweli na huruma kama Msamaria mwema.

i. Hekima na Uongozi

Simba anawakilisha nguvu na uongozi. Waumini wanaweza kujifunza kuwa na nguvu ya kiroho na uwezo wa kuongoza kwa njia ya haki kama simba anavyotawala kwa ujasiri.

ii. Utulivu na Amani

Njiwa anawakilisha amani. Waumini wanaweza kutafuta amani katika maisha yao kwa kufuata mfano wa njiwa na kujitahidi kuwa na maisha ya utulivu na usafi wa kiroho.

Wanyama katika Biblia wanajivunia nafasi maalum ya kiroho na kimaadili, wakitufundisha sifa za kiroho na tabia zinazohitajika ili kumtumikia Mungu na kushirikiana na wenzetu. Kila mnyama anayeonekana katika Maandiko anatoa fundisho muhimu kuhusu nguvu, amani, usafi, upendo, na huruma. Kwa kufikiria na kutafakari maana hizi, waumini wanaweza kuongeza undani wa maisha yao ya kiroho na kujenga uhusiano wa karibu na Mungu na wenzetu.

SOMO: WANYAMA WANAKILISHA UUMBAVU WA MUNGU NA WANATUMIKA KAMA MIFANO KWA TABIA ZA BINADAMU

Katika Biblia, wanyama wanashikilia nafasi muhimu kama ishara za uumbaji wa Mungu na ni mifano bora ya tabia ambazo wanadamu wanapaswa kuiga. Uumbaji wa Mungu unajidhihirisha kwa wanyama kwa njia ya kipekee, na kila kiumbe kinachopatikana duniani kinamwakilisha Mungu na kinatufundisha maadili na tabia bora. Wanyama ni sehemu ya uumbaji wa Mungu ambao ni wenye makusudi, na kwa hivyo wanatufundisha jinsi ya kuishi kwa heshima na Mungu, wenzetu, na mazingira yetu. Katika sura hii, tutachunguza jinsi wanyama wanavyohusiana na tabia bora za kibinadamu, na jinsi wanavyotumika kutufundisha lessons muhimu za kiroho na kimaadili.

1. WANYAMA KAMA ISHARA ZA UUMBAJI WA MUNGU

Mungu aliumba wanyama kama sehemu ya uumbaji wake, na hivyo wanyama wanakuwa ishara ya ubunifu wa kiungu na uwezo wa Mungu. Katika *Mwanzo 1:24-25*, Mungu aliumba wanyama wa aina zote ili wawe sehemu ya dunia aliyoumba, na kila mmoja aliumbwa kwa makusudi na mali maalum. Hii inatufundisha kuwa Mungu ni mwerevu na mungu wa uumbaji, ambaye ameumba kila kiumbe kwa mapenzi yake na kwa ajili ya utukufu wake.

Wanyama wanatufundisha jinsi ya kutambua ukuu wa Mungu katika uumbaji wake. Kwa mfano, kila mnyama ni mfano wa mpangilio mzuri na wa kipekee, akionyesha nguvu na hekima ya Mungu. Kama waumini, tunapaswa kutambua na kuheshimu uumbaji wa Mungu, tukiona kila kiumbe kama kipaji cha kiungu.

---

2. WANYAMA KAMA MIFANO YA TABIA BORA

Biblia inatumia wanyama kama mifano ya tabia ambazo tunapaswa kuiga katika maisha yetu. Wanyama wanatufundisha jinsi ya kuwa na tabia nzuri, ikiwa ni pamoja na bidii, ujasiri, na kujitolea kwa wengine. Hapa chini, tutaangalia mifano kadhaa ya wanyama na tabia zao ambazo zinatufundisha lessons muhimu:

i. Mbuzi - Usafi na Sadaka

Mbuzi katika Biblia anawakilisha sadaka na usafi. Katika *Mambo ya Walawi 16:10*, mbuzi anatumika katika dhabihu za kutubu dhambi, akionyesha usafi na kujitolea. Hii inatufundisha kuwa tunaweza kujitolea kwa Mungu na wengine kwa kuishi maisha safi na yenye heshima.

ii. Simba - Nguvu na Ujasiri

Simba ni ishara ya nguvu, ujasiri, na mamlaka. Katika *Ufunuo 5:5*, Yesu anaitwa "Simba wa Yuda", akionyesha mamlaka na nguvu yake. Simba anatutolea mfano wa jinsi ya kuwa na ujasiri katika maisha yetu, bila kuogopa changamoto au maadui. Simba pia anawakilisha utawala wa Mungu na mamlaka yake katika ulimwengu.

iii. Njiwa - Amani na Upole

Njiwa anawakilisha amani na utulivu. Katika *Mwanzo 8:11*, njiwa alileta tawi la mzeituni kwa Noa, ishara ya amani baada ya gharika. Njiwa anafundisha kuwa tunapaswa kuwa na amani katika maisha yetu na kutafuta njia za kuishi kwa utulivu, hasa wakati wa matatizo.

iv. Punda - Upendo wa Kweli na Msaada

Punda anawakilisha msaada na huruma. Katika *Luka 10:34*, punda alibeba mzigo wa mtu aliyejeruhiwa, akionyesha upendo wa kweli na msaada kwa wale walio na mahitaji. Punda anatutolea mfano wa jinsi ya kutoa msaada kwa wengine bila kujali hali zao, kama vile ilivyokuwa kwa msamaria mwema.

3. WANYAMA KAMA MIFANO YA TABIA ZA KIROHO

Wanyama pia wanatufundisha kuhusu tabia za kiroho tunazopaswa kukuza katika maisha yetu. Katika *Methali 6:6*, tunasoma kuhusu mbuzi na jinsi wanavyofanya kazi kwa bidii. Wanyama wanatufundisha kuwa na bidii, kufanya kazi kwa uaminifu, na kuwa na mpango wa maisha. Wanyama kama kondoo na simba pia wanatufundisha umuhimu wa kuwa na upole, ujasiri, na nguvu za kiroho katika kumtumikia Mungu na kuhudumia wengine.

4. WANYAMA KAMA ISHARA ZA UANGALIZI WA MUNGU JUU YA UUMBAJI

Mungu anahusika na uumbaji wake na anahakikisha kuwa wanyama wanapata kile wanachohitaji ili kuishi. Katika *Mwanzo 1:29*, Mungu alitoa mimea kwa wanyama kama chakula, akionyesha upendo na uangalizi wake kwa uumbaji. Wanyama wanatufundisha kuhusu uangalizi wa Mungu juu ya dunia na tunapaswa kuwa waangalifu na uumbaji huu, tukifanya kazi kwa ajili ya kulinda na kutunza mazingira.

5. MAISHA YA WAUMINI NA WANYAMA

Katika maisha ya kila siku, waumini wanapaswa kuchukua mifano ya wanyama na kuzitumia kama njia ya kukuza tabia nzuri. Wanyama wanatufundisha kuwa na bidii, kuwa na ujasiri, kutunza mazingira, na kuwa na upendo wa kweli kwa wenzetu. Wanyama ni sehemu ya uumbaji wa Mungu, na kwa hiyo tunapaswa kuwaheshimu na kutunza maisha yao kama sehemu ya jukumu letu la utunzaji wa dunia.

Wanyama katika Biblia wanawakilisha sifa mbalimbali za kiroho na tabia ambazo waumini wanapaswa kuzifuata katika maisha yao. Wanyama kama simba, mbuzi, njiwa, na punda wanatufundisha kuhusu nguvu, amani, usafi, upendo, na msaada kwa wengine. Kwa kuchukua mifano hii na kuitumia katika maisha yetu ya kila siku, tunaweza kujenga tabia nzuri za kiroho na kuwa waumini bora kwa Mungu na kwa jamii yetu. Wanyama ni ishara ya uumbaji wa Mungu na wanatufundisha jinsi ya kuishi kwa heshima na upendo.

Sura ya 08

KILIMO NA EKOLIJIA: PERSPEKTIVU ZA BIBLIA KWA MAISHA YA KIMAUMBILE

Kilimo na ekolojia ni sehemu muhimu katika maisha ya kibiblia na mafundisho yake. Biblia inatoa maoni ya kimsingi kuhusu jinsi tunavyohusiana na mazingira yetu, na jinsi tunavyopaswa kutunza na kuheshimu uumbaji wa Mungu. Biblia inasisitiza umuhimu wa kushirikiana na Mungu katika uumbaji wake, kuwa waangalifu na ulimwengu tunaoishi, na kujali ustawi wa viumbe vyote. Katika sura hii, tutachunguza vipengele muhimu vya kilimo na ekolojia vinavyojidhihirisha katika Biblia na jinsi vinavyohusiana na maisha ya kisasa.

1. UUMBAJI: MSINGI WA EKOLOJIA

Katika mwanzo, Mungu aliumba dunia na kuweka kanuni za kimaumbile ambazo zilikuwa na manufaa kwa uhai wote. Biblia inazungumzia mara kwa mara mchakato wa asili na utoaji wa neema wa Mungu, ikitoa msingi wa kuelewa jinsi maandiko ya kale yanavyounga mkono uhifadhi wa mazingira na mifumo ya kiikolojia.

Katika *Marko 4:28*, tunasoma:

"Kwa maana nchi huzaa matunda yake yenyewe; kwanza jani, kisha maganda, baada ya hayo nafaka iliyo ndani ya maganda."

Huu ni mfano wa mpangilio wa asili na ufanisi wa dunia, akionyesha mchakato wa ukuaji wa mimea kama sehemu ya mzunguko wa maisha, jambo ambalo linalingana na misingi ya ekolojia ya kisasa inayokubaliana na wazo kwamba dunia ni mfumo wa kimazingira unaojiendesha na kujiendeleza wenyewe.

---

2. UZALISHAJI WA DUNIA NA BARAKA ZA KIMUNGU

Katika *Waebrania 6:7*, tunapata mifano mingine ya namna mchakato wa asili unavyotumika kutoa matunda:

"Kwa maana nchi inayo kunywa mvua inayoanguka mara kwa mara juu yake, na kutoa miti kwa wale wanaoitunza, hupokea baraka kutoka kwa Mungu."

Hapa tunajifunza kuhusu mzunguko wa maji na athari zake kwa uzalishaji wa mimea na uhai. Hii inahusiana na mzunguko wa mvua na athari yake kwa uhai wa mazingira, na kuonyesha uhusiano wa kiroho wa jinsi Mungu anavyotunza uumbaji wake.

---

3. UTUNZAJI WA DUNIA: WAJIBU WA MWANADAMU

Mungu anasema katika *1 Wakorintho 10:26*, "Kwa maana dunia ni ya Bwana, na vyote vilivyomo."

Hii inatufundisha kuwa dunia na vyote vilivyomo ni mali ya Mungu, na sisi kama wanadamu tuna jukumu la kuwa wasimamizi wa mali hii. Tunapaswa kutunza na kuheshimu mazingira, na kuishi kwa njia endelevu ili kuhakikisha kuwa rasilimali hizi zinadumu kwa vizazi vijavyo. Hii inaonyesha wito wa kuwa waangalifu kuhusu matumizi yetu ya rasilimali, kama vile maji, ardhi, na hewa.

4. HADITHI ZA KUPANDA NA KULIMA: MIFANO YA KILIMO

Katika *Luka 8:5*, tunasoma kuhusu mtaalamu wa kupanda mbegu:

"Mkulo alienda kupanda mbegu zake; na alipokuwa akipanda, baadhi ya mbegu zilijikuta pembeni ya njia, zikakanyagwa, na ndege wa angani wakazila."

Hadithi hii inaonyesha namna tunavyopaswa kutunza ardhi, kupanda na kuvuna kwa hekima. Kilimo kinakuwa mfano wa jinsi tunavyohusiana na mazingira yetu: kwa kutumia jitihada zetu kutunza na kuendeleza udongo ili kuleta matokeo bora. Hii inalingana na mifumo ya kisasa ya kilimo endelevu, ambapo tunatumia mbinu bora za kulima ili kudumisha ufanisi wa mazingira.

5. UREJESHAJI WA MAZINGIRA: UUNGAJI MKONO WA KIMUNGU

Katika *Ufunuo 22:2*, tunapata picha ya mti wa uzima ulio na matunda mengi:

"Katika katikati ya mtaa wake, na pande zote za mto, kulikuwa na mti wa uzima, uliozaa matunda kumi na mbili, ukileta matunda yake kila mwezi; na majani ya mti yalikuwa kwa ajili ya uponyaji wa mataifa."

Hii inadhihirisha mzunguko wa uzalishaji endelevu na uwezo wa asili kujiendeleza, ikiwa ni ishara ya uponyaji na upya. Picha hii inaonyesha jinsi Mungu anavyotunza uumbaji wake kwa kutoa chakula, majani ya uponyaji, na matunda yenye manufaa kwa viumbe vyote. Hii inaathiri wazo la ekolojia ya kurejesha na kulinda mazingira kwa faida ya vizazi vijavyo.

---

6. UHUSIANO WA MAISHA NA MAZINGIRA: UMUHIMU WA VIUMBE VYOTE

Katika *Matendo 10:12*, tunasoma:

"Ambapo walikuwa wanyama wa miguu minne wa dunia, na wanyama wa mwituni, na viumbe vyote vya kutambaa, na ndege wa angani."

Hii inasisitiza utofauti wa viumbe na mzunguko wa maisha duniani. Utofauti huu una maana kubwa katika ekolojia, kwani inatufundisha kuwa kila kiumbe kina nafasi muhimu katika mfumo wa kimazingira. Biodiversity ni msingi wa uhifadhi wa mazingira na uhifadhi wa usawa katika mifumo ya asili.

---

7. UCHAFUZI NA UREJESHAJI: UANGALIZI WA MAZINGIRA

Katika *2 Petro 2:20*, tunapata onyo kuhusu uchafuzi:

"Kwa maana ikiwa baada ya kukimbia uchafu wa dunia kupitia kwa maarifa ya Bwana na Mwokozi Yesu Kristo, wanajipata tena wakiwa wamejifunga humo, na kushindwa, hali yao ya mwisho ni mbaya kuliko ya kwanza."

Hii inahusisha uchafuzi si tu katika maana ya kimaadili bali pia uchafuzi wa kimazingira. Biblia inasisitiza juu ya umuhimu wa kuchukua hatua za kurekebisha uchafuzi na kufanya kazi ili kuepuka madhara ya mazingira. Hii inasisitiza wajibu wetu wa kiroho na kimazingira, na inatufundisha kwamba tunapaswa kuchukua hatua madhubuti ili kulinda mazingira dhidi ya madhara yanayotokana na uchafuzi wa mazingira.

Kilimo na ekolojia ni sehemu muhimu ya mafundisho ya kibiblia, na Biblia inatufundisha kuhusu jinsi tunavyopaswa kuwa wasimamizi wa mazingira na wanyama. Tunapaswa kujitahidi kuwa na uhusiano mzuri na mazingira yetu, tukitunza rasilimali na kuhakikisha kuwa tunazalisha kwa njia endelevu. Hadithi za Biblia zinazozungumzia kilimo, uzalishaji, na urejeshaji wa mazingira zinatufundisha umuhimu wa kutunza dunia, na inatufundisha pia kwamba tunapaswa kuwa waangalifu na uumbaji wa Mungu kwa faida ya vizazi vijavyo.

MIZUNGUKO YA KILIMO KATIKA BIBLIA: KUPANDA NA KUVUNA (Mhubiri 3:2)

Katika Biblia, kilimo ni mada ya muhimu inayojitokeza mara kwa mara, ikiwakilisha mizunguko ya asili, ambayo ni sehemu ya mpangilio wa Mungu katika uumbaji wake. Mhubiri 3:2 ni kifungu cha kibiblia kinachojulikana sana kinachohusiana na mizunguko ya kilimo. Hapa, mzunguko wa kupanda na kuvuna unahusishwa na mabadiliko ya nyakati na shughuli za kimaumbile ambazo zinaendana na maisha ya mwanadamu. Kifungu hiki kinatoa mtazamo wa kina kuhusu maisha ya kibinadamu na mchakato wa asili. Katika sura hii, tutaangalia kwa kina Mhubiri 3:2, tutachambua maana yake na uhusiano wake na mizunguko ya kilimo katika Biblia, na tutaunganisha na mifano ya biblia inayohusiana na mchakato huu wa asili.

Mhubiri 3:2 (NKJV)
"Wakati wa kuzaliwa na wakati wa kufa; wakati wa kupanda na wakati wa kupukutisha."

---

1. Mwandiko wa Kimaandiko: Mhubiri 3:2 na Mizunguko ya Kilimo

Mhubiri 3:2 ni sehemu ya kifungu kirefu cha Mhubiri ambacho kinaelezea mabadiliko ya nyakati na mizunguko ya maisha. Kifungu hiki ni sehemu ya mlolongo wa mizunguko ya kimaumbile, ambapo maisha ya mwanadamu yanahusiana na mabadiliko ya kiasili, kama vile kilimo na kuzaliwa kwa mimea. Mwandiko huu unazungumzia kupanda na kuvuna, na ni sehemu ya hali halisi ya kilimo inayojulikana katika tamaduni za kale, hasa katika jamii za Kiebrania, ambapo kilimo kilikuwa sehemu muhimu ya maisha ya kila siku.

Katika muktadha huu, "kupanda" na "kuvuna" siyo tu maneno yanayohusiana na kilimo, bali ni mifano ya mabadiliko ya kimaumbile na mzunguko wa maisha. Kupanda ni hatua ya mwanzo, na kuvuna ni hatua ya mwisho ya mzunguko wa kilimo, ambapo matunda ya kazi na jitihada za mwanadamu yanavunwa. Hii inahusiana na mchakato wa maisha ya kibinadamu—tunaanza kwa kuzaa, tunakua, tunafanya kazi, na hatimaye tunavuna matunda ya maisha yetu.

2. Mizingira ya Kilimo katika Maandiko ya Kale

Katika Biblia, mizunguko ya kilimo ni mfano wa mabadiliko ya nyakati na maisha. Wakati wa kupanda na wakati wa kuvuna ni mizunguko ambayo yanatokea kila mwaka, na kila hatua ina umuhimu wake katika uumbaji wa Mungu. Tofauti na tamaduni za leo ambapo kilimo kimekuwa ni biashara na sayansi, katika Biblia kilimo kilikuwa ni sehemu ya maisha ya kiroho, na kilikuwa na umuhimu wa kiroho.

Katika *Mwanzo 8:22*, tunapata ahadi ya Mungu baada ya gharika:

"*Dunia itakavyoendelea, mbegu za shayiri na mavuno, baridi na joto, majira ya majira na majira ya baridi, siku na usiku, hayatakoma.*"

Hii ni ahadi ya Mungu ya kudumisha mzunguko wa maisha na kilimo kwa vizazi vyote.

3. Maana ya Kupanda na Kuvuna katika Mhubiri 3:2

Kupanda na kuvuna katika Mhubiri 3:2 ni sehemu ya mabadiliko ya kimaumbile ambayo hutokea katika maisha ya kila siku. Hapa, tunaona maoni ya kiroho ambayo yanahusisha mabadiliko haya na maisha ya kibinadamu. Kupanda ni hatua ya mwanzo ambapo tunajiandaa kwa ajili ya mabadiliko ya baadaye. Hii ni sawa na mbegu zinazo pandwa, zikikua na kutoa matunda baada ya muda.

Kivuli cha kiroho cha "kupanda" na "kuvuna" kina uhusiano na mchakato wa maisha yetu ya kiroho. Kupanda ni kipindi cha kujitolea na juhudi, na kuvuna ni matokeo ya juhudi hizo—ni wakati wa kupokea matunda ya imani yetu na kazi zetu. Mhubiri 3:2 inaonyesha kwamba kila hatua ya maisha ina wakati wake na kila wakati ni muhimu kwa mchakato wa kimaumbile.

---

4. Mzingira ya Kilimo katika Maandiko ya Biblia na Uhusiano Wake na Ekolojia

Mizunguko ya kilimo katika Biblia inaonyesha ushirikiano kati ya Mungu, mwanadamu, na dunia. Biblia inasema kwamba mchakato wa kupanda na kuvuna ni sehemu ya mfumo wa kiikolojia ambao umetungwa na Mungu. Hii inathibitishwa katika *Marko 4:28*, ambapo inasemwa:

"Kwa maana nchi huzaa matunda yake yenyewe; kwanza jani, kisha maganda, baada ya hayo nafaka iliyo ndani ya maganda."

Katika muktadha huu, tunaona jinsi kilimo kinavyohusiana na ustawi wa mazingira. Mchakato wa ukuaji wa mimea na kuvuna matunda yake unategemea mvua, jua, na udongo bora, na hivyo viumbe vyote vinategemea mazingira yao kwa ajili ya maisha. Hii ni mifano ya ekolojia inayojitokeza katika Biblia—kuishi kwa usawa na mazingira na kutunza uumbaji wa Mungu.

5. Kuunganisha Mhubiri 3:2 na Maisha ya Kiroho

Mhubiri 3:2 inatufundisha kuwa kila jambo lina wakati wake na majira yake. Hii inadhihirisha mpangilio wa Mungu katika kila jambo la kimaumbile. Tunaweza kuona hapa kwamba maisha yetu, kama vile mchakato wa kilimo, yana majira ya kupanda na kuvuna—muda wa kujitolea, kujifunza, kufanya kazi, na baadaye kupokea matokeo ya jitihada zetu. Kupanda ni hatua ya imani, wakati ambapo tunachukua hatua kwa ajili ya mabadiliko na ufanisi wa kiroho. Kuvuna ni wakati ambapo tunapata baraka na matunda ya kazi yetu, ikiwa ni matokeo ya imani yetu na kujitolea.

6. Uhusiano na Ekolojia ya Kisasa

Mhubiri 3:2 inatufundisha kuwa mchakato wa kupanda na kuvuna ni mzunguko wa kimaumbile unaoendana na mchakato wa ekolojia ya kisasa. Hii ina maana ya kuchukua hatua za kutunza mazingira yetu, kulinda rasilimali za asili, na kuhakikisha kuwa kila kiumbe kinapata kile kinachohitajika kwa ustawi wake. Katika mazingira ya kisasa, tunahitaji kuzingatia kilimo endelevu, ambapo tunatumia mbinu bora za kilimo ili kudumisha afya ya ardhi, maji, na viumbe hai.

Mhubiri 3:2 ni kifungu cha biblia kilichonukuu mzunguko wa kimaumbile wa kupanda na kuvuna. Kupanda na kuvuna si tu mchakato wa kilimo, bali pia ni mfano wa mabadiliko ya maisha ya kibinadamu na kiroho. Biblia inatufundisha kuwa tuna jukumu la kutunza mazingira na kutumia rasilimali za asili kwa hekima. Kupanda ni hatua ya kujitolea na imani, na kuvuna ni matokeo ya juhudi na uaminifu. Hii ni changamoto ya kuishi kwa usawa na mazingira yetu, na kutunza uumbaji wa Mungu kwa faida ya vizazi vijavyo.

DHANA YA MAPUMZIKO YA KIISIKU, KAMA KUACHILIA ARDHI ISIFANYE KAZI KATIKA MWAKA WA SABATO (Mambo ya Walawi 25:4-5)

Katika sura hii ya Mambo ya Walawi 25, tunapata sheria za mwaka wa sabato na mwaka wa msamaha ambazo zinatoa funzo muhimu kuhusu jinsi Mungu alivyopanga mzunguko wa kilimo na mapumziko. Mwaka wa sabato ni wakati ambapo ardhi ilipaswa kupumzika na kuchukua mapumziko, jambo ambalo lilikuwa na umuhimu wa kimaumbile na kiroho kwa watu wa Israeli. Katika sura hii, Mungu aliamuru kwamba kila baada ya miaka sita ya kilimo, mwaka wa saba, ambao ulikuwa mwaka wa sabato, ardhi ingeachwa kupumzika na kufanya kazi yoyote ya kilimo itasitishwe. Kifungu cha Mambo ya Walawi 25:4-5 kinatoa miongozo juu ya umuhimu wa kupumzika kwa ardhi na jinsi hiyo inavyohusiana na mapumziko kwa watu na mchakato wa uumbaji.

Mambo ya Walawi 25:4-5

"Lakini katika mwaka wa sabato, ardhi itakuwa mapumziko, mapumziko kwa Bwana; hutapanda shamba lako wala kulima mashamba yako ya mizabibu. Hutavuna mazao ya baada ya mavuno wala kukusanya zabibu zilizooza, itakuwa mwaka wa mapumziko kwa ardhi."

1. Sheria ya Mwaka wa Sabato: Kupumzika kwa Ardhi

Mambo ya Walawi 25:4-5 inatufundisha kuhusu umuhimu wa kupumzika kwa ardhi. Mungu aliamuru kwamba kila mwaka wa saba, ardhi ipumzike ili iweze kudumisha rutuba yake na kuendelea kuwa na uwezo wa kutoa mazao kwa vizazi vijavyo. Katika muktadha wa kilimo cha kale, hii ilikuwa ni njia ya kuhakikisha uendelevu wa rasilimali za asili na kulinda afya ya mazingira. Hata ingawa hili lilikuwa ni amri ya kisheria kwa Waisraeli, pia lilikuwa na mafundisho ya kimaumbile yanayoweza kutumika hata leo.

Kupumzika kwa ardhi kwa mwaka mmoja kila baada ya miaka sita kulikuwa ni mchakato wa asili unaoweza kusaidia kudumisha usawa katika ekolojia na kuhakikisha kwamba ardhi inapata nafasi ya kurejesha nguvu zake. Hii ni fundisho linalohusiana na mifumo ya kisasa ya kilimo endelevu, ambapo watalamu wanapendekeza kupumzika kwa shamba ili ardhi irejeshewe rutuba yake.

2. Mapumziko ya Kiungu kwa Watu

Kama ilivyo kwa sabato ya kila wiki, mwaka wa sabato ulikuwa ni wakati wa kupumzika kwa Waisraeli, ambapo walipaswa kutojishughulisha na kazi za kilimo na badala yake kujitolea kwa ibada na kumtumikia Mungu. Katika *Kutoka 23:12* tunapata kifungu kinachosema: *"Sita kazi zako, lakini siku ya saba, utapumzika, ili ng'ombe wako na punda wako wapumzike, na mwana wa mjakazi wako na mgeni aweze kupumzika."*

Hii ilikuwa ni fursa kwa watu kupumzika, kupokea baraka za Mungu, na kujitenga na wasiwasi wa kila siku.

Kwa upande wa kiroho, mwaka wa sabato unatoa mfano wa mapumziko ya kiroho kwa waumini, ambapo wanatakiwa kuachilia dhiki na kuchukua nafasi ya kujitafakari, kusali, na kuwa na wakati wa kumtumikia Mungu. Yesu alikuja kutimiza sheria hii, akiwa ni Bwana wa Sabato, akisema katika *Marko 2:27*:

"Sabato ilifanywa kwa ajili ya mtu, si mtu kwa ajili ya sabato."

Hii inatufundisha kuwa, ingawa sheria za sabato zilikuwa ni amri kwa Waisraeli, waumini wa leo wanapaswa kutumia mapumziko haya ili kumkaribia Mungu kwa njia ya kiroho.

---

3. Uhusiano wa Mwaka wa Sabato na Uendelevu wa Kilimo

Kwa watu wa Israeli, mwaka wa sabato ulitoa fursa ya kuruhusu ardhi kupumzika na kurejesha nguvu zake. Katika muktadha wa kisasa wa kilimo endelevu, mafunzo haya yanaweza kutumika kama mfano wa jinsi ya kulinda mazingira na ardhi kwa kutumia mbinu bora za kilimo, kama vile kilimo cha mzunguko na kilimo kilichozingatia urejeshaji wa virutubisho ardhini. Watalamu wa kilimo leo wanapendekeza kutumia mbinu za kupumzisha ardhi ili kuepuka upungufu wa virutubisho na kupunguza athari za mabadiliko ya tabia nchi.

Mwaka wa sabato pia unatoa fundisho muhimu kuhusu jinsi tunavyotunza rasilimali za asili kwa faida ya vizazi vijavyo. Mungu alitufundisha kupitia amri hii kwamba tunapaswa kuwa na uangalizi wa kina kuhusu mazingira yetu na tutumie rasilimali za dunia kwa busara.

---

4. Kuamini na Kuti Sheria za Mungu

Katika Mambo ya Walawi 25:20-22, Mungu aliwahakikishia watu wa Israeli kuwa atawapa chakula cha ziada katika mwaka wa sita ili kumudu mapumziko ya mwaka wa sabato. Hii ilikuwa ni sehemu ya imani ya watu kwa Mungu, na ilikuwa ni funzo la kutufundisha kuamini kwamba Mungu atatupatia kile tunachohitaji wakati wa nyakati za dhiki au upungufu.

Mambo ya Walawi 25:20-22 "Lakini mtakaposema, Tutaonaje chakula katika mwaka wa sabato, ikiwa hatutapanda wala kukusanya mavuno yetu? 21 Nami nitatengeneza baraka yangu kwa mwaka wa sita, ili ililete mazao kwa miaka mitatu. 22 Nanyi mtapanda mwaka wa nane, lakini mtakula kutoka kwenye mazao ya zamani mpaka mwaka wa tisa, mpaka mavuno mapya yalikue."

Hii ni funzo muhimu kwa waumini leo, kwani inatufundisha kumtegemea Mungu katika kila hali na kutoweka katika hofu ya kupungukiwa na chakula au rasilimali. Hata katika nyakati ngumu, tunaweza kuwa na imani kwamba Mungu atatupatia kile tunachohitaji.

5. Ulinzi na Uhuru wa Watu katika Mwaka wa Sabato

Mwaka wa sabato pia ulileta uhuru kwa watu waliokuwa katika utumwa au kifungo. Mungu aliweka sheria za kuachilia watu kutoka katika utumwa wa kifedha na kijamii. Watu waliokuwa wamekopa na kushindwa kulipa madeni yao wangeweza kurejesha mali zao katika mwaka wa sabato. Hii ilikuwa ni fursa ya kuonyesha huruma na upendo kwa wenzetu na kuhakikisha kwamba hakuna mtu anayeendelea kuwa katika kifungo cha deni au utumwa milele.

Hii inatuonyesha jinsi Mungu anavyowajali watu wanyonge, na jinsi anavyotaka tuishi kwa uhuru na kwa upendo kwa wengine. Yesu alikuja kutufungulia kutoka katika kifungo cha dhambi, na inatufundisha kwamba sisi pia tunapaswa kuachilia wengine kutoka katika vifungo vyao vya kiuchumi na kijamii.

Mambo ya Walawi 25:4-5 inatufundisha umuhimu wa mapumziko ya ardhi na watu katika mzunguko wa sabato. Mungu alikusudia kwamba kila kiumbe kilicho duniani kiweze kupumzika na kurejesha nguvu zake ili kuendelea na mzunguko wa uumbaji. Hii ni sehemu ya mpango wa Mungu wa kuhakikisha kwamba ardhi na watu wanapata mapumziko na urejesho kila baada ya kipindi fulani. Hivyo, kwa waumini leo, sheria hizi siyo tu kuhusu kupumzika kimwili, bali pia ni kuhusu kumtegemea Mungu katika nyakati za kupumzika, na kutoa fursa ya uangalizi wa asili na huruma kwa wengine.

UHUSIANO WA BINADAMU, WANYAMA, NA MAZINGIRA KATIKA KUDUMISHA UHAI

Ulimwengu wetu unategemea mfumo wa asili unaounganisha wanadamu, wanyama, na mazingira. Uhusiano huu ni wa msingi katika kuhakikisha uendelevu wa maisha, kwani kila kiumbe hai kina nafasi muhimu katika mfumo wa ikolojia. Sayansi ya mazingira inachunguza mwingiliano huu ili kuelewa jinsi tunavyoweza kuishi kwa usawa na mazingira yetu, huku tukihakikisha uhifadhi wa bioanuwai na uendelevu wa maliasili.

Katika sura hii, tutachunguza umuhimu wa bioanuwai, mifumo ya mazingira, mahusiano kati ya viumbe hai, uwezo wa mazingira kubeba idadi ya viumbe, changamoto zinazosababishwa na binadamu, na hatua zinazoweza kuchukuliwa kulinda uhai wa viumbe vyote.

---

1. Mazingira na Uhusiano Wake na Viumbe Hai

Mazingira yanajumuisha vipengele vyote vya kiasili vinavyounga mkono maisha, yakiwemo viumbe hai (biotic) na viumbe visivyo hai (abiotic). Vipengele hivi vinavyoshirikiana vinaweza kugawanywa katika makundi yafuatayo:

- *Mazao ya kilimo na misitu* – Chanzo cha chakula na makazi kwa wanadamu na wanyama.
- *Maji na mifumo ya majini* – Maji safi ni muhimu kwa uhai wa viumbe vyote.
- *Hali ya hewa na tabianchi* – Inaathiri mazingira na ustawi wa viumbe hai.

- *Udongo na ardhi* – Chanzo cha virutubisho kwa mimea na makazi ya wanyama wengi.

Kwa hivyo, mazingira yanafungamana na maisha ya wanadamu na wanyama kwa njia ambayo inahitaji utunzaji wa usawa wa asili ili kuendelea kudumisha uhai wa viumbe vyote.

---

2. Bioanuwai: Umuhimu wa Aina Tofauti za Viumbe

Bioanuwai ni utofauti wa maisha duniani, ukiwa na vipengele vitatu vikuu:

1. *Tofauti ya Kijenetiki* – Kila spishi ina utofauti wa kijenetiki unaosaidia kuhimili mabadiliko ya mazingira.
2. *Tofauti ya Kispishi* – Idadi kubwa ya spishi katika mfumo wa mazingira huongeza uimara wake.
3. *Tofauti ya Kiikolojia* – Uwepo wa ekosistimu mbalimbali kama misitu, majangwa, bahari, na nyanda hutoa makazi na chakula kwa viumbe tofauti.

Bioanuwai ina mchango mkubwa katika:

- Kutoa huduma muhimu za ikolojia kama uchavushaji wa mimea, usafishaji wa maji, na utengenezaji wa oksijeni.
- Kudhibiti magonjwa kwa kuwepo kwa usawa wa spishi zinazosaidia kudhibiti wadudu hatari.
- Kuboresha ustahimilivu wa mifumo ya mazingira dhidi ya mabadiliko ya tabianchi.

---

3. Mahusiano Kati ya Viumbe Hai katika Ekolojia

Viumbe hai katika ekosistimu vinategemeana kwa njia mbalimbali, ikiwemo:

- *Uhusiano wa Mla na Mlaji (Predator-Prey Relationships)*

Mfano ni simba anayekula swala. Uhusiano huu husaidia kudhibiti idadi ya wanyama fulani ili kuepuka kuzidisha idadi yao.

- *Ushindani (Competition)*

Viumbe hushindania rasilimali kama chakula, maji, na makazi. Ushindani huu unaweza kuwa wa ndani ya spishi (intraspecific) au kati ya spishi tofauti (interspecific).

- *Ushirikiano wa Kibiolojia (Symbiosis)*
  - *Mutualism*: Viumbe wote hunufaika, mfano nyuki na maua.
  - *Commensalism*: Kiumbe kimoja hunufaika bila kumdhuru mwingine, mfano ndege wanaotumia miti kama makazi.
  - *Parasitism*: Kiumbe kimoja hunufaika huku kingine kikidhurika, mfano chawa kwa wanadamu.

Mahusiano haya yanaonyesha jinsi viumbe hai vinavyotegemeana katika kudumisha usawa wa ekolojia.

4. Uwezo wa Mazingira Kustahimili Idadi ya Viumbe (Carrying Capacity)

Mazao ya asili yana ukomo wa uwezo wa kubeba idadi fulani ya viumbe. Uwezo huu huathiriwa na:

- Upatikanaji wa chakula.
- Ukubwa wa eneo la makazi.
- Uwiano wa wanyama walao wenzao na wa mimea.
- Mabadiliko ya tabianchi.

Ikiwa spishi fulani itazidi uwezo wa mazingira, inaweza kusababisha:

- Uhaba wa chakula na maji.
- Kuharibika kwa mazingira.
- Kupungua kwa idadi ya wanyama kutokana na vifo.

---

5. Changamoto Zinazosababishwa na Binadamu kwa Mazingira

Wanadamu wamechangia kwa kiasi kikubwa kuporomoka kwa mifumo ya mazingira kupitia:

- *Uharibifu wa Makazi (Habitat Destruction)* – Ukataji wa misitu na upanuzi wa miji.
- *Spishi Vamizi (Invasive Species)* – Wanyama au mimea ya kigeni inayoshindana na spishi za asili.
- *Ukuaji wa Idadi ya Watu (Population Growth)* – Shinikizo kubwa kwa rasilimali asilia.
- *Uchafuzi wa Mazingira (Pollution)* – Kemikali zinazotolewa hewani, majini, na ardhini.
- *Mabadiliko ya Tabianchi (Climate Change)* – Athari kama ongezeko la joto duniani.

---

6. Juhudi za Kibinadamu za Kulinda Mazingira

Ili kuhakikisha kwamba uhusiano kati ya binadamu, wanyama, na mazingira unadumishwa, hatua zifuatazo zinapaswa kuchukuliwa:

1. *Ekolojia ya Urejeshaji (Restoration Ecology)*
   - Upandaji wa miti na urejeshaji wa misitu iliyoharibiwa.
   - Urejeshaji wa mifumo ya maji safi ili kusaidia viumbe vya majini.
2. *Uhifadhi wa Bioanuwai (Conservation Biology)*
   - Kulinda spishi zilizo hatarini kutoweka.
   - Kubuni hifadhi za wanyamapori.
3. *Sera za Mazingira (Environmental Policy)*
   - Kutunga sheria za kupunguza uchafuzi wa mazingira.
   - Kuwajibisha makampuni yanayochangia uharibifu wa mazingira.
4. *Elimu na Uhamasishaji*
   - Wananchi kufundishwa kuhusu umuhimu wa mazingira.
   - Kuimarisha ushirikiano wa kimataifa katika masuala ya mazingira.

Uhusiano wa binadamu, wanyama, na mazingira ni wa lazima kwa uhai na ustawi wa viumbe wote. Kwa kutumia mbinu endelevu za kiikolojia na kusimamia rasilimali za asili kwa hekima, tunaweza kuhakikisha kwamba vizazi vijavyo vinanufaika na uumbaji wa Mungu. Katika *Mwanzo 1:28*, Mungu aliwaamuru wanadamu kutawala dunia kwa hekima na kuitunza, si kuiharibu. Kwa kutambua jukumu letu kama wasimamizi wa dunia, tunaweza kuchukua hatua madhubuti ili kuhakikisha uendelevu wa maisha yote duniani.

KANUNI ZA KISASA ZA IKOLONJIA, KAMA KILIMO ENDELEVU, KWA MUJIBU WA HEKIMA YA BIBLIA

Mazingira ni zawadi ya thamani kutoka kwa Mungu, na Biblia inaweka wazi kwamba wanadamu wamepewa jukumu la kuitunza dunia (Mwanzo 2:15). Katika ulimwengu wa kisasa, kanuni za ikolojia na mbinu endelevu za kilimo ni sehemu muhimu za juhudi za kuhifadhi mazingira na kuhakikisha uendelevu wa rasilimali asilia. Hii inahusiana moja kwa moja na mafundisho ya Biblia kuhusu uangalizi na uwajibikaji wa binadamu kwa uumbaji wa Mungu.

Katika sura hii, tutaangazia jinsi kanuni za kisasa za ikolojia, haswa kilimo endelevu, zinavyoweza kueleweka kwa mtazamo wa hekima ya Biblia. Tutaelezea pia athari za kilimo cha kisasa kwa mazingira, umuhimu wa udhibiti wa rasilimali, na njia endelevu zinazohimiza kilimo chenye tija kinacholingana na misingi ya kiroho.

---

1. KILIMO ENDELEVU: KUELEWA MSINGI WA IKOLOJIA YA KISASA

Kilimo endelevu ni mfumo wa uzalishaji wa chakula unaozingatia uhifadhi wa mazingira, ustawi wa jamii, na faida ya kiuchumi kwa vizazi vya sasa na vijavyo. Kanuni za kilimo endelevu zinahusisha:

- *Utunzaji wa Udongo* – Kuzuia mmomonyoko wa ardhi na kuboresha rutuba ya udongo.
- *Utumiaji wa Maji kwa Ufanisi* – Kupunguza matumizi ya maji kupita kiasi na kuhakikisha upatikanaji endelevu.
- *Kupunguza Matumizi ya Kemikali* – Kupunguza mbolea za viwandani na dawa za kuulia wadudu zinazoharibu mazingira.
- *Kupanda Mimea ya Asili na Mseto* – Kuboresha bioanuwai na kupunguza hatari ya magonjwa.
- *Kilimo Hifadhi (Conservation Agriculture)* – Mbinu kama vile kupunguza kulima mara kwa mara, kuhifadhi mimea ya asili, na kutumia matandazo ya kikaboni.

Biblia inaunga mkono dhana ya kilimo endelevu kupitia mafundisho yake juu ya usimamizi wa ardhi na utoaji wa mapumziko kwa udongo (Mambo ya Walawi 25:4-5).

Mambo ya Walawi 25:4-5 – "Lakini mwaka wa saba itakuwa ni Sabato ya mapumziko kwa ajili ya nchi, Sabato kwa Bwana; usipande shamba lako, wala usipogoe mizabibu yako."

---

2. MAADILI YA KIBIBLIA KUHUSU KILIMO ENDELEVU

Biblia ina mafundisho mengi kuhusu matumizi bora ya ardhi na uwajibikaji wa binadamu kwa mazingira:

(i) Kilimo na Uwajibikaji wa Mazingira

Katika *Mwanzo 2:15*, Mungu alimpa binadamu jukumu la "kuilima na kuitunza" bustani ya Edeni. Hii inaonyesha kwamba kilimo hakipaswi kuwa njia ya kuharibu mazingira, bali ni sehemu ya utunzaji wa uumbaji wa Mungu.

(ii) Kupunguza Uharibifu wa Mazingira

Maandiko yanaonya dhidi ya matumizi mabaya ya rasilimali za asili. Katika *Kumbukumbu la Torati 20:19-20*, Mungu anawazuia Waisraeli kuharibu miti isiyohitajika wakati wa vita, ishara kwamba hata wakati wa mahitaji makubwa, ni muhimu kuhifadhi mazingira.

(iii) Utoaji wa Ardhi Mapumziko (Sabbath Year)

Biblia inahimiza kutoa mapumziko kwa ardhi ili kuruhusu urejeshaji wa rutuba ya udongo (Mambo ya Walawi 25:4-5). Hii ni sawa na kanuni za kisasa za *crop rotation* (mzunguko wa mazao) na *cover cropping* (kupanda mimea ya kufunika udongo), ambazo husaidia kuzuia uchovu wa ardhi na kuimarisha afya ya udongo.

---

3. KANUNI ZA KISASA ZA IKOLOJIA ZINAZOFUNGAMANA NA MAANDIKO

Sayansi ya mazingira inaonyesha kuwa kuna haja ya kushughulikia masuala ya uharibifu wa mazingira unaotokana na kilimo cha kisasa. Hii inahusisha kupunguza uchafuzi wa maji, kuboresha uzalishaji wa mazao bila kuharibu ardhi, na kuhifadhi bioanuwai. Zifuatazo ni baadhi ya kanuni za kisasa za ikolojia zinazoungwa mkono na maandiko ya Biblia:

(i) Kilimo Hifadhi na Udhibiti wa Udongo

Kilimo cha kisasa kimesababisha mmomonyoko mkubwa wa udongo, lakini Biblia inaonyesha kuwa Mungu anapenda uzalishaji wa chakula ufanywe kwa njia inayohifadhi mazingira. *Methali 12:11* inasema:

"Yeye alimaaye shamba lake atapata chakula kingi, bali afuataye mambo yasiyo na maana hana akili."

Kanuni za kilimo hifadhi kama vile *terracing* (kujenga matuta) na *agroforestry* (mchanganyiko wa kilimo na miti) zinasaidia kudhibiti mmomonyoko wa udongo.

(ii) Matumizi Bora ya Maji

Uhifadhi wa maji ni sehemu muhimu ya ikolojia endelevu. Biblia inaonyesha kuwa maji ni zawadi ya Mungu na hayapaswi kutumiwa vibaya (Isaya 55:10). Kanuni za kisasa kama *drip irrigation* (umwagiliaji wa matone) na *rainwater harvesting* (uvunaji wa maji ya mvua) zinasaidia kulinda rasilimali hii adimu.

(iii) Kupunguza Uchafuzi wa Mazingira

Matumizi ya mbolea za viwandani na dawa za kuulia wadudu yamesababisha uchafuzi mkubwa wa mazingira. Hili linapingana na mafundisho ya Biblia kuhusu utakatifu wa ardhi na maji (Hesabu 35:33-34). *Mbolea za kikaboni* na *biopesticides* (dawa za kuulia wadudu kutoka kwa mimea) ni mbadala endelevu kwa kilimo.

4. FAIDA ZA KILIMO ENDELEVU

Kupitia tafiti mbalimbali, imeonekana kuwa kilimo endelevu kina faida zifuatazo:

- *Kuboresha Rutuba ya Udongo* – Tafiti zinaonyesha kuwa mzunguko wa mazao hupunguza hitaji la mbolea za kemikali.

- *Kuongeza Mavuno kwa Muda Mrefu* – Utafiti wa Shirika la Chakula Duniani (FAO, 2021) unaonyesha kuwa kilimo endelevu kinaweza kuongeza mavuno kwa asilimia 79 katika muda wa miaka 10.
- *Kupunguza Uchafuzi wa Maji* – Tafiti za Shirika la UNEP (2022) zinaonyesha kuwa kilimo cha kikaboni hupunguza uchafuzi wa maji kwa 50% ikilinganishwa na kilimo cha kawaida.
- *Kuhifadhi Bioanuwai* – Mbinu kama vile *agroforestry* zinahifadhi aina mbalimbali za viumbe vinavyosaidia katika uchavushaji na udhibiti wa wadudu waharibifu.

---

5. HITIMISHO: MWITO WA KUCHUKUA HATUA

Katika *Warumi 8:19-22*, Biblia inaeleza kuwa uumbaji wote unatazamia ukombozi kutoka kwa uharibifu. Hii inatufundisha kwamba jukumu la kulinda mazingira ni la kila mmoja wetu. Kwa kutumia kanuni za kisasa za ikolojia kama kilimo endelevu kwa mujibu wa maandiko matakatifu, tunaweza kuhakikisha kuwa rasilimali za Mungu zinatunzwa kwa vizazi vijavyo.

Ulimwengu wa sasa unahitaji mbinu endelevu zinazohakikisha kuwa uzalishaji wa chakula unakidhi mahitaji ya sasa bila kuathiri uwezo wa vizazi vijavyo. Kwa hivyo, ni wajibu wa kila mmoja wetu kutekeleza kilimo endelevu kwa mujibu wa maagizo ya Mungu.

Je, upo tayari kushiriki katika jukumu hili la kimungu la kuitunza dunia?

JINSI KANUNI ZA KILIMO KATIKA BIBLIA ZINAVYOHIMIZA MAELEWANO NA ASILI

Mungu, Muumbaji wa mbingu na dunia, aliumba mazingira kwa utaratibu na mpangilio mkamilifu, akampa mwanadamu jukumu la kuyatunza. Katika *Mwanzo 2:15*, Biblia inasema:

"BWANA MUNGU AKAMTWAA HUYO MTU, AKAMWEKA KATIKA BUSTANI YA EDENI ILI AILIME NA KUITUNZA."

Hili linaonyesha kuwa kazi ya mwanadamu haikuwa tu kutumia rasilimali za dunia, bali pia kuhakikisha kuwa zinadumishwa kwa vizazi vijavyo. Kilimo, ambacho ni msingi wa maisha ya mwanadamu, ni sehemu muhimu ya mpango wa Mungu kwa binadamu, na Biblia inatoa mwongozo wa kilimo kinachohimiza maelewano kati ya mwanadamu na mazingira.

Katika sura hii, tutaelezea jinsi kanuni za kilimo katika Biblia zinavyopendekeza utunzaji wa mazingira, matumizi endelevu ya rasilimali, na njia bora za kuhakikisha kuwa binadamu anaishi kwa amani na asili. Pia tutaelezea kwa kina maana ya neno "kilimo" katika Biblia kwa kutumia *Strong's Exhaustive Concordance*, na kuelezea maelezo ya kina kuhusu baadhi ya mistari muhimu inayohusiana na kilimo.

---

1. KILIMO NA AGIZO LA MUNGU KWA MWANADAMU

Katika *Mwanzo 1:28*, Mungu alimpa mwanadamu jukumu la kutawala dunia kwa hekima:

"MUNGU AKAWABARIKIA, MUNGU AKAWAAMBIA, ZAENI, MKAONGEZEKE, MKAIJAZE DUNIA NA KUITIISHA; MKATAWALE SAMAKI WA BAHARINI, NA NDEGE WA ANGANI,

NA KILA KIUMBE CHENYE UHAI KIENDACHO JUU YA NCHI."

Maneno mawili muhimu hapa ni "kuijaza" na "kuitiisha" (Strong's H4390 - **MALE** na H3533 - **KABASH**). Neno **MALE** linamaanisha kuleta utimilifu au ukamilifu, huku **KABASH** likimaanisha kudhibiti kwa hekima na si kwa uharibifu. Mungu hakumaanisha mwanadamu kutumia vibaya rasilimali za dunia, bali kuitunza na kuendeleza maelewano kati yake na mazingira.

---

2. MAAGIZO YA BIBLIA KUHUSU MATUMIZI ENDELEVU YA ARDHI

Katika *Mambo ya Walawi 25:4-5*, Mungu aliagiza kuwa ardhi ipumzishwe katika mwaka wa saba:

"LAKINI MWAKA WA SABA ITAKUWA NI SABATO YA MAPUMZIKO KWA AJILI YA NCHI, SABATO KWA BWANA; USIPANDE SHAMBA LAKO, WALA USIPOGOE MIZABIBU YAKO. USIOKOTE KITU KILICHOOTA CHENYEWE BAADA YA MAVUNO YAKO, WALA USIVUNE ZABIBU ZA MIZABIBU YAKO ISIYOPOGOLEWA; ITAKUWA MWAKA WA MAPUMZIKO KWA AJILI YA NCHI."

Hii ni dhana ya *Sabbath ya nchi*, ambapo ardhi ilihitajika kupumzishwa ili kuepuka uchovu wa udongo na kuruhusu urejesho wa rutuba yake. Kulingana na Strong's Concordance:

- *"Sabato"* (H7676 - **SHABBATH**) inamaanisha "mapumziko" au "kuacha shughuli za kawaida kwa utakatifu."
- *"Mapumziko"* (H7677 - **SHABBATHON**) linamaanisha "utulivu kamili" kwa madhumuni ya kiroho na kimwili.

Katika kilimo cha kisasa, dhana hii inafanana na *crop rotation* (mzunguko wa mazao) na *cover cropping* (kupanda mimea ya kufunika udongo) ili kuzuia uchovu wa ardhi.

---

3. MAVUNO KWA HAKI: KUPANDA NA KUVUNA

Kanuni ya kupanda na kuvuna ni muhimu sana katika Biblia. Katika *Wagalatia 6:7*, Paulo anasema: **"MSIDANGANYIKE; MUNGU HADHIHAKIWI; KWA KUWA CHOCHOTE APANDACHO MTU, NDICHO ATAKACHOVUNA."**

Katika Strong's Concordance:

- *"Kupanda"* (G4687 - **SPEIRO**) inamaanisha "kuweka mbegu ardhini kwa lengo la kuvuna baadaye."
- *"Kuvuna"* (G2325 - **THERIZO**) linamaanisha "kupokea matunda ya kazi au maamuzi ya mtu."

Dhana hii si tu ya kilimo bali pia ni ya kiroho, kwamba matendo yetu huzaa matokeo yanayolingana na juhudi na maamuzi yetu.

Katika muktadha wa kilimo:

- Wakulima wanapaswa kupanda kwa hekima ili kuvuna mazao bora.
- Mazingira yanapaswa kutunzwa ili kuendelea kutoa mavuno bora.

---

4. KULINDA BIOANUWAI NA MAZINGIRA

Katika *Kumbukumbu la Torati 22:6-7*, tunapata mfano wa jinsi Biblia inavyohimiza kuhifadhi bioanuwai:

"UKIKUTANA NJIANI NA KIOTA CHA NDEGE, KILICHO NA MAKINDA AU MAYAI, NA HUYO NDEGE MAMA AMEKETI JUU YA MAKINDA AU MAYAI, USIMTWAE HUYO NDEGE MAMA PAMOJA NA MAKINDA. HAKIKA UMWACHE HUYO NDEGE MAMA, UPATE KUFANIKIWA, NAWE UPATE KUISHI SIKU NYINGI."

Hii inaonyesha umuhimu wa kuhifadhi uzazi wa wanyama wa porini ili kuhakikisha kuwa kuna uzazi wa baadaye. Katika sayansi ya mazingira, dhana hii inafanana na uhifadhi wa viumbe hai na mzunguko wa maisha wa spishi mbalimbali.

---

5. MAADILI YA KILIMO KATIKA MAANDIKO

Kilimo hakipaswi kufanywa kwa njia ya ukandamizaji au unyonyaji wa ardhi na watu. Biblia inahimiza uadilifu na haki katika kilimo:

(i) Kulipa Wafanyakazi kwa Haki

Katika *Yakobo 5:4*, inasema:

"TAZAMA, MSHAHARA WA WAKULIMA WALIOVUNA MASHAMBA YENU, AMBAO MMEUACHA KWA HILA, UNALIA; NA KILIO CHA WAVUNAJI KIMEINGIA MASIKIONI MWA BWANA WA MAJESHI."

Hii inaonyesha kuwa kilimo kinapaswa kufanywa kwa haki, na wafanyakazi wasinyimwe haki yao.

(ii) Kuacha Nafasi kwa Watu Maskini

Katika *Mambo ya Walawi 19:9-10*, Mungu anaagiza:

“UTAKAPOVUNA MAVUNO YA NCHI YAKO, USIVUNE KABISA PEMBE ZA SHAMBA LAKO, WALA USIOKOTE MASALIO YA MAVUNO YAKO. WALA USIOKOTE ZABIBU ZILIZOANGUKA KATIKA SHAMBA LAKO LA MIZABIBU; WAACHIE MASKINI NA WAGENI; MIMI NDIMI BWANA, MUNGU WENU.”

Hii ni sawa na dhana ya kisasa ya kilimo cha kijamii kinachohakikisha kuwa rasilimali za kilimo zinapatikana kwa wote, hasa wale walio na mahitaji maalum.

Kwa mujibu wa Biblia, kilimo ni zaidi ya upandaji na uvunaji wa mazao; ni tendo la kiroho linalohitaji hekima, subira, na uaminifu kwa Mungu. Dhana kama Sabbath ya ardhi, kulinda bioanuwai, na haki za wafanyakazi ni sehemu muhimu za kanuni za kilimo za kibiblia zinazotufundisha kuishi kwa maelewano na mazingira.

Kwa kutumia hekima ya Biblia na kanuni za kisasa za ikolojia, tunaweza kuendeleza kilimo kinachohifadhi ardhi, kinachoheshimu uumbaji wa Mungu, na kinachohakikisha mavuno bora kwa vizazi vijavyo. Je, uko tayari kufuata maagizo haya ya kiungu katika kilimo na utunzaji wa mazingira?

"Kwa kuwa dunia na vyote viijazavyo ni mali ya Bwana." (Zaburi 24:1)

JINSI KANUNI ZA KILIMO KATIKA BIBLIA ZINAVYOHIMIZA MAELEWANO NA MAZINGIRA

Biblia inaonyesha kuwa Mungu aliumba dunia kwa mpangilio mzuri na alimpa mwanadamu jukumu la kuitunza. Moja ya nyanja muhimu za utunzaji wa mazingira ni kilimo, ambacho kimekuwa msingi wa maisha ya mwanadamu tangu mwanzo wa uumbaji. Katika *Mwanzo 2:15*, Biblia inasema:

"BWANA MUNGU AKAMTWAA HUYO MTU, AKAMWEKA KATIKA BUSTANI YA EDENI ILI AILIME NA KUITUNZA."

Aya hii inaonyesha kwamba Mungu alikusudia mwanadamu kutumia rasilimali za dunia kwa busara na kuhakikisha kuwa ardhi inazalisha mazao kwa muda mrefu bila kuharibiwa. Kanuni za kilimo katika Biblia zinaonyesha njia za kufanikisha maelewano kati ya mwanadamu na mazingira, zikihimiza utunzaji wa ardhi, matumizi endelevu ya rasilimali, na uadilifu katika uzalishaji wa chakula.

Katika sura hii, tutachunguza jinsi kanuni za kilimo zilivyoelezewa katika Biblia na jinsi zinavyoweza kutumika leo kwa ajili ya kulinda mazingira na kuongeza uzalishaji endelevu.

---

1. KANUNI YA MAPUMZIKO YA ARDHI (LEVITIKO 25:4-5)

Katika *Mambo ya Walawi 25:4-5*, Mungu aliagiza kuwa ardhi ipumzishwe katika mwaka wa saba:

"LAKINI MWAKA WA SABA ITAKUWA NI SABATO YA MAPUMZIKO KWA AJILI YA NCHI, SABATO KWA BWANA; USIPANDE SHAMBA LAKO, WALA USIPOGOE MIZABIBU YAKO. USIOKOTE KITU KILICHOOTA CHENYEWE BAADA YA MAVUNO YAKO, WALA USIVUNE ZABIBU ZA MIZABIBU YAKO ISIYOPOGOLEWA; ITAKUWA MWAKA WA MAPUMZIKO KWA AJILI YA NCHI."

Hii ni kanuni muhimu ya kilimo ambayo inafanana na kilimo cha kisasa kinachohimiza *mzunguko wa mazao* na *kupumzisha ardhi* ili kuepuka uchovu wa udongo. Sayansi ya kilimo inathibitisha kuwa ardhi inayopumzishwa kwa muda fulani hurejesha rutuba yake na kuzalisha mazao bora zaidi baadaye.

Katika kilimo cha kisasa, hii inaweza kutekelezwa kwa kutumia:

- *Crop Rotation* (Mzunguko wa mazao) – Kubadilisha aina za mazao yanayopandwa kwenye ardhi kila msimu ili kuepuka uchovu wa udongo.
- *Cover Cropping* – Kupanda mimea inayosaidia kurejesha rutuba ya udongo, kama vile maharagwe, ambayo huongeza nitrojeni kwenye udongo.
- *Organic Farming* – Kilimo kinachotumia mbolea za asili badala ya mbolea za kemikali ili kulinda udongo.

Biblia inatufundisha kuwa utunzaji wa ardhi ni sehemu ya ibada kwa Mungu na kuwa na mazoea endelevu ni njia ya kutii amri yake.

---

2. KULINDA USTAWI WA VIUMBE HAI NA MAZINGIRA

Biblia inatoa maagizo ya kuhakikisha kuwa viumbe hai wanatunzwa kwa ajili ya kizazi cha sasa na cha baadaye. Katika *Kumbukumbu la Torati 22:6-7*, tunapata mfano wa jinsi tunavyopaswa kuhifadhi uzazi wa wanyama wa porini:

"UKIKUTANA NJIANI NA KIOTA CHA NDEGE, KILICHO NA MAKINDA AU MAYAI, NA HUYO NDEGE MAMA AMEKETI JUU YA MAKINDA AU MAYAI, USIMTWAE HUYO NDEGE MAMA PAMOJA NA MAKINDA. HAKIKA UMWACHE HUYO NDEGE MAMA, UPATE KUFANIKIWA, NAWE UPATE KUISHI SIKU NYINGI."

Hii inaonyesha kwamba Mungu anapenda uzazi wa viumbe hai uhifadhiwe kwa kuzingatia uwiano wa asili. Katika sayansi ya mazingira, hili linafanana na uhifadhi wa bioanuwai, ambapo binadamu wanapaswa kuhakikisha kuwa spishi za wanyama na mimea hazitoweki kutokana na uharibifu wa mazingira.

Katika kilimo cha kisasa, hii inaweza kufanikishwa kwa kutumia mbinu kama:

- *Agroforestry* – Kuchanganya kilimo na upandaji wa miti ili kuongeza bioanuwai na kuboresha afya ya udongo.
- *Conservation Farming* – Kilimo kinacholinda udongo na wanyama wa asili kwa kupunguza ukataji wa miti na uharibifu wa makazi ya viumbe hai.
- *Integrated Pest Management (IPM)* – Mbinu za kudhibiti wadudu kwa njia za asili badala ya kutumia kemikali kali zinazoharibu mazingira.

Biblia inatufundisha kuwa ustawi wa viumbe wote ni sehemu ya mpango wa Mungu na kwamba tunapaswa kuwatunza kwa hekima.

---

3. HAKI NA UADILIFU KATIKA KILIMO

Katika *Yakobo 5:4*, Biblia inasema:

"TAZAMA, MSHAHARA WA WAKULIMA WALIOVUNA MASHAMBA YENU, AMBAO MMEUACHA KWA HILA, UNALIA; NA KILIO CHA WAVUNAJI KIMEINGIA MASIKIONI MWA BWANA WA MAJESHI."

Biblia inahimiza kwamba kilimo kifanywe kwa haki, ambapo wakulima wanapaswa kulipwa ujira wao kwa haki na ardhi isitumiwe kwa unyonyaji wa wafanyakazi. Hii inahusiana na kilimo cha haki (Fair Trade Agriculture), ambapo wakulima wanapaswa kupata bei inayolingana na bidii yao.

Katika kilimo cha kisasa, hii inaweza kutekelezwa kwa:

- *Fair Trade Practices* – Kilimo kinachohakikisha kuwa wakulima wanapata malipo ya haki kwa kazi yao.
- *Community-Supported Agriculture (CSA)* – Mfumo unaowaunganisha wakulima na wanunuzi wa moja kwa moja, kupunguza ukiritimba wa masoko na kuongeza faida kwa wakulima.

Ujumbe wa Biblia ni kwamba mazao na ardhi havipaswi kutumiwa kwa unyonyaji bali kwa haki na uadilifu, ili jamii zote ziweze kufaidika.

---

4. UPANDAJI WA MITI NA UREJESHAJI WA ARDHI

Katika *Isaya 41:19-20*, Mungu anaahidi kubariki ardhi kwa kupanda miti:

"NITAPANDA KATIKA NYIKA MWEREZI, MSHITA, MVINJE, MZEITUNI; NITAWEKA KATIKA

JANGWA MBEROSHI, MTIDHARI, NA MTEASHURI PAMOJA; WAPATE KUONA NA KUJUA, WAPATE KUFIKIRI PAMOJA NA KUFAHAMU YA KUWA MKONO WA BWANA NDIO ULIOFANYA JAMBO HILI."

Upandaji wa miti ni sehemu muhimu ya kurejesha ardhi iliyoharibiwa na kuzuia mmomonyoko wa udongo. Katika kilimo cha kisasa, upandaji wa miti unahusiana na mbinu kama:

- *Afforestation and Reforestation* – Kupanda miti katika maeneo yaliyoathirika na ukataji miti au jangwa.
- *Permaculture* – Mfumo wa kilimo endelevu unaochanganya kilimo, mifugo, na mazingira ili kuhifadhi asili.

Upandaji wa miti na kurejesha ardhi ni jukumu la kila mmoja wetu, kwa sababu inasaidia kuhifadhi dunia kwa ajili ya vizazi vijavyo.

Kanuni za kilimo katika Biblia zinahimiza uwiano kati ya binadamu na mazingira kwa kuzingatia utunzaji wa ardhi, kuhifadhi bioanuwai, na kufanya kilimo kwa haki. Mbinu kama *kupumzisha ardhi, kulinda viumbe hai, kulipa wafanyakazi haki, na kupanda miti* zinaonyesha hekima ya Mungu katika kuhakikisha kuwa rasilimali za dunia zinatumika kwa uendelevu.

Kwa kuzingatia mafundisho haya, tunaweza kuendeleza kilimo kinacholinda mazingira, kinachoheshimu uumbaji wa Mungu, na kinachohakikisha mavuno bora kwa vizazi vijavyo.

"Kwa kuwa dunia na vyote viijazavyo ni mali ya Bwana." (Zaburi 24:1)

Sura ya 09

MTI WA UZIMA KATIKA TEOLOJIA YA KIKRISTO NA MAANA YAKE KATIKA BIBLIA

Mti wa Uzima ni mojawapo ya alama muhimu sana katika Maandiko Matakatifu, ukiwa na maana ya kina kuhusu uhusiano kati ya mwanadamu na Mungu, uzima wa milele, na ukombozi wa wanadamu. Katika Biblia, mti huu unatokea hasa katika *Mwanzo 2:9*, ambapo Mungu aliupanda katika bustani ya Edeni, na pia katika *Ufunuo 22:2*, ukihusiana na uzima wa milele katika Yerusalemu Mpya.

Katika sura hii, tutachunguza jinsi Mti wa Uzima unavyofasiriwa katika teolojia ya Kikristo, maana yake katika Uyahudi, nafasi yake kama ishara ya uzima wa milele, na umuhimu wake katika kitabu cha Mwanzo.

1. MTI WA UZIMA KATIKA TEOLOJIA YA KIKRISTO

Katika teolojia ya Kikristo, Mti wa Uzima una maana mbalimbali zinazohusiana na imani ya wokovu na uzima wa milele kupitia Kristo Yesu.

i. Lishe ya Kiroho

Mti wa Uzima unawakilisha chanzo cha lishe ya kiroho, ambapo waamini wanapata uhai wa kiroho kupitia Yesu Kristo. Kama vile mti unavyotoa chakula kwa wanadamu na viumbe wengine, vivyo hivyo Yesu anatupatia chakula cha kiroho:

"YESU AKAWAAMBIA, MIMI NDIMI CHAKULA CHA UZIMA; YEYE AJAYE KWANGU HATAONA NJAA KAMWE, NAYE ANIAMINIYE HATAONA KIU KAMWE." (Yohana 6:35)

Mti huu ni mfano wa neema ya Mungu inayomtunza mwanadamu kiroho na kumwezesha kustawi katika imani.

ii. Ishara ya Muungano wa Kimungu

Katika maandiko, Mti wa Uzima ni ishara ya uhusiano wa milele kati ya Mungu na mwanadamu. Uhusiano huu ulivunjika kutokana na dhambi ya Adamu na Hawa, lakini ukarejeshwa kupitia Kristo:

"KWA MAANA KAMA KWA MAASI YA MTU MMOJA WENGI WALIFANYWA WENYE DHAMBI, KADHALIKA KWA UTII WA MTU MMOJA WENGI WAMEFANYWA WENYE HAKI." (Warumi 5:19)

Yesu, anayejulikana kama "Adamu Mpya," alikuja kurejesha upatanisho wa mwanadamu na Mungu.

iii. Uzima wa Milele Katika Kristo

Mti wa Uzima ni ishara ya uzima wa milele unaopatikana kwa wale wanaomwamini Yesu Kristo:

"MIMI NDIMI NJIA, NA KWELI, NA UZIMA; MTU HAJI KWA BABA, ILA KWA NJIA YA MIMI." (Yohana 14:6)

Katika *Ufunuo 22:14*, Mti wa Uzima unahusishwa na thawabu ya watakatifu:

"HERI WAZIFUAO NGUO ZAO, WAWE NA AMRI KUUENDEA HUO MTI WA UZIMA, NA KUINGIA MJINI KWA MILANGO YAKE."

Hii inaonyesha kuwa wokovu kupitia Kristo unawapa waamini fursa ya kushiriki uzima wa milele pamoja na Mungu.

iv. Uponyaji na Urejesho

Katika *Ufunuo 22:2*, Mti wa Uzima umeelezewa kuwa na majani yanayotoa uponyaji kwa mataifa:

"KATIKA NJIA KUU YA MJI, NA KANDOKANDO YAKE, ULIKUWAPO MTI WA UZIMA, UZAAO MATUNDA MARA KUMI NA MBILI, UKITOA MATUNDA YAKE KILA MWEZI; NA MAJANI YA MTI HUO NI KWA AFYA YA MATAIFA."

Mti huu unawakilisha urejesho wa wanadamu kutoka kwa uharibifu wa dhambi na kuingia katika utukufu wa Mungu.

---

2. MTI WA UZIMA KATIKA MAPOKEO YA KIYAHUDI

Katika Uyahudi, Mti wa Uzima unachukua nafasi muhimu katika tafsiri za Kabbalah na maandiko ya Kiyahudi.

i. Mti wa Uzima Katika Maandiko ya Kiyahudi

Katika *Mwanzo 3:22-24*, baada ya dhambi ya mwanadamu, Mungu alizuia ufikiaji wa Mti wa Uzima:

"BASI BWANA MUNGU AKASEMA, TAZAMA, HUYO MWANADAMU AMEKUWA KAMA MMOJA WETU, KWA KUJUA MEMA NA MABAYA; BASI, ASIJE AKAUNYOSHA MKONO WAKE, AKATWAA NA MATUNDA YA MTI WA UZIMA, AKALA, AKAISHI MILELE."

Hii inaonyesha kwamba Mungu hakutaka mwanadamu aishi milele akiwa katika hali ya dhambi, bali alikusudia ukombozi kupitia mpango wake wa wokovu.

ii. Kabbalah na Muundo wa Ulimwengu

Katika Kabbalah, Mti wa Uzima unaonyesha muundo wa kiroho wa ulimwengu, ukiwa na *sefirot* kumi zinazowakilisha nguvu mbalimbali za Mungu. Waumini wa Kabbalah hutumia Mti wa Uzima kama mwongozo wa kuunganisha nafsi zao na Mungu kupitia tafakari na maombi.

---

3. MTI WA UZIMA KAMA ISHARA YA UZIMA WA MILELE

Mti wa Uzima pia unafasiriwa kama ishara ya uzima wa milele na uhusiano wa milele kati ya Mungu na wanadamu.

i. Ahadi ya Urejesho

Katika Ufunuo, tunaona kwamba Mungu anaurejesha Mti wa Uzima kwa wanadamu waliokombolewa:

"HERI WAZIFUAO NGUO ZAO, WAWE NA AMRI KUUENDEA HUO MTI WA UZIMA, NA KUINGIA MJINI KWA MILANGO YAKE." (Ufunuo 22:14)

Hii inaonyesha kuwa wokovu wa mwanadamu unahusiana na kupata tena upatikanaji wa Mti wa Uzima, ikimaanisha uzima wa milele pamoja na Mungu.

ii. Lishe ya Kiroho kwa Waliokombolewa

Katika Ufunuo 2:7, tunasoma:

"YEYE ALIYE NA SIKIO, NA ALISIKIE NENO HILI AMBALO ROHO AYAAMBIA MAKANISA. YEYE ASHINDAYE, NITAMPA KULA MATUNDA YA MTI WA UZIMA, ULIO KATIKA PARADISO YA MUNGU."

Hii inathibitisha kuwa wale wanaoshinda dhambi na kushikilia imani yao watashiriki katika baraka za Mti wa Uzima.

---

4. MTI WA UZIMA KATIKA KITABU CHA MWANZO

Katika kitabu cha Mwanzo, Mti wa Uzima umeelezewa kuwa sehemu ya Bustani ya Edeni, ukiwa ni mti wa uzima wa milele. Mungu alimpangia mwanadamu kuishi katika Edeni, lakini dhambi ilimzuia kupata matunda ya mti huu.

i. Mti wa Uzima na Mti wa Ujuzi wa Mema na Mabaya

Katika *Mwanzo 2:9*, Biblia inasema:

"BWANA MUNGU AKAFANYA TOKA KATIKA ARDHI KILA MTI UPENDEZAO MACHO NA KUFAA KWA CHAKULA; NA MTI WA UZIMA KATIKATI YA BUSTANI, NA MTI WA UJUZI WA MEMA NA MABAYA."

Tofauti kati ya miti hii miwili inaonyesha uchaguzi kati ya utii kwa Mungu na kutegemea uelewa wa kibinadamu.

ii. Ulinzi wa Mti wa Uzima

Baada ya dhambi, Mungu aliweka makerubi kulinda njia ya Mti wa Uzima:

"BASI AKAMFUKUZA HUYO MTU, AKAWEKA MAKERUBI UPANDE WA MASHARIKI WA BUSTANI YA EDENI, NA UPANGA WA MOTO ULIOWAKA UKIZUNGUKA KILA UPANDE, ILI KUILINDA NJIA YA MTI WA UZIMA." (Mwanzo 3:24)

Hii inaonyesha kuwa wokovu na uzima wa milele hauwezi kupatikana kwa nguvu za kibinadamu bali kwa neema ya Mungu.

Mti wa Uzima ni ishara kuu ya uzima wa milele, lishe ya kiroho, na urejesho wa mwanadamu kwa Mungu. Katika *Mwanzo*, mti huu ulionyesha hali ya mwanadamu kabla ya dhambi, na katika *Ufunuo*, unaonyesha hatima ya waliokombolewa. Kwa kupitia Yesu Kristo, njia ya Mti wa Uzima imefunguliwa tena kwa wote wanaoamini.

"KWA MAANA MUNGU ALIUPENDA ULIMWENGU KIASI CHA KUMTOA MWANA WAKE WA PEKEE, ILI KILA AMWAMINIYE ASIPOTEE, BALI AWE NA UZIMA WA MILELE." (Yohana 3:16)

MTI WA UZIMA KATIKA MWANZO NA UFUNUO KAMA ISHARA ZA UZIMA WA MILELE NA UPONYAJI (MWANZO 2:9; UFUNUO 22:2)

---

1. UTANGULIZI: MAANA YA MTI WA UZIMA KATIKA BIBLIA

Mti wa Uzima ni mojawapo ya ishara muhimu katika Biblia, unaopatikana mwanzoni mwa Maandiko katika *Mwanzo 2:9* na kufikia kilele chake katika *Ufunuo 22:2*. Kwa mujibu wa teolojia ya Kikristo, mti huu unawakilisha *uzima wa milele, baraka za Mungu, na urejesho wa mwanadamu kwa hali ya asili ya usafi wa kiroho*. Katika *Mwanzo*, mti huu ulikuwa sehemu ya Bustani ya Edeni, lakini dhambi ilimfanya mwanadamu apoteze upatikanaji wake. Katika *Ufunuo*, tunaona urejesho wa upatikanaji wa mti huu kwa waliokombolewa, unaoleta uzima na uponyaji wa mataifa.

---

2. MTI WA UZIMA KATIKA MWANZO 2:9

i. Maandiko na Tafsiri ya Neno kwa Neno

"BWANA MUNGU AKAFANYA TOKA KATIKA ARDHI KILA MTI UPENDEZAO MACHO NA KUFAA KWA CHAKULA; NA MTI WA UZIMA KATIKATI YA BUSTANI, NA MTI WA UJUZI WA MEMA NA MABAYA."

(MWANZO 2:9, SUV)

Katika mstari huu, tunapata *mambo mawili muhimu*:

1. *Miti ya chakula* – Mungu aliiumba dunia ikiwa na miti yenye matunda ya kula, inayowakilisha wingi wa neema yake.
2. *Miti miwili ya kipekee* – Katika katikati ya bustani, kulikuwa na *Mti wa Uzima* na *Mti wa Ujuzi wa Mema na Mabaya*.

Katika *Strong's Concordance*, neno "Uzima" katika Kiebrania ni *חַיִּים (chayim)* ambalo linamaanisha "uzima wa milele" au "uhai unaodumu." Hii inaashiria kuwa matunda ya mti huu yalikuwa chanzo cha uzima usiokwisha.

ii. Maana ya Mti wa Uzima katika Bustani ya Edeni

Katika hali ya awali, Mungu alimuumba mwanadamu akiwa huru kufurahia uzima wa milele kupitia Mti wa Uzima. Adamu na Hawa walikuwa na nafasi ya kuendelea kuishi kwa kula matunda yake, lakini dhambi iliwazuia:

"BASI BWANA MUNGU AKASEMA, TAZAMA, HUYO MWANADAMU AMEKUWA KAMA MMOJA WETU, KWA KUJUA MEMA NA MABAYA; BASI, ASIJE AKAUNYOSHA MKONO WAKE, AKATWAA NA MATUNDA YA MTI WA UZIMA, AKALA, AKAISHI MILELE." (MWANZO 3:22)

Hii inaonyesha kuwa *Mti wa Uzima ulikuwa chanzo cha uzima wa milele*, lakini baada ya kuanguka kwa mwanadamu, Mungu alizuia upatikanaji wake.

iii. Tafsiri za Mabingwa wa Biblia

- *John Gill Commentary*: Gill anaeleza kuwa Mti wa Uzima ulikuwa *ishara ya neema ya Mungu* na uwezekano wa mwanadamu kuishi milele ikiwa asingetenda dhambi.
- *Matthew Henry Commentary*: Anafafanua kuwa mti huu ni mfano wa Kristo, ambaye ndiye uzima wa kweli kwa wale wote wanaomwamini (Yohana 14:6).

3. MTI WA UZIMA KATIKA UFUNUO 22:2

i. Maandiko na Tafsiri ya Neno kwa Neno

"KATIKA NJIA KUU YA MJI, NA KANDOKANDO YAKE, ULIKUWAPO MTI WA UZIMA, UZAAO MATUNDA MARA KUMI NA MBILI, UKITOA MATUNDA YAKE KILA MWEZI; NA MAJANI YA MTI HUO NI KWA AFYA YA MATAIFA."

(UFUNUO 22:2, SUV)

Katika *Strong's Concordance*, neno "Uzima" katika Kigiriki ni *ζωή (zoe)* ambalo linaashiria "uzima wa kiroho usio na mwisho," likihusiana na uzima wa milele unaotoka kwa Mungu.

ii. Urejesho wa Mti wa Uzima Katika Yerusalemu Mpya

Katika Ufunuo, tunamwona Mti wa Uzima ukiwa sehemu ya *Yerusalemu Mpya*, mahali ambapo Mungu anaishi na waliokombolewa. Hili linathibitisha kuwa mpango wa Mungu wa mwanzo umerudishwa, na wanadamu waliokombolewa watakuwa na uzima wa milele.

iii. Matunda ya Mti wa Uzima

Katika Ufunuo 22:2, tunajifunza kuwa Mti wa Uzima:

- *Hutoa matunda mara kumi na mbili kwa mwaka* – Hii inaashiria utoshelevu wa neema ya Mungu kwa kila wakati.
- *Majani yake ni kwa uponyaji wa mataifa* – Hii inaonyesha kwamba wale waliokombolewa watapata uzima na afya kamilifu katika utawala wa Mungu wa milele.

iv. Tafsiri za Mabingwa wa Biblia

- *Albert Barnes Commentary*: Anafafanua kuwa Mti wa Uzima ni ishara ya *Kristo kama chanzo cha uzima wa milele kwa wote wanaomwamini.*
- *Adam Clarke Commentary*: Clarke anasema kuwa majani ya Mti wa Uzima yanawakilisha "uponyaji wa kiroho" na "urejesho wa uhusiano wa mwanadamu na Mungu."

---

4. MLINGANISHO WA MTI WA UZIMA KATI YA MWANZO NA UFUNUO

Mwanzo 2:9	*Ufunuo 22:2*
Mti wa Uzima ulikuwa katikati ya Edeni	Mti wa Uzima uko katikati ya Yerusalemu Mpya
Mwanadamu alifukuzwa asije akaula	Waliokombolewa wanaruhusiwa kula matunda yake
Matunda yake yalitoa uzima wa milele	Matunda yake yanaendelea kutoa uzima wa milele
Dhambi ilizuia ufikiaji wake	Neema ya Kristo imefungua tena ufikiaji wake

Mwanzo 2:9	*Ufunuo 22:2*
Ulinzi wa makerubi na upanga wa moto	Hakuna tena kizuizi kwa wale waliokombolewa

5. MTI WA UZIMA KAMA MFANO WA YESU KRISTO

Katika teolojia ya Kikristo, Yesu Kristo anafasiriwa kama *Mti wa Uzima*. Katika *Yohana 15:5*, Yesu anasema:

"MIMI NI MZABIBU; NINYI NI MATAWI; AKAAYE NDANI YANGU, NAMI NDANI YAKE, HUYO HUZAA MATUNDA MENGI; MAANA PASIPO MIMI NINYI HAMWEZI KUFANYA NENO LOLOTE."

Yesu ni *chanzo cha uzima wa milele*, na wale wote wanaomwamini wanapata uzima wa milele kama ilivyokusudiwa mwanzo.

6. UJUMBE WA MTI WA UZIMA KWA WAUMINI LEO

Mti wa Uzima katika Mwanzo na Ufunuo unaonyesha kwamba *Mungu ndiye chanzo cha uzima wa milele*. Kupitia Yesu Kristo:

1. *Tunaweza kurudi kwenye ushirika wa milele na Mungu.*
2. *Tunapata chakula cha kiroho kinachotufanya kustawi katika imani.*

3. *Tuna hakikisho la uzima wa milele na uponyaji wa kiroho.*

Yesu alisema:

"YEYE ASHINDAYE NITAMPA KULA MATUNDA YA MTI WA UZIMA, ULIO KATIKA PARADISO YA MUNGU." (Ufunuo 2:7)

Hivyo, Mti wa Uzima ni ahadi kwa wote wanaoshikilia imani yao ndani ya Kristo. Kupitia yeye, tunarejeshewa neema ya uzima wa milele!

UMUHIMU WA MAZINGIRA WA MITI KATIKA KUTOA OKSIJENI, CHAKULA, NA MAKAZI

Miti ni sehemu muhimu ya mazingira yetu, ikitoa faida nyingi zinazochangia katika maisha ya viumbe hai. Kutoka katika misitu minene hadi miti midogo inayopatikana katika bustani za mijini, miti hutoa oksijeni tunayovuta, huchangia katika upatikanaji wa chakula, na hutoa makazi kwa viumbe mbalimbali. Kwa mujibu wa *Mwanzo 1:29*, Mungu aliwapa wanadamu mimea na miti kama chanzo cha chakula na uhai:

"MUNGU AKASEMA, TAZAMA, NIMEWAPA KILA MCHE UTOAO MBEGU, ULIO JUU YA USO WA NCHI YOTE, NA KILA MTI, WENYE MATUNDA YA MCHE UTOAO MBEGU; VITAKUWA CHAKULA CHENU."

Hii inaonyesha kwamba tangu uumbaji, miti imekuwa sehemu muhimu ya mpango wa Mungu kwa binadamu na viumbe wengine wa dunia.

2. MITI KAMA CHANZO CHA OKSIJENI NA UBORA WA HEWA

i. Uzalishaji wa Oksijeni

Miti inachukua dioksidi ya kaboni (CO_2) kutoka angani na kutoa oksijeni (O_2) kupitia mchakato wa *fotosintesi*. Hii ni muhimu kwa viumbe hai kwani oksijeni ni gesi inayohitajika kwa upumuaji wa seli katika wanyama na wanadamu.

Mchango wa mti mmoja wa wastani kwa oksijeni:

- Mti mmoja wa ukubwa wa kawaida unaweza kutoa kiasi cha oksijeni cha kutosha kwa watu wanne kwa siku moja.
- Misitu mikubwa kama *Msitu wa Amazoni* huitwa "mapafu ya dunia" kwa sababu inachangia karibu 20% ya oksijeni inayozalishwa duniani.

Katika *Ayubu 12:7-10*, Biblia inatufundisha kwamba viumbe vyote vya uumbaji wa Mungu vinafundisha hekima kuhusu maisha:

"LAKINI WAULIZE SASA WANYAMA, NAO WATAKUFUNDISHA; NA NDEGE WA ANGANI, NAO WATAKUAMBIA; AU NENA NA NCHI, NAYO ITAKUFUNDISHA; NA SAMAKI WA BAHARINI NAO WATAKUELEZA. NI NANI KATIKA HAWA WOTE ASIYEFAHAMU YA KUWA MKONO WA BWANA UMETENDA HAYO? KATIKA MKONO WAKE, UHAI WA KILA KILICHO HAI NA PUMZI YA WATU WOTE."

Hii inathibitisha kwamba miti ni sehemu muhimu ya mfumo wa uhai, ikitoa pumzi ya uhai kwa wanadamu na wanyama.

ii. Kuboresha Ubora wa Hewa

Miti huchuja hewa kwa kunyonya uchafu kama vile:

- *Dioksidi ya kaboni (CO_2)* - Hupunguza athari za joto duniani.
- *Dioksidi ya sulfuri (SO_2) na oksidi za nitrojeni (NOx)* - Hupunguza uchafuzi wa hewa unaotokana na magari na viwanda.
- *Vumbi na chembe chembe hatari* - Husafisha hewa na kuzuia magonjwa yanayohusiana na uchafuzi wa hewa kama pumu.

Miti hivyo ni safi ya asili ya mazingira, ikichangia afya bora kwa wanadamu.

---

3. MITI KAMA CHANZO CHA CHAKULA NA DAWA

i. Chakula Kutoka kwa Miti

Miti hutupatia matunda, mbegu, na majani ambayo ni chakula kwa wanadamu na wanyama. Katika *Mwanzo 2:9*, tunasoma kuwa mti wa uzima ulipatikana ndani ya Edeni na ulikuwa wa chakula.

Baadhi ya miti inayotoa chakula muhimu ni:

- *Mikoko* - Chanzo cha nazi na mafuta ya nazi.
- *Mizeituni* - Chanzo cha mizeituni na mafuta ya zeituni.
- *Miti ya matunda* kama *mitufaha, maparachichi, maembe, na ndizi.*
- *Miti ya karanga kama mlozi na mkaranga.*

Chakula kinachotoka kwenye miti siyo tu kinasaidia binadamu lakini pia huchangia kwa wanyama wa porini.

ii. Miti Kama Chanzo cha Dawa

Miti pia inajulikana kwa uwezo wake wa kutoa dawa za asili. Kwa mfano:

- *Mti wa mwarobaini (Azadirachta indica)* hutumika kutibu magonjwa ya ngozi na malaria.
- *Mti wa mpera (Psidium guajava)* majani yake hutumika kutibu matatizo ya tumbo.
- *Miti ya misindano (Willow tree)* hutumiwa kutengeneza aspirini, dawa ya kupunguza maumivu.

Katika *Ezekieli 47:12*, Biblia inaeleza kuwa miti hutoa uponyaji:

"NA KARIBU NA MTO, KATIKA UKINGO WAKE UPANDE HUU NA UPANDE HUU, ITAMEA MITI YA KILA AINA KWA CHAKULA; MAJANI YAKE HAYATANYAUKA, WALA MATUNDA YAKE HAYATATINDIKA KAMWE; ITAZAA MATUNDA MAPYA KILA MWEZI, KWA SABABU MAJI YAKE YATATOKA KATIKA PATAKATIFU; NA MATUNDA YAKE YATAKUWA CHAKULA, NA MAJANI YAKE YATAKUWA DAWA."

Mstari huu unathibitisha kuwa miti ni zawadi ya Mungu kwa uponyaji na lishe ya mwanadamu.

4. MITI KAMA MAKAZI KWA WANYAMA NA VIUMBE HAI

i. Miti Kama Nyumba ya Wanyama

Miti hutoa makazi kwa viumbe mbalimbali, ikiwa ni pamoja na:

- *Ndege* - Hujenga viota kwenye matawi.
- *Nyuki na wadudu* - Hupata makazi kwenye magome na matawi.
- *Wanyama kama sokwe na kima* - Hutumia miti kwa chakula na hifadhi.

Katika *Danieli 4:10-12*, Nabii Danieli anaelezea ndoto ya mti mkubwa unaowapatia wanyama kivuli na chakula:

"MTI HUO ULIKUWA MKUBWA, WENYE NGUVU, NA UREFU WAKE ULIFIKA MBINGUNI, UKAONEKANA MWISHO WA DUNIA YOTE. MAJANI YAKE YALIKUWA MAZURI, NA MATUNDA YAKE MENGI, NAO ULIKUWA CHAKULA KWA WOTE; WANYAMA WA KONDENI WALIPATA UVULI CHINI YAKE, NDEGE WA ANGANI WALIKAA KATIKA MATAWI YAKE, NA WOTE WENYE MWILI WALISHIBISHWA NAO."

Hii inaonyesha jinsi miti inavyokuwa sehemu ya ekolojia kwa viumbe wote.

ii. Miti na Udhibiti wa Mzunguko wa Maji

Miti husaidia kuhifadhi maji kwa:

- Kuzuia mmomonyoko wa udongo.
- Kuhifadhi unyevu ardhini.
- Kuchuja maji machafu na kuyafanya kuwa safi.

Katika *Isaya 55:12*, Biblia inasema:

"KWA MAANA MTATOKA KWA FURAHA, NA KUONGOZWA KWA AMANI; MILIMA NA VILIMA

VITASHANGILIA MBELE YENU KWA FURAHA, NA MITI YOTE YA MASHAMBA ITAPIGA MAKOFI."

Mstari huu unasisitiza uhusiano wa asili kati ya miti, maji, na maisha kwa ujumla.

---

5. UMUHIMU WA KULINDA MISITU NA MITI

Miti ni muhimu kwa uhai wa sayari yetu. Wanadamu wanapaswa kuitunza kwa:

- Kupanda miti zaidi (Mithali 11:30 - "Mti wa uzima ni matunda ya wenye haki").
- Kuzuia ukataji miti holela.
- Kuhifadhi misitu kama makazi ya viumbe hai.

Kwa kufanya hivyo, tunafuata agizo la Mungu la *usimamizi wa uumbaji wake* (Mwanzo 2:15 - "Bwana Mungu akamtwaa mtu, akamweka katika bustani ya Edeni, ailime na kuitunza.").

Tukiwa na uelewa huu, tunapaswa kuendelea kuhifadhi miti kama sehemu muhimu ya maisha yetu, tukitambua kuwa ni baraka kubwa kutoka kwa Mungu!

MIFANO INAYOHUSISHA MITI, KAMA MBEGU YA HARADALI (MATHAYO 13:31-32), KWA KUELEZEA UKUAJI WA KIROHO

Katika mafundisho ya Yesu, alitumia mifano (parables) kuelezea mafumbo ya Ufalme wa Mungu. Moja ya mifano inayohusiana na miti ni *Mfano wa Mbegu ya Haradali*, ambao unapatikana katika *Mathayo 13:31-32*:

"AKAWAAMBIA MFANO MWINGINE, AKISEMA, UFALME WA MBINGUNI UMEFANANA NA PUNJE YA HARADALI, ALIYOTWAA MTU AKAIPANDA KATIKA SHAMBA LAKE; NAYO NI NDOGO KULIKO MBEGU ZOTE; LAKINI IKISHA KUA, HUWA MTI MKUBWA KULIKO MITI YOTE YA MBOGA, HATA NDEGE WA ANGANI HUJA NA KUKAA KATIKA MATAWI YAKE."

Mfano huu unazungumzia ukuaji wa Ufalme wa Mungu, kutoka mwanzo mdogo hadi ukuaji mkubwa wenye ushawishi mkubwa. Mstari huu umejaa *mafundisho ya kiroho*, *theolojia ya Ufalme wa Mungu*, na *utafiti wa neno kwa neno kwa kutumia Strong's Exhaustive Concordance*.

---

2. UCHAMBUZI WA KIMAANDIKO WA MATHAYO 13:31-32 KWA KUTUMIA STRONG'S CONCORDANCE

Kuelewa ujumbe wa mfano huu, ni muhimu kuangalia maneno muhimu kwa kutumia *Strong's Exhaustive Concordance*:

- *"Punje ya haradali"* (G4615 - σίναπι **SINAPI**) – Haradali ni mbegu ndogo sana, lakini hukua na kuwa mti mkubwa. Hii inawakilisha ukuaji wa Ufalme wa Mungu.
- *"Mti mkubwa"* (G1186 - δένδρον **DENDRON**) – Neno hili linaonyesha ukuaji wa haradali kuwa mti unaotoa kivuli na makazi kwa ndege.
- *"Ndege wa angani"* (G4071 - πετεινὰ τοῦ οὐρανοῦ **PETEINA TOU OURANOU**) – Katika maandiko, ndege mara nyingi huwakilisha mataifa au

watu wa ulimwengu wanaoingia katika Ufalme wa Mungu.

- *"Kukaa"* (G2681 - κατασκηνόω **KATASKĒNOŌ**) – Neno hili lina maana ya kutulia au kupumzika, ikionyesha ulinzi na utulivu ndani ya Ufalme wa Mungu.

Kwa mujibu wa uchambuzi huu, Yesu alitumia *mti wa haradali* kama ishara ya ukuaji wa Ufalme wa Mungu, unaoanza kwa unyenyekevu lakini unakuwa wa nguvu, wenye nafasi kwa watu wote.

---

3. MAANA YA KIROHO YA MFANO WA MBEGU YA HARADALI

Mfano huu unatoa mafunzo muhimu katika nyanja mbalimbali za imani:

i. Ufalme wa Mungu Unaweza Kuanzia kwa Udogo Lakini Hukua kwa Ukuu

Yesu anasema kwamba mbegu ya haradali ni ndogo kuliko zote, lakini inakuwa mti mkubwa. Hii inahusiana na ukuaji wa Ufalme wa Mungu:

- Mwanzo wa huduma ya Yesu ulionekana kuwa mdogo – wafuasi wachache waliomfuata.
- Baada ya kifo na ufufuo wake, Ufalme wa Mungu uliendelea kukua, ukienea kote duniani.
- Leo, Ukristo umeenea kote duniani, ukiwa na mamilioni ya wafuasi.

Katika *Zekaria 4:10*, tunakumbushwa:

"KWA MAANA NI NANI ALIYEDHARAU SIKU YA MAMBO MADOGO?"

Hii inatufundisha kuwa Mungu hutumia mwanzo mdogo kuleta ukuaji mkubwa.

ii. Mti wa Haradali Kama Ishara ya Wokovu na Kivuli cha Mungu

Katika *Danieli 4:10-12*, Nebukadneza anaona ndoto ya mti mkubwa wenye kivuli kwa viumbe vyote:

"MTI ULE UKAKUA, UKAWA HODARI, NA UREFU WAKE UKAFIKA HATA MBINGUNI, NA KUONEKANA KWAKE HATA MWISHO WA DUNIA YOTE. MAJANI YAKE YALIKUWA MAZURI, NA MATUNDA YAKE MENGI, NA NDANI YAKE CHAKULA CHA KILA KITU; WANYAMA WA KONDENI WALIPATA UVULI CHINI YAKE, NA NDEGE WA ANGANI WALIKAA KATIKA MATAWI YAKE."

Mti huu ni picha ya Ufalme wa Mungu, unaokua na kutoa hifadhi kwa watu wote, vivyo hivyo *mti wa haradali* katika mfano wa Yesu unaonyesha hifadhi na amani kwa wote wanaoingia ndani ya Ufalme wa Mungu.

---

4. ULINGANISHO WA MFANO WA MBEGU YA HARADALI NA MIFANO MINGINE YA KIROHO YA MITI KATIKA BIBLIA

Biblia inatumia miti kama ishara ya ukuaji wa kiroho, ulinzi wa Mungu, na baraka zake:

i. Mti wa Uhai (Mwanzo 2:9, Ufunuo 22:2)

Mti wa uzima ni ishara ya uzima wa milele, ambao Mungu alitaka wanadamu wawe nao tangu mwanzo wa uumbaji. Katika Ufunuo 22:2, tunaambiwa:

"KATIKA NJIA KUU YAKE, NA HUKU NA HUKO, ULIKUWAPO MTI WA UZIMA, UZAAO MATUNDA MARA KUMI NA MBILI, UKITOA MATUNDA YAKE KILA MWEZI; NA MAJANI YA MTI HUO NI YA KUWAPONYA MATAIFA."

Hii inahusiana na mfano wa mbegu ya haradali, kwani wote wanaoingia katika Ufalme wa Mungu hupata uzima wa milele.

ii. Mti Uliopandwa Kando ya Maji (Zaburi 1:3, Yeremia 17:7-8)

Katika *Zaburi 1:3*, mtu mwenye haki anafananishwa na mti uliopandwa kando ya vijito vya maji:

"NAYE ATAKUWA KAMA MTI ULIOPANDWA KANDO YA VIJITO VYA MAJI, UZAAO MATUNDA YAKE KWA MAJIRA YAKE, WALA JANI LAKE HALINYAUKI; NA KILA AFANYALO LITAFANIKIWA."

Hii inaonyesha ukuaji wa kiroho wa mtu anayeishi kwa kulingana na Neno la Mungu, sawa na mti wa haradali unavyokua.

---

5. MATUMIZI YA MFANO WA MBEGU YA HARADALI KATIKA MAISHA YA KIKRISTO

Mfano huu unatoa mafunzo yafuatayo kwa Mkristo:

i. Kuanza kwa Imani Ndogo Lakini Kuwa na Matokeo Makubwa

Yesu alisema katika *Mathayo 17:20*:

"KWA KUWA AMIN, NAWAAMBIA, MKIWA NA IMANI NDOGO KAMA PUNJE YA HARADALI, MTAIAMBIA MILIMA HII, ONDOKA HAPA UENDE KULE, NAYO ITAONDOKA; WALA HALITAKUWAPO NENO LISILOWEZEKANA KWENU."

Hii inatufundisha kuwa imani, hata ikiwa ndogo, inaweza kusababisha mambo makubwa.

ii. Ukuaji wa Kibinafsi na Kiroho

- Tunapaswa kukua kiroho kama mbegu ya haradali inavyokua na kuwa mti mkubwa.
- Ukuaji wa kiroho huja kupitia *kusoma Neno la Mungu*, *maombi*, na *kutenda mema.*

iii. Kutoa Kivuli cha Upendo kwa Wengine

Mti wa haradali unatoa hifadhi kwa ndege, kama Ufalme wa Mungu unavyowakaribisha wote wanaotafuta wokovu. Tunapaswa kuwa na upendo kwa wengine na kusaidia walio na mahitaji.

---

6. HITIMISHO

Mfano wa mbegu ya haradali unaonyesha ukuaji wa Ufalme wa Mungu, kutoka mwanzo mdogo hadi kuwa mti mkubwa wa baraka. Unatufundisha kuwa:

1. Mungu hutumia vitu vidogo kuleta matokeo makubwa.
2. Imani ndogo inaweza kuwa na matokeo makubwa.
3. Ufalme wa Mungu hukua kwa uwezo wake na sio kwa nguvu za kibinadamu.
4. Wakristo wanapaswa kuwa kivuli cha upendo kwa wengine.

Kwa hivyo, tunapaswa kujifunza kutoka kwa mfano huu na kumruhusu Mungu kukuza maisha yetu kiroho, ili tuweze kuwa sehemu ya mti wake mkubwa wa baraka duniani. *Amina!*

TAFAKARI - JINSI MITI INAVYOASHIRIA MUUNGANIKO KATI YA MAISHA YA KIMWILI NA KIROHO

Katika Biblia, miti ina nafasi ya kipekee kama ishara inayounganisha ulimwengu wa kimwili na wa kiroho. Kutoka *Mti wa Uhai* katika *Mwanzo 2:9* hadi *Mti wa Uhai* katika *Ufunuo 22:2*, miti hutumika kama vielelezo vya ukuaji, uzima wa milele, uhusiano wa kiroho, na baraka za Mungu kwa wanadamu.

Katika tafakari hii, tutaangazia jinsi miti inavyoonyesha uhusiano wa ndani kati ya maisha ya mwili na roho kwa kutumia msingi wa maandiko matakatifu, mafundisho ya kiroho, na maarifa ya kibiblia.

2. MTI KAMA ISHARA YA UHAI WA KIMWILI NA KIROHO

Katika maandiko matakatifu, miti inaelezwa kama alama ya *uzima, ustawi, na uhusiano kati ya mwanadamu na Mungu.*

i. Mti wa Uhai na Mti wa Ujuzi wa Mema na Mabaya (Mwanzo 2:9)

Katika *Mwanzo 2:9*, tunasoma:

"BWANA MUNGU AKAOTESHA BUSTANI KATIKA EDENI, UPANDE WA MASHARIKI, AKAMWEKA HUKO HUYO MTU ALIYEMUUMBA. BWANA MUNGU AKAOTESHA KILA MTI MZURI WA KUPENDEZA MACHO NA WA KULA, NA MTI WA UHAI KATIKATI YA BUSTANI, NA MTI WA UJUZI WA MEMA NA MABAYA."

Hapa tunakuta miti miwili muhimu:

1. *Mti wa Uhai* – Ulionyesha uzima wa milele na uhusiano wa karibu na Mungu.
2. *Mti wa Ujuzi wa Mema na Mabaya* – Ulionyesha hiari ya mwanadamu kuchagua kati ya utiifu na dhambi.

Katika hali hii, miti iliwakilisha chaguo la mwanadamu kati ya kuishi katika utakatifu au kutengwa na Mungu kwa dhambi.

ii. Mti wa Uhai katika Ufunuo 22:2

Katika mwisho wa Biblia, *Mti wa Uhai* unarudi katika *Ufunuo 22:2*:

"KATIKA NJIA KUU YAKE, NA HUKU NA HUKO, ULIKUWAPO MTI WA UZIMA, UZAAO MATUNDA MARA KUMI NA MBILI, UKITOA MATUNDA YAKE KILA MWEZI; NA MAJANI YA MTI HUO NI YA KUWAPONYA MATAIFA."

Hii inaonyesha kwamba Mungu alikuwa na mpango wa kurejesha uhusiano wake na mwanadamu kupitia *Kristo*, ambaye anatoa uzima wa milele.

Mti wa Uhai ni *ishara ya wokovu wa milele*, ambapo wale waliokombolewa kwa damu ya Yesu watapata uzima wa milele. Hii inadhihirisha jinsi miti inavyounganisha maisha ya kimwili na ya kiroho.

3. MITI KAMA ISHARA YA UKUAJI WA KIROHO

Biblia inatumia miti kuelezea jinsi Wakristo wanapaswa kukua kiroho.

i. Mti Uliopandwa Kando ya Maji (Zaburi 1:3)

Katika *Zaburi 1:3*, mtu mwenye haki anafananishwa na mti:

"NAYE ATAKUWA KAMA MTI ULIOPANDWA KANDO YA VIJITO VYA MAJI, UZAAO MATUNDA YAKE KWA MAJIRA YAKE, WALA JANI LAKE HALINYAUKI; NA KILA AFANYALO LITAFANIKIWA."

Miti inayostawi inahitaji:

1. *Maji* – Ishara ya Neno la Mungu (Waefeso 5:26).
2. *Mizizi yenye nguvu* – Ishara ya imani dhabiti kwa Mungu.
3. *Matunda* – Ishara ya matendo mema na tunda la Roho (Wagalatia 5:22-23).

Hii inaonyesha kuwa *watu wa Mungu wanapaswa kuwa kama miti iliyo imara*, ikitoa matunda ya kiroho na kustawi katika imani yao.

ii. Yesu Kama Mzabibu (Yohana 15:5)

Yesu alitumia mfano wa mzabibu kusema:

"MIMI NI MZABIBU, NINYI NI MATAWI; AKAAYE NDANI YANGU, NAMI NDANI YAKE, HUYO HUZAA MATUNDA MENGI; MAANA PASIPO MIMI NINYI HAMUWEZI KUFANYA NENO LOLOTE."

Hii inathibitisha kuwa *msingi wa maisha ya kiroho unapatikana katika Kristo*, na bila yeye, hatuwezi kuwa na uzima wa kweli. Kama tawi linavyotegemea mti mkuu, vivyo hivyo, Wakristo wanapaswa kutegemea Kristo kwa maisha ya kiroho.

---

4. MITI KAMA ISHARA YA ULINZI NA BARAKA ZA MUNGU

Katika Biblia, miti pia inawakilisha *ulinzi wa Mungu na baraka zake kwa wanadamu.*

i. Mungu Akiwa Kivuli Chenye Kinga (Isaya 4:6)

"KUTAKUWA NA HEMA KWA UVULI WAKATI WA MCHANA, KWA SABABU YA HARI, NA KUWA MAHALI PA KUKIMBILIA, NA MAFICHO KWA AJILI YA TUFANI NA MVUA."

Kama vile mtu anavyopumzika chini ya kivuli cha mti katika jua kali, vivyo hivyo, Mungu ni kinga na faraja kwa wale wanaomfuata.

ii. Mungu Akitoa Uponyaji Kupitia Miti (Ufunuo 22:2)

Katika Ufunuo 22:2, Mti wa Uhai unatoa *majani kwa ajili ya uponyaji wa mataifa*. Hii inaonyesha kwamba Mungu anatumia asili kama chombo cha baraka na uponyaji.

---

5. MITI KAMA ISHARA YA UKOMBOZI NA WOKOVU

Mti una uhusiano mkubwa na wokovu wa wanadamu kupitia Yesu Kristo.

i. Mti wa Msalaba (Wagalatia 3:13)

Yesu alisulubiwa juu ya *msalaba*, ambao ni aina ya mti:

"KRISTO ALITUKOMBOA KATIKA LAANA YA TORATI, KWA KUWA ALIFANYIKA LAANA KWA AJILI YETU; MAANA IMEANDIKWA, AMELAANIWA KILA MTU AANGIKWAYE JUU YA MTI."

Hii inamaanisha kuwa wokovu wetu ulipatikana kupitia "mti wa msalaba", ambapo Yesu alitoa maisha yake kwa ajili yetu.

ii. Uponyaji Kupitia Mti wa Uzima (Ezekieli 47:12)

Katika *Ezekieli 47:12*, tuñasoma kuhusu *miti ya uponyaji*:

"NA KARIBU NA MTO HUO, KATIKA UKINGO WAKE PANDE ZOTE MBILI, ITAMEA MITI YOTE ILETAYO MATUNDA KWA AJILI YA CHAKULA, AMBAYO MAJANI YAKE HAYATANYAUKA, WALA MATUNDA YAKE HAYATAKOMA KAMWE; ITAZAA MATUNDA MAPYA KILA MWEZI, KWA SABABU MAJI YAKE YATOKA PATAKATIFU; NA MATUNDA YAKE YATAKUWA NI CHAKULA, NA MAJANI YAKE YATAKUWA NI DAWA."

Mstari huu unasisitiza kuwa Mungu hutumia miti kama ishara ya wokovu wake na uponyaji wake wa kiroho na wa kimwili.

6. MITI KAMA KIUNGO KATI YA KIMWILI NA KIROHO

Kwa mujibu wa Biblia:

1. *Miti inawakilisha uzima na baraka za Mungu.*
2. *Miti inaonyesha ukuaji wa kiroho wa mtu anayetembea na Mungu.*
3. *Miti inatumika kuelezea wokovu kupitia Yesu Kristo na Msalaba wake.*
4. *Miti hutumika kama ishara ya ulinzi, uponyaji, na uzima wa milele.*

Kwa hivyo, miti inasimama kama *daraja kati ya ulimwengu wa mwili na wa kiroho*, ikifunua hekima ya Mungu na mpango wake wa wokovu kwa wanadamu. Tunapaswa *kujitahidi kuwa kama miti yenye mizizi imara*, inayostawi katika Neno la Mungu na kutoa matunda ya wokovu kwa ulimwengu wote.

Amina!

Sura ya 10

UFUFUO NA MWILI MPYA

Uchunguzi wa Kibiblia na Kisayansi Kuhusu Mabadiliko ya Kibiolojia Katika Ufufuo

Ufufuo wa wafu ni mojawapo ya mafundisho muhimu katika Ukristo. Biblia inafundisha kwamba siku ya mwisho, wale waliokufa watafufuliwa na kupewa miili mipya isiyoharibika. Mafundisho haya yanapatikana katika Agano la Kale na Agano Jipya, yakielezewa kwa kina na Yesu Kristo, Mitume, na manabii wa zamani.

Swali kuu ni *mwili huu mpya utakuwa wa namna gani?* Je, kuna uhusiano kati ya ufufuo wa kiroho na mabadiliko ya kibiolojia? Katika sura hii, tutaangazia ufufuo na mwili mpya kutoka mtazamo wa *kibiblia, kitheolojia, na kisayansi*.

---

2. *UFUFUO KATIKA BIBLIA*

Ufufuo wa wafu ni kiini cha injili ya Yesu Kristo na msingi wa imani ya Kikristo. Katika *1 Wakorintho 15:13-14*, Mtume Paulo anasema:

"LAKINI KAMA HAKUNA UFUFUO WA WAFU, KRISTO NAYE HAKUFUFUKA; WALA KAMA KRISTO HAKUFUFUKA, BASI, MAHUBIRI YETU HAYANA MAANA, WALA IMANI YENU HAINA MAANA."

i. Mfano wa Yesu Kama Kielelezo cha Ufufuo

Yesu Kristo ndiye mtu wa kwanza kufufuka na kupata mwili mpya usioweza kufa. Katika *Luka 24:39*, baada ya ufufuo wake, aliwaambia wanafunzi wake:

"TAZAMENI MIKONO YANGU NA MIGUU YANGU, YA KUWA NI MIMI MWENYEWE; NISHIKENI, MKAONE; KWA KUWA ROHO HAINA MWILI NA MIFUPA KAMA MNIONAVYO MIMI NINAVYO."

Hii inaonyesha kuwa mwili wa Yesu baada ya kufufuka ulikuwa wa kimwili lakini wenye sifa tofauti na ule wa mwanzo.

ii. Ahadi ya Ufufuo kwa Waumini

Biblia inafundisha kwamba waumini wote watashiriki ufufuo kama wa Yesu. Katika *1 Wakorintho 15:52-53*, Paulo anaeleza:

"KWA KUWA PARAPANDA ITALIA, WAFU WATAFUFULIWA WASIWE NA UHARIBIFU, NASI TUTABADILIKA. KWA KUWA SHARTI HUU WENYE

KUHARIBIKA UVAI KUTOHARIBIKA, NA HUU WENYE KUFA UVAI KUTOKUFA."

---

3. SIFA ZA MWILI MPYA KATIKA UFUFUO

Biblia inafundisha kwamba mwili mpya utakuwa tofauti na wa sasa kwa njia mbalimbali.

i. Mwili Usioweza Kufa

Katika *1 Wakorintho 15:42*, Paulo anasema:

"NDIVYO ULIVYO UFUFUO WA WAFU. HUPANDWA KATIKA UHARIBIFU; HUFUFULIWA KATIKA KUTOHARIBIKA."

Hii inamaanisha kuwa mwili mpya hautakuwa na magonjwa, maumivu, au uzee. Hakutakuwa na kifo tena (Ufunuo 21:4).

ii. Mwili wa Utukufu

Katika *Wafilipi 3:21*, Paulo anasema:

"ATABADILI MWILI WA UNYONGE WETU, UPATE KUFANANA NA MWILI WA UTUKUFU WAKE, KWA UWEZA WAKE, HATA AWEZE KUVITIISHA VITU VYOTE CHINI YAKE."

Mwili huu utakuwa mtukufu kama wa Yesu Kristo baada ya kufufuka.

iii. Mwili wa Kiroho

Katika *1 Wakorintho 15:44*, tunasoma:

"HUPANDWA MWILI WA ASILI, HUFUFULIWA MWILI WA ROHONI. IKIWA UKO MWILI WA ASILI, NA WA ROHONI PIA UKO."

Hii inaonyesha kwamba mwili mpya utakuwa na uhusiano wa kiroho na uwezo wa kipekee, kama vile Yesu alivyoweza kuingia katika vyumba vilivyofungwa (Yohana 20:19).

iv. Mwili wa Uwezo

Katika *1 Wakorintho 15:43*, tunasoma:

"HUPANDWA KATIKA UNYONGE, HUFUFULIWA KATIKA NGUVU."

Hii inaashiria kwamba mwili mpya utakuwa na uwezo wa kipekee ambao hauwezi kushindwa na udhaifu wa kimwili.

---

4. MWILI MPYA KATIKA MTAZAMO WA KISAYANSI

Je, mwili mpya unawezaje kuelezewa katika mtazamo wa kisayansi? Ingawa sayansi haiwezi kuelezea kikamilifu mchakato wa ufufuo, tunaweza kuangalia mabadiliko ya kibiolojia yanayoweza kutokea.

i. Mabadiliko ya DNA na Biolojia Mpya

Mwili wetu wa sasa unategemea *DNA* ambayo inaweza kuharibika na kusababisha magonjwa au kifo. Katika ufufuo, tunaweza kuelewa kuwa Mungu atatumia *muundo mpya wa DNA au chembe hai zisizoharibika*, hivyo kuhakikisha kwamba mwili mpya hautazeeka au kuharibika.

ii. Nguvu Mpya za Kimwili na Kiumeme

Mwili mpya unaweza kuwa na mfumo wa nguvu za kipekee zisizo tegemea chakula au oksijeni, kama mwili wa Yesu baada ya kufufuka. Hii inaashiria kuwa mwili mpya hautahitaji *kazi za kibiolojia* kama mzunguko wa damu, mmeng'enyo wa chakula, au kupumua kwa njia ya oksijeni.

iii. Uwezekano wa Dimensional Transformation

Baadhi ya wanasayansi wa fizikia wanakubali uwepo wa viwango tofauti vya uwepo (dimensions). Mwili mpya unaweza kuwa na uwezo wa kuhama kati ya viwango hivi bila kuzuiliwa na muda au nafasi, kama vile Yesu alivyoweza kuonekana ghafla na kutoweka.

---

5. JE, UFUFUO UTATOKEA LINI?

Biblia inafundisha kwamba ufufuo utatokea katika matukio mawili makuu:

i. Ufufuo wa Watakatifu Katika Unyakuo (1 Wathesalonike 4:16-17)

"KWA SABABU BWANA MWENYEWE ATASHUKA KUTOKA MBINGUNI PAMOJA NA MWALIKO, NA SAUTI YA MALAIKA MKUU, NA PARAPANDA YA MUNGU; NAO WALIOKUFA KATIKA KRISTO WATAFUFULIWA KWANZA. KISHA SISI TULIO HAI, TULIOSALIA, TUTANYAKULIWA PAMOJA NAO KATIKA MAWINGU, ILI TUMLAKI BWANA HEWANI; HIVYO TUTAKUWA PAMOJA NA BWANA MILELE."

Hii inaonyesha kuwa wale waliokufa katika Kristo watafufuliwa kwanza na kupewa miili mipya.

ii. Ufufuo wa Hukumu (Ufunuo 20:12-13)

"NIKAWAONA WAFU, WAKUBWA KWA WADOGO, WAMESIMAMA MBELE YA KILE KITI CHA ENZI, NA VITABU VIKAFUNGULIWA; NA KITABU KINGINE KIKAFUNGULIWA, AMBACHO

NI CHA UZIMA; NA WAFU WAKAHUKUMIWA KWA MAMBO YALE YALIYOANDIKWA KATIKA VITABU HIVYO, KWA KADIRI YA MATENDO YAO."

Katika hukumu ya mwisho, wale wasiomjua Mungu watafufuliwa kwa ajili ya hukumu ya milele.

---

6. UMUHIMU WA KUJIANDAA KWA MWILI MPYA

Ufufuo ni tumaini la kila Mkristo, lakini linahitaji maandalizi. Yesu alisema katika *Yohana 11:25*:

"MIMI NDIMI HUO UFUFUO, NA UZIMA; YEYE ANIAMINIYE, AJAPOKUFA, ATAKUWA ANAISHI."

Mafundisho haya yanatufundisha kwamba tunapaswa kuishi maisha ya utakatifu, tukimtumaini Yesu kwa ajili ya wokovu wetu, ili tupokee mwili mpya na uzima wa milele.

Je, Uko Tayari Kupokea Mwili Mpya Katika Ufufuo?

Mungu ametupatia nafasi ya kumwamini Kristo ili tuwe sehemu ya ufufuo wa uzima. Uamuzi ni wako leo! *Amina.*

MAELEZO YA PAULO KUHUSU MWILI ULIYOFUFUKA KAMA USIOHARIBIKA (1 WAKORINTHO 15:42-44)

Ufafanuzi wa Biblia, Utafiti wa Wafafanuzi wa Biblia, na Tafsiri ya Strong Concordance

---

Katika *1 Wakorintho 15:42-44*, Mtume Paulo anaeleza sifa za mwili wa ufufuo, akitofautisha kati ya mwili wa sasa wa kidunia unaoweza kuharibika na mwili mpya wa kiroho usioharibika. Paulo anatumia mifano ya kilimo, akieleza jinsi mwili wa sasa *unavyopandwa kwa uharibifu lakini utafufuliwa kwa utukufu*.

Katika sura hii, tutachambua maana ya vifungu hivi kwa kina kwa kutumia *maelezo ya kitheolojia, ufafanuzi wa kina wa Biblia, utafiti wa maneno ya Kigiriki kwa kutumia Strong Concordance, na mtazamo wa mwili mpya katika ufufuo.*

---

2. UFAFANUZI WA 1 WAKORINTHO 15:42-44

i. Maandishi ya Kifungu

Katika *1 Wakorintho 15:42-44*, Paulo anasema:

"Ndivyo ulivyo ufufuo wa wafu. Hupandwa katika uharibifu; hufufuliwa katika kutoharibika. Hupandwa katika aibu; hufufuliwa katika utukufu. Hupandwa katika unyonge; hufufuliwa katika nguvu. Hupandwa mwili wa asili; hufufuliwa mwili wa rohoni. Ikiwa uko mwili wa asili, na wa rohoni pia uko."

Katika kifungu hiki, Paulo anaonyesha mabadiliko makubwa kati ya mwili wa sasa na mwili wa ufufuo kwa kutumia *vipengele vinne vya tofauti*:

1. *Uharibifu dhidi ya kutoharibika*
2. *Aibu dhidi ya utukufu*
3. *Unyonge dhidi ya nguvu*
4. *Mwili wa asili dhidi ya mwili wa rohoni*

---

3. UCHAMBUZI WA KINA WA NENO KWA NENO (STRONG CONCORDANCE)

i. "Hupandwa katika uharibifu" ("speretai en phthora")

- *Neno la Kigiriki: φθορά (phthora)*
- *Maana yake:* Uharibifu, kuoza, kufa, kutoweza kudumu milele.

Hii inaonyesha kuwa mwili wa sasa una mipaka ya kiasili—unachakaa, unazeeka, na mwishowe unakufa.

ii. "Hufufuliwa katika kutoharibika" ("egeiretai en aphtharsia")

- *Neno la Kigiriki: ἀφθαρσία (aphtharsia)*
- *Maana yake:* Kutoharibika, kutozeeka, kutokufa.

Mwili wa ufufuo utakuwa tofauti kabisa na huu wa sasa. Hautakuwa na magonjwa, uzee, au maumivu.

iii. "Hupandwa katika aibu" ("speretai en atimia")

- *Neno la Kigiriki: ἀτιμία (atimía)*
- *Maana yake:* Hali ya aibu, udhaifu, kutokuwa wa thamani.

Mwili wa sasa unaweza kufedheheka kwa sababu ya magonjwa, kasoro za mwili, na hatimaye kifo.

iv. "Hufufuliwa katika utukufu" ("egeiretai en doxa")

- *Neno la Kigiriki: δόξα (dóxa)*
- *Maana yake:* Utukufu, heshima, nuru ya kimungu.

Mwili mpya utakuwa wa utukufu, kama ule wa Kristo baada ya kufufuka (Mathayo 17:2, Wafilipi 3:21).

v. "Hupandwa katika unyonge" ("speretai en astheneia")

- *Neno la Kigiriki: ἀσθένεια (asthéneia)*
- *Maana yake:* Udhaifu wa kimwili, kutoweza kudumu, hali ya kuwa dhaifu.

Mwili wa sasa ni dhaifu—unachoka, unaumwa, unazidiwa na hali ya maisha.

vi. "Hufufuliwa katika nguvu" ("egeiretai en dynamis")

- *Neno la Kigiriki: δύναμις (dýnamis)*
- *Maana yake:* Nguvu, uwezo, uweza wa kimungu.

Mwili wa ufufuo utakuwa na nguvu ya kipekee, hauwezi kudhoofishwa na hali ya mwili wa sasa.

vii. "Hupandwa mwili wa asili" ("speretai soma psychikon")

- *Neno la Kigiriki: ψυχικός (psychikós)*
- *Maana yake:* Mwili wa kawaida, wa kidunia, wenye uhusiano na asili ya kimwili.

Mwili wa sasa unategemea chakula, maji, na hewa ili uendelee kuishi.

viii. "Hufufuliwa mwili wa rohoni" ("egeiretai soma pneumatikon")

- *Neno la Kigiriki: πνευματικός (pneumatikós)*
- *Maana yake:* Mwili wa kiroho, wa mbinguni, wa utukufu.

Mwili wa ufufuo hautategemea mzunguko wa kibaolojia kama wa sasa. Utaongozwa na Roho wa Mungu.

4. MTAZAMO WA KITHEOLOJIA KUHUSU MWILI USIOHARIBIKA

Katika theolojia ya Kikristo, mwili usioharibika una maana kubwa sana. Paulo anafundisha kwamba ufufuo wa wafu siyo tu urejesho wa mwili wa zamani, bali ni *mabadiliko kamili* ya mwili na hali ya mtu.

i. Kufufuliwa Kama Kristo

Yesu Kristo ndiye mfano wa kwanza wa mwili mpya usioharibika. Katika *Wafilipi 3:21*, tunasoma:

"AMBAYE ATABADILI MWILI WA UNYONGE WETU, UPATE KUFANANA NA MWILI WA UTUKUFU WAKE, KWA UWEZA WAKE HATA AWEZE KUVITIISHA VITU VYOTE CHINI YAKE."

Hii inaonyesha kuwa miili yetu ya ufufuo itafanana na mwili wa Kristo baada ya kufufuka.

ii. Ushindi Dhidi ya Mauti

Katika *1 Wakorintho 15:54*, Paulo anasema:

"BASI HUU UHARIBIKAO UTAKAPOVIKWA KUTOKUHARIBIKA, NA HUU WA KUFA UTAKAPOVIKWA KUTOKUFA, HAPO NDIPO LITAKAPOTIMIA NENO LILILOANDIKWA, MAUTI IMEMEZWA KWA KUSHINDA."

Hii inamaanisha kuwa mwili mpya hautakuwa tena na kifo au uharibifu.

iii. Ushiriki Katika Ufalme wa Mungu

Katika *1 Wakorintho 15:50*, Paulo anasema:

"LAKINI, NDUGU ZANGU, NASEMA HIVI, YA KUWA MWILI NA DAMU HAWAWEZI KUURITHI

UFALME WA MUNGU; WALA UHARIBIFU KURITHI KUTOKUHARIBIKA."

Kwa hivyo, mwili wa sasa hauwezi kuingia mbinguni. Tunahitaji mwili mpya wa kiroho ili tuurithi ufalme wa Mungu.

5. UMUHIMU WA KUJIANDAA KWA MWILI MPYA

Paulo anatuonyesha kuwa mwili wa ufufuo hautakuwa kama huu wa sasa. Utaondolewa magonjwa, udhaifu, na kifo, na badala yake utapewa utukufu wa milele.

Maswali Muhimu Kwa Maisha Yetu:

1. *Je, ninaamini katika ufufuo wa Kristo kama msingi wa wokovu wangu?*
2. *Je, ninaishi maisha matakatifu, nikitarajia mwili mpya wa kiroho?*
3. *Je, ninaelewa kwamba mwili wangu wa sasa ni wa muda, lakini mwili wa ufufuo ni wa milele?*

Paulo anafundisha kuwa ufufuo ni tumaini la kila Mkristo. Kwa hivyo, tujiandae kwa maisha ya milele kwa kumwamini Kristo na kuishi kwa uadilifu. *Amina!*

FUMBO LA MWILI WA UTUKUFU WA YESU NA MAANA YAKE KWA BAYOLOJIA NA FIZIKIA

1. UTANGULIZI: MWILI WA UFUFUO WA KRISTO

Ufufuo wa Yesu Kristo ni mojawapo ya mafundisho ya msingi ya Ukristo. Hili ni tukio la kipekee ambalo linaakisi ushindi wake dhidi ya dhambi na mauti, na linatoa tumaini la milele kwa waumini wote. Katika mafundisho ya Kikristo, mwili wa Yesu baada ya ufufuo haukuwa tu urejesho wa mwili wa zamani, bali ulikuwa *mwili wa utukufu*, usioharibika na usiotii sheria za maumbile za ulimwengu huu.

Tunaweza kuelewa fumbo hili kwa kutumia *teolojia, bayolojia, na fizikia*, tukitumia mwanga wa Maandiko Matakatifu na hekima ya Mababa wa Kanisa kama vile Mtakatifu Thomas wa Akwino. Kwa msingi wa teolojia ya Mwili wa Kristo baada ya ufufuo, tunagundua kwamba mwili huu *ulibaki kuwa wa kimwili lakini ulikuwa wa hali ya juu zaidi*, ukiwa na sifa zisizo za kawaida za asili ya kibinadamu.

---

2. MWILI WA KRISTO ULIOTUKUZWA: HALISI NA USIOWEZA KUANGAMIZWA

i. Ushahidi wa Kibiblia wa Uhalisia wa Mwili wa Ufufuo

Baada ya Yesu kufufuka, wanafunzi wake walidhani kuwa alikuwa roho au mzimu. Hata hivyo, Yesu mwenyewe alithibitisha kuwa mwili wake *ulikuwa halisi* kwa kusema:

"Tazameni mikono yangu na miguu yangu, ya kuwa ni mimi mwenyewe; nipapase, mkaone; kwa kuwa roho haina mwili na mifupa kama mnionavyo mimi kuwa nayo." (Luka 24:39)

Yesu hakutosha kuwaonekana tu kwa macho ya wanafunzi wake, bali aliwaruhusu wamguse na akaonyesha makovu yake. Alithibitisha pia mwili wake kwa kula chakula mbele yao:

"Wakamletea kipande cha samaki wa kuokwa. Akakitwaa, akala mbele yao." (Luka 24:42-43)

Kwa hivyo, mwili wake haukuwa wa mfano au mzimu, bali ulikuwa *mwili halisi wa ufufuo*, wenye sifa za kipekee.

ii. Mwili wa Kristo wa Utukufu Uliweza Kufanya Mambo Yasiyo Ya Kawaida

Baada ya ufufuo wake, Yesu alikuwa na uwezo wa kufanya mambo yasiyo ya kawaida kwa mwili wa kibinadamu wa kawaida.

1. *Aliweza Kupita Ndani ya Milango Iliyofungwa*

   "Baada ya siku nane, wanafunzi wake walikuwamo ndani tena, na Tomasi pamoja nao. Yesu akaja, milango ikiwa imefungwa, akasimama katikati yao, akasema, Amani iwe kwenu." (Yohana 20:26)

   Hili linaonyesha kuwa mwili wa Kristo haukuwa tena na vizuizi vya mwili wa kawaida, lakini bado ulikuwa halisi.

2. *Aliweza Kutoweka na Kuonekana Ghafla*

   "Macho yao yakafumbuliwa, wakamtambua; kisha akatoweka mbele yao." (Luka 24:31)

   Mwili wa utukufu haukuwa tena na mipaka ya muda na nafasi kama mwili wa kibinadamu wa sasa.

3. *Aliweza Kubadilika na Kuonekana kwa Sura Tofauti*

"Baada ya hayo alidhihirika katika umbo lingine kwa wawili miongoni mwao, wanapokwenda zao mashambani." (Marko 16:12)

Mwili wake wa utukufu ulikuwa na uwezo wa kubadilika bila kupoteza uhalisia wake.

---

3. MAELEZO YA KIFALSAFA NA KITHEOLOJIA KUHUSU MWILI WA UTUKUFU

Mtakatifu Thomas wa Akwino katika *Summa Theologiae (Sehemu ya III, Swali la 54)* anaeleza kuwa mwili wa Kristo baada ya ufufuo ulikuwa wa *utukufu* na *usioharibika.*

i. Mwili wa Utukufu Unavyoendana na Sheria za Kimungu

Katika maisha ya kawaida, miili yetu inafuata kanuni za *thermodynamics*, ambapo mwili unahitaji nishati ili kudumisha uhai wake. Mfumo huu unahusiana na kanuni za *enthalpy na entropy*, ambapo mwili unazidi kudhoofika na hatimaye kufa.

Lakini mwili wa Kristo haukuwa tena na mipaka hii. Mtakatifu Thomas anaeleza kuwa mwili wa ufufuo *bado ulikuwa wa kimwili lakini haukutawaliwa tena na nguvu za kiasili za ulimwengu huu.*

"Mwili wa Kristo uliotukuzwa bado ulikuwa wa asili, lakini ulikuwa umekamilishwa kwa viwango vya juu zaidi." (Summa Theologiae, Sup. 82)

Kwa hivyo, mwili wa Kristo *ulibaki kuwa wa dutu (matter) lakini ulikuwa umekamilika*, haukufungwa tena na kanuni za kawaida za ulimwengu wa sasa.

4. MAELEZO YA BAYOLOJIA NA FIZIKIA KUHUSU MWILI WA UFUFUO

Kwa mujibu wa *fizikia ya kisasa*, mwili wa Kristo baada ya ufufuo unaweza kufikiriwa kuwa katika hali mpya ya maumbile.

1. *Mwili wa Utukufu na Nadharia ya Nishati*

Katika ulimwengu wa kawaida, chembe za mwili zinahusiana na nguvu huru (free energy) inayotawala mchakato wa mabadiliko ya kemikali na kimaumbile. Mwili wa Kristo haukuwa tena tegemezi kwa nguvu hizi.

2. *Subatomic Particles na Mwili wa Utukufu*

Ikiwa tunafikiria mwili wa Kristo katika ngazi ya *kwanta (quantum mechanics)*, tunaweza kusema kwamba chembe zake zilifanyizwa na nguvu ya Mungu moja kwa moja, badala ya kufuata mabadiliko ya kemikali yanayotawala miili yetu sasa.

3. *Mwili wa Utukufu na Sheria za Graviti*

Mwili wa Kristo uliofufuka haukuwa tena chini ya sheria ya mvutano (gravity). Hii inaeleza jinsi alivyoweza *kupaa mbinguni bila kuzuiwa na nguvu za mvutano* (Matendo 1:9-11).

5. UMUHIMU WA MWILI WA KRISTO KWA WALE WANAOMWAMINI

Paulo anasema kwamba mwili wa Kristo ni mfano wa miili ambayo waamini watakuwa nayo katika ufufuo wa wafu: *"Atabadilisha mwili wetu wa unyonge, upate kufanana na mwili wake wa utukufu, kwa uweza wake hata aweze kuvitiisha vitu vyote chini yake."* (Wafilipi 3:21)

Katika *1 Wakorintho 15:50-53*, Paulo anafundisha kuwa mwili wa sasa hauwezi kuurithi Ufalme wa Mungu, lakini tutabadilishwa ili tupate mwili wa utukufu kama wa Kristo.

---

6. FUMBO LA MWILI WA UTUKUFU

Mwili wa Kristo baada ya ufufuo ni *halisi lakini wa kiwango cha juu zaidi ya ule wa kibinadamu wa sasa.* Haukuharibiwa na muda, haukudhibitiwa na sheria za asili, na ulikuwa na uwezo wa kipekee wa kiroho na kimwili.

Katika ufufuo wa mwisho, waamini watafufuliwa kwa miili ya utukufu kama ilivyokuwa kwa Kristo, miili ambayo *haitakufa tena, haitapata magonjwa, wala kushikwa na udhaifu.*

Kwa hivyo, tunapaswa kuishi maisha yenye tumaini kwa ufufuo wetu ujao, tukijua kuwa *Yesu Kristo ndiye kifungo cha ushindi dhidi ya mauti na mwanzo wa uumbaji mpya! Amina!*

AHADI YA MAISHA YA MILELE NA UFUFUO WA UUMBAJI (WARUMI 8:21)

---

1. UTANGULIZI: TUMAINI LA UUMBAJI MPYA

Katika Warumi 8:21, Mtume Paulo anatufunulia moja ya mafumbo makubwa ya wokovu wa wanadamu na uumbaji wote. Andiko hili linafunua *tumaini la maisha ya milele na ahadi ya kurejeshwa kwa uumbaji*, jambo ambalo limekuwa sehemu ya ujumbe wa wokovu tangu Mwanzo hadi Ufunuo.

"Kwa sababu uumbaji wenyewe nao utakombolewa huru utoke katika utumwa wa uharibifu, upate kuwa na uhuru wa utukufu wa watoto wa Mungu." (Warumi 8:21)

Katika kifungu hiki, Paulo anaonyesha jinsi uumbaji wote unavyoshiriki katika matarajio ya kufunguliwa kutoka kwa uharibifu na kuingia katika *uhuru wa utukufu wa watoto wa Mungu*.

---

2. UFAFANUZI WA WARUMI 8:21 KWA KIREFU

Ili kuelewa Warumi 8:21 kwa kina, tunapaswa kuchunguza *muktadha wake, maana ya maneno muhimu katika Kigiriki cha asili, na jinsi unavyohusiana na ujumbe mpana wa Biblia kuhusu ahadi ya maisha ya milele na ufufuo wa uumbaji.*

i. Muktadha wa Warumi 8:21

Sura ya 8 ya Warumi ni mojawapo ya sura zenye *mafungu yenye nguvu kuhusu maisha mapya katika Kristo*. Paulo anaeleza jinsi wale walio katika Kristo *hawana tena hukumu (Warumi 8:1)* na wanaongozwa na Roho wa Mungu (Warumi 8:14).

Katika mistari ya 18-25, Paulo anaeleza jinsi *mateso ya sasa ya wanadamu na uumbaji wote si kitu kulinganishwa na utukufu ujao*. Katika muktadha huu, anasema kuwa uumbaji *unaugua kama mwanamke anayejifungua*, ukitarajia kwa shauku kufunguliwa kutoka kwa uharibifu wa sasa.

---

ii. Uchambuzi wa Maneno Muhimu ya Kigiriki

1. *"Uumbaji wenyewe"* (κτίσις - **KTISIS**)
   - Neno **KTISIS** linaweza kumaanisha *uumbaji wa Mungu kwa ujumla*, wakiwemo wanadamu na viumbe vyote vilivyoumbwa. Hapa, Paulo anaeleza kwamba sio wanadamu tu bali *kila kitu katika uumbaji kinatarajia wokovu na urejesho.*
2. *"Utakombolewa huru"* (ἐλευθερωθήσεται - **ELEUTHERŌTHĒSETAI**)
   - Kitenzi **ELEUTHERŌTHĒSETAI** linamaanisha *kuachiliwa kutoka kwa utumwa*. Hii inaashiria kuwa uumbaji *utafunguliwa kutoka kwa athari za dhambi na uharibifu ulioletwa na kuanguka kwa mwanadamu katika bustani ya Edeni (Mwanzo 3:17-19).*
3. *"Utumwa wa uharibifu"* (δουλείας τῆς φθορᾶς - **DOULEIAS TĒS PHTHORAS**)
   - Neno **DOULEIA** linamaanisha *utumwa*, na **PHTHORA** linamaanisha *uharibifu, upotevu, au kutoweka kwa kitu*. Kwa hivyo, Paulo anasema kuwa uumbaji *umesukumwa kwenye utumwa wa kuharibika*, jambo ambalo linaonekana katika hali ya uzee, magonjwa, na kifo.

4. *"Uhuru wa utukufu wa watoto wa Mungu"* (ἐλευθερίαν τῆς δόξης τῶν τέκνων τοῦ θεοῦ - **ELEUTHERIAN TĒS DOXĒS TŌN TEKNŌN TOU THEOU**)

- Uhuru wa utukufu unamaanisha kuwa wakati wa *ukombozi wa mwisho wa waumini, uumbaji wote utashiriki katika utukufu huo.*

---

3. UHUSIANO WA WARUMI 8:21 NA AHADI YA MAISHA YA MILELE

Katika Biblia nzima, ahadi ya maisha ya milele ni moja ya mada kuu zinazojirudia mara kwa mara. Warumi 8:21 inaonyesha kuwa *uzima wa milele sio tu kwa wanadamu, bali pia kwa uumbaji mzima.*

i. Maisha ya Milele kwa Waumini

Yesu mwenyewe alifundisha kwamba wale wanaoamini ndani yake watakuwa na *uzima wa milele*:

"Kwa maana Mungu aliupenda ulimwengu kiasi cha kumtoa Mwana wake wa pekee, ili kila mtu amwaminiye asipotee, bali awe na uzima wa milele." (Yohana 3:16)

Paulo anathibitisha hili kwa kusema:

"Na hii ndiyo ahadi aliyotuahidia, yaani, uzima wa milele." (1 Yohana 2:25)

ii. Uumbaji Mpya kama Sehemu ya Wokovu

Warumi 8:21 inahusiana moja kwa moja na ahadi ya Ufunuo 21:1-5 ambapo Mungu anaahidi kufanya *mbingu mpya na dunia mpya*:

"Tazama, nayafanya yote kuwa mapya." (Ufunuo 21:5)

Kwa hiyo, ukombozi wa watoto wa Mungu *utahusisha pia ukombozi wa uumbaji wote.*

---

4. UHUSIANO WA WARUMI 8:21 NA TEOLOJIA YA UUMBAJI MPYA

Paulo anaposema kwamba uumbaji utakuwa na *uhuru wa utukufu wa watoto wa Mungu*, anamaanisha kwamba wakati wa ufufuo wa wafu, uumbaji pia utapitia *mabadiliko ya kiungu.*

Hii inahusiana na yale Yesu alifundisha kuhusu *ulimwengu mpya*:

"Tazama, mimi nayafanya yote kuwa mapya." (Ufunuo 21:5)

Wakristo wanaelewa kwamba mpango wa Mungu *sio tu kuwaokoa wanadamu bali kurejesha viumbe vyote katika hali yao ya asili ya utukufu.*

---

5. MAFUNDISHO YA MABABA WA KANISA KUHUSU WARUMI 8:21

i. Mtakatifu Augustine (354-430 AD)

Mtakatifu Augustine alieleza kuwa uumbaji wote *unasubiri kufunuliwa kwa utukufu wa watoto wa Mungu*, kwa sababu uumbaji uliteseka kama matokeo ya dhambi ya mwanadamu.

"DUNIA ILILAANIWA KWA SABABU YA DHAMBI YA ADAMU, LAKINI KATIKA KRISTO, DUNIA ITARUDISHWA KWENYE UTUKUFU WAKE WA AWALI."

ii. Mtakatifu Thomas wa Akwino (1225-1274 AD)

Aquinas alieleza kuwa *uumbaji wote utashiriki katika utukufu wa ufufuo wa mwisho*, kwa sababu *mungu hana nia ya kuangamiza uumbaji wake bali kuufanya upya.*

6. TUMAINI LA UKOMBOZI KAMILI

Warumi 8:21 ni moja ya mistari yenye tumaini kubwa katika Biblia kwa sababu:

1. *Inathibitisha kuwa mateso ya sasa ni ya muda mfupi*
2. *Inatufundisha kuwa si wanadamu pekee, bali uumbaji wote, unasubiri wokovu wa Mungu*
3. *Inahakikishia waumini kuwa ahadi ya maisha ya milele itakuwa na athari kwa ulimwengu wote*

Kwa hivyo, Paulo anatufundisha kwamba *ufufuo wa wafu hautakuwa tu kwa wanadamu bali utajumuisha pia kurejeshwa kwa dunia yote*, ambapo hakutakuwa tena na mauti, huzuni, au uharibifu.

"Tazama, nayafanya yote kuwa mapya." (Ufunuo 21:5)

Hii ndiyo ahadi ya Mungu kwa wale wanaomwamini Kristo—uzima wa milele katika ulimwengu mpya wenye utukufu wa milele. *Amina!*

JINSI KUELEWA BAYOLOJIA YA UFUFUO KUNAVYOIMARISHA TUMAINI NA IMANI

1. UTANGULIZI: UHUSIANO KATI YA SAYANSI NA IMANI KATIKA UFUFUO

Ufufuo ni mojawapo ya mafundisho ya msingi katika Ukristo na dini nyingine zinazoshikilia imani ya uzima wa milele. Katika Ukristo, ufufuo wa Yesu Kristo unashikiliwa kama uthibitisho wa tumaini la waumini juu ya ushindi dhidi ya kifo na mwanzo wa uumbaji mpya. Wakati huo huo, sayansi, hasa baiolojia, inatoa mtazamo wa kimantiki kuhusu maisha, kifo, na mchakato wa uharibifu wa mwili.

Kwa hivyo, uhusiano kati ya *sayansi na imani* katika ufufuo ni mada yenye umuhimu mkubwa katika teolojia na falsafa. Je, kuelewa baiolojia ya ufufuo kunawezaje kuimarisha tumaini na imani ya Wakristo? Je, dhana ya ufufuo inawezaje kufasiriwa kupitia muktadha wa kisayansi na wa kiroho?

---

2. UFUFUO WA YESU KRISTO KAMA KITUO CHA IMANI YA KIKRISTO

Ufufuo wa Yesu ni msingi wa Injili na unatoa tumaini kwa wote wanaoamini ndani yake. Paulo anasema:

"Lakini sasa Kristo amefufuka katika wafu, limbuko lao waliolala." (1 Wakorintho 15:20)

Ufufuo wa Yesu unaashiria ushindi dhidi ya mauti na ahadi ya uzima wa milele kwa waumini. Huu sio tu mchakato wa kiroho, bali ni kweli inayohusiana na asili ya mwili wa binadamu, jambo ambalo linaweza kueleweka kwa mtazamo wa *teolojia* na *baiolojia*.

---

3. MTAZAMO WA KIBAOLOJIA WA UFUFUO

i. Mabadiliko ya Kibaolojia Katika Kifo na Ufufuo

Katika baiolojia, mwili wa binadamu unapokufa hupitia mchakato wa *kuharibika (decomposition)*, ambapo seli zinavunjwa na bakteria pamoja na mchakato wa kemikali zinazohusiana na kuvunjika kwa protini, DNA, na tishu nyingine.

Hata hivyo, ufufuo unaoelezewa katika Biblia hauhusishi tu kurudi kwa uhai wa kawaida, bali ni *mabadiliko ya kimungu* ambapo mwili unabadilishwa kuwa wa milele, usiopotea wala kuoza.

Paulo anaeleza kwamba mwili wa ufufuo utakuwa tofauti na mwili wa sasa:

"Hupandwa katika uharibifu; hufufuliwa katika kutoharibika. Hupandwa katika aibu; hufufuliwa katika utukufu. Hupandwa katika udhaifu; hufufuliwa katika nguvu. Hupandwa mwili wa asili; hufufuliwa mwili wa roho." (1 Wakorintho 15:42-44)

Kwa hivyo, kwa mtazamo wa kibaiolojia, ufufuo hauwezi kuelezwa kwa mchakato wa kawaida wa uhai, bali ni tendo la *kiungu* linaloingilia maumbile ya kimwili na kuyabadilisha kuwa hali ya milele.

ii. Baiolojia ya Mwili wa Utukufu

Biblia inaonyesha kwamba mwili wa Kristo baada ya ufufuo ulikuwa tofauti na mwili wake wa awali. Baadhi ya sifa za mwili huo ni:

1. *Usioweza kufa* - Yesu alipofufuka, hakuweza kufa tena (Warumi 6:9).
2. *Ulioweza kupita vizuizi vya asili* - Yesu aliweza kuingia katika chumba kilichofungwa (Yohana 20:19).

3. *Ulioweza kutambuliwa na wengine* - Yesu alitambuliwa lakini pia aliweza kuonekana kwa njia tofauti (Luka 24:16, Yohana 20:14).

4. *Ulioweza kushiriki katika mambo ya kimwili* - Yesu alikula chakula baada ya kufufuka (Luka 24:42-43).

Kwa hivyo, mwili wa ufufuo hauwezi kuelezewa kwa misingi ya *fizikia na kemia ya sasa*, bali ni *hali ya juu ya uhai inayotawaliwa na nguvu za kiungu*.

---

4. MTAZAMO WA KITHEOLOJIA WA UFUFUO

i. Ufufuo Kama Ishara ya Uumbaji Mpya

Biblia inaeleza kuwa ufufuo wa Yesu ulikuwa sehemu ya *mpango wa Mungu wa kurejesha uumbaji mzima*. Paulo anasema:

"Kwa maana uumbaji wenyewe pia utakombolewa huru utoke katika utumwa wa uharibifu, upate kuwa na uhuru wa utukufu wa watoto wa Mungu." (Warumi 8:21)

Hii inaonyesha kwamba ufufuo wa wafu hautahusisha tu wanadamu bali *dunia yote itafanywa upya*.

ii. Tumaini la Ufufuo kwa Wakristo

Ufufuo unatoa tumaini kubwa kwa Wakristo kwamba *maisha haya si mwisho wa yote*. Paulo anasema:

"Nanyi, kwa kuwa mmekufa pamoja na Kristo, mtafufuliwa pamoja naye." (Wakolosai 3:1)

Hii ina maana kwamba ufufuo si tu kwa Yesu, bali ni kwa wote wanaomwamini.

---

5. JINSI UFAHAMU WA BAIOLOJIA YA UFUFUO UNAVYOONGEZA TUMAINI NA IMANI

i. Kuhamasisha Uelewa wa Nguvu ya Mungu

Kuelewa kuwa ufufuo ni mchakato unaoshinda sheria za kibaolojia na za asili kunathibitisha nguvu za Mungu kama Muumba anayeweza kufanya yasiyowezekana kwa akili ya kibinadamu.

ii. Kuimarisha Tumaini la Uzima wa Milele

Ufufuo wa Yesu unahakikisha kwamba maisha hayakomi baada ya kifo, bali yanaendelea kwa njia mpya. Hili linawapa waumini tumaini la uzima wa milele pamoja na Mungu.

iii. Kuonyesha Uhusiano Kati ya Imani na Sayansi

Ingawa sayansi haiwezi kueleza kikamilifu ufufuo, haiwezi pia kuthibitisha kuwa hauwezekani. Ufahamu wa kibaolojia unathibitisha kuwa *ufufuo siyo uamsho wa mwili uleule wa zamani bali ni mabadiliko ya kiungu yanayounda mwili wa milele.*

---

6. UFUFUO KAMA TUMAINI KUU LA WAKRISTO

Ufufuo ni msingi wa imani ya Kikristo na *ushindi wa Mungu dhidi ya kifo*. Kuelewa mchakato huu kwa mtazamo wa *baiolojia, teolojia, na fizikia* kunasaidia:

1. *Kuthibitisha kuwa ufufuo ni mchakato wa kiungu unaoshinda maumbile ya kawaida.*
2. *Kuthibitisha kuwa tumaini la maisha ya milele ni hakika kwa wale walio katika Kristo.*
3. *Kuonyesha jinsi ufufuo wa Yesu unavyohusiana na ukombozi wa uumbaji wote.*

4. *Kuimarisha imani kwa kuonyesha jinsi Mungu anavyoweza kufanya mambo yasiyoelezeka kwa akili ya kibinadamu.*

Kwa hivyo, kuelewa baiolojia ya ufufuo kunasaidia waumini kuwa na *tumaini thabiti na imani yenye nguvu*, wakijua kwamba *mwisho wa maisha haya si mwisho wa yote, bali mwanzo wa utukufu wa milele katika Kristo Yesu. Amina!*

UFUFUO WA MWISHO WA MAISHA UNAOJUMUISHA BAYOLOJIA NA KIROHO

Mada ya *ufufuaji na udumishaji wa maisha* ni sehemu kuu ya maandiko matakatifu, ikionyesha kazi inayoendelea ya Mungu katika uumbaji na uhusiano Wake na wanadamu. Hii inahusisha vipengele vya *kiroho, kimwili, kijamii, na kimazingira*, ikisisitiza ukuu wa Mungu, neema Yake, na mpango Wake wa ukombozi wa ulimwengu wote.

---

1. UFUFUAJI WA KIROHO

Ufufuaji wa kiroho ni mchakato wa mabadiliko unaoanzishwa na Mungu, mara nyingi unajulikana kama *kuzaliwa mara ya pili* au *kurejeshwa kwa roho*.

Yesu alimfundisha Nikodemo juu ya hitaji la kufanywa upya kiroho ili kuingia katika Ufalme wa Mungu:

"Yesu akamjibu, 'Amin, amin, nakuambia, Mtu hawezi kuuona Ufalme wa Mungu asipozaliwa mara ya pili.'" (Yohana 3:3)

Ufufuaji huu unatimizwa kupitia kazi ya *Roho Mtakatifu*, anayewaka ndani ya waumini na kubadilisha *mioyo na akili zao*. Paulo anasisitiza hili anaposema:

"Wala msiifuatishe namna ya dunia hii, bali mgeuzwe kwa kufanywa upya nia zenu, mpate kujua hakika mapenzi ya Mungu." (Warumi 12:2)

Ufufuaji wa ndani ni mchakato unaoendelea, kama Paulo anavyosema tena:

"Kwa hiyo hatulegei; hata mtu wetu wa nje akiharibika, lakini mtu wa ndani anafanywa upya siku kwa siku." (2 Wakorintho 4:16)

Ufufuaji huu wa kila siku ni muhimu kwa *ukuaji wa kiroho na uvumilivu katika imani.*

---

2. UDUMISHAJI WA KIMWILI

Mungu hutoa mahitaji ya kimwili kwa viumbe Wake wote, na hii imeonekana tangu uumbaji wa ulimwengu. Katika Mwanzo 1:29, Mungu anasema:

"Tazama, nimewapa kila mche wa mbegu unaopatikana juu ya uso wa dunia yote, na kila mti wenye matunda yenye mbegu; vitakuwa chakula chenu."

Hii inaonyesha jinsi Mungu alivyoweka *mazingira ya kusaidia uhai wa mwanadamu*. Mfano mwingine wa *utunzaji wa kimwili wa Mungu* ni pale alivyowapa Waisraeli *mana kutoka mbinguni* wakati wa safari yao jangwani:

"Ndipo Bwana akamwambia Musa, 'Tazama, nitawanyeshea chakula kutoka mbinguni, nao watu watatoka kila siku ili wakusanye kiasi cha kila siku.'" (Kutoka 16:4)

Yesu pia alifundisha umuhimu wa *kumtegemea Mungu kwa mahitaji ya kimwili*, akisema:

"Msisumbuke, mkisema, 'Tutakula nini?' au 'Tutakunywa nini?' au 'Tutavaa nini?'... Bali utafuteni kwanza Ufalme wa Mungu na haki yake, na haya yote mtazidishiwa." (Mathayo 6:31, 33)

Hili linatufundisha kuwa *udumishaji wa maisha ya kimwili unategemea Mungu*, lakini pia unapaswa kuendana na *kuweka kipaumbele kwa mahitaji ya kiroho.*

---

3. UFUFUAJI WA JAMII NA MAZINGIRA

i. Marejesho ya Jamii

Maandiko yanaonyesha kuwa Mungu anataka siyo tu kufufua maisha ya mtu binafsi, bali pia jamii nzima. Katika Isaya, Mungu anaahidi *marejesho ya mahusiano na haki za kijamii*:

"Nao watajenga mahali palipoharibiwa zamani; watafufua mahali palipoachwa ukiwa tangu vizazi vya kale; nao wataitwa Warekebishaji wa Mahali Palipoharibika, Warejeshaji wa Njia za Kukalia." (Isaya 58:12)

Hii inaonyesha kwamba *ufufuaji wa jamii unahusisha urejesho wa haki, upatanisho wa uhusiano, na kuleta utulivu katika maisha ya watu.*

ii. Utunzaji wa Mazingira

Mungu alimuagiza mwanadamu kutunza na kuhifadhi mazingira, kama inavyoelezwa katika Mwanzo:

"Bwana Mungu akamtwaa mtu, akamweka katika bustani ya Edeni ailime na kuitunza." (Mwanzo 2:15)

Hii inaonyesha kwamba *uhifadhi wa mazingira ni jukumu la kiungu*, na binadamu wanapaswa kuwa waangalizi wa dunia. *Kupanda miti, kutunza vyanzo vya maji, na kupunguza uchafuzi wa mazingira* ni sehemu ya kazi ya Mungu ya kuendelea kufufua uumbaji.

4. UFUFUAJI WA MILELE

Ufufuaji wa mwisho wa maisha *unatimizwa katika ahadi ya uzima wa milele kupitia Yesu Kristo.*

Katika Ufunuo, Mungu anasema:

"Tazama, nayafanya yote kuwa mapya." (Ufunuo 21:5)

Hii inaonyesha kwamba *marejesho ya mwisho* yatakuwa *uumbaji mpya* ambapo hakutakuwa tena na *maumivu, mateso, au mauti.*

Paulo anahimiza waumini kutazama mbele kwa matumaini haya:

"Kwa maana uumbaji wenyewe pia utakombolewa huru utoke katika utumwa wa uharibifu, upate kuwa na uhuru wa utukufu wa watoto wa Mungu." (Warumi 8:21)

Hii ni *ahadi ya mwisho ya Mungu kwa wanadamu*, kwamba maisha haya hayana mwisho, bali yatafanywa *upya milele.*

5. USHIRIKI WA WAUMINI KATIKA KAZI YA UFUFUAJI

Ufufuaji na udumishaji wa maisha ni sehemu ya mpango wa Mungu, unaoenea katika *kiroho, kimwili, kijamii, na kimazingira.*

Mambo Makuu Ya Kujifunza:

1. *Ufufuaji wa Kiroho* – Unafanywa kwa kuzaliwa upya katika Kristo kupitia Roho Mtakatifu.
2. *Udumishaji wa Kimwili* – Mungu anatupatia riziki, nasi tunapaswa kuishi kwa imani.
3. *Ufufuaji wa Jamii na Mazingira* – Tunapaswa kushiriki katika kuleta haki na kutunza mazingira.
4. *Ufufuaji wa Milele* – Ahadi ya mwisho ya uzima wa milele na uumbaji mpya katika Kristo.

Waumini wanaitwa kushiriki katika kazi ya Mungu ya *kufufua maisha*, kwa *kupenda wengine, kusaidia wahitaji, na kushiriki katika utunzaji wa dunia*.

Kwa kufanya hivyo, tunajiunga na mpango wa Mungu wa *kutengeneza upya ulimwengu*, tukitarajia siku ambayo *Mungu atafanya yote kuwa mapya milele! Amina!*

HITIMISHO

Maandiko Matakatifu yanaonyesha muunganiko kati ya biolojia na kiroho, yakifichua hekima ya Mungu katika uumbaji wake. Kutoka kwa masimulizi ya uumbaji katika Mwanzo, kupitia sheria za Musa kuhusu usafi wa mwili na chakula, hadi kwa mafundisho ya Yesu kuhusu uzima wa milele, Biblia inatoa mwongozo wa kina juu ya uhusiano kati ya maisha ya kimwili na maisha ya kiroho.

Katika sura zote zilizotangulia, tumeona jinsi *biolojia na maandiko matakatifu yanavyoingiliana kwa njia ya ajabu*, tukielewa kwamba *uumbaji wa Mungu ni mpangilio wa kipekee unaoshuhudia ukuu Wake.* Utafiti wa kisayansi unathibitisha ukweli wa maandiko kwa njia nyingi, na kuelewa miujiza ya maisha katika muktadha wa Biblia kunaleta *kina kipya cha imani na shukrani kwa uumbaji wa Mungu.*

1. BIBLIA KAMA CHANZO CHA UKWELI WA KIBIOLOJIA NA KIROHO

Katika kitabu hiki, tumeangazia jinsi Biblia inavyodhihirisha ukweli wa kibiolojia na wa kiroho kwa njia zifuatazo:

i. Uumbaji na Mpangilio wa Maisha

Maandiko yanaeleza jinsi Mungu alivyoumba ulimwengu kwa mpangilio wa ajabu. Mwanzo 1:27 inasema:

"Mungu akaumba mtu kwa mfano wake, kwa mfano wa Mungu alimwumba; mwanamume na mwanamke aliwaumba."

Hii inathibitisha kuwa binadamu ni kipekee kati ya viumbe vyote, na tuna nafasi ya pekee katika mpango wa Mungu wa uumbaji.

ii. Uhusiano Kati ya Maisha ya Kiasili na Kiroho

Tumeona jinsi miili yetu ya sasa inavyohusiana na ufufuo wa miili ya milele kupitia mafundisho ya Paulo katika *1 Wakorintho 15:42-44*, ambapo anazungumzia miili ya *kuharibika dhidi ya isiyoharibika*. Hii inatufundisha kwamba *maisha haya ni maandalizi ya uzima wa milele*, na jinsi tunavyoishi sasa kunaathiri hatima yetu ya milele.

iii. Sheria za Musa na Afya ya Kimwili

Sheria za Musa juu ya usafi, chakula, na kilimo (Walawi 11; 17:10-14; 25:4-5) zinaonyesha jinsi Mungu alivyoweka kanuni za afya ili kulinda watu Wake. Sayansi ya kisasa imeonyesha kuwa maagizo haya yalihamasisha afya bora na ustawi wa jamii.

2. UELEWA WA BIOLOJIA KULINGANA NA MAANDIKO UNAVYOTUFANYA TUFAHAMU MAISHA KWA UNDANI

Maandiko yanatufundisha kuwa maisha hayajatokea kwa bahati mbaya, bali ni kazi ya Mungu aliye na *hekima isiyo na kifani*. Kutafakari juu ya *DNA na mifumo ya uhai iliyo ndani yetu* kunapaswa kutufanya tuwe na heshima kwa Mungu.

Mwanzo 2:7 inasema:

"Bwana Mungu akamfanya mtu kwa mavumbi ya ardhi, akampulizia puani pumzi ya uhai; mtu akawa nafsi hai."

Utafiti wa kisayansi wa chembechembe za mwili na uhai unathibitisha kuwa maisha hayawezi kutokea bila akili ya juu inayoyaelekeza. *Hii ni uthibitisho wa kazi ya Muumba wetu!*

Pia, kuelewa miujiza ya Yesu katika uponyaji (Mathayo 9:20-22; Yohana 9:1-7) kunatuonyesha nguvu ya Mungu juu ya maisha ya kibayolojia. Yesu alifanya kazi juu ya sheria za asili, akidhihirisha kuwa yeye ndiye *Chanzo cha uzima* (Yohana 11:25).

---

3. WITO WA KUUTUNZA UUMBAJI WA MUNGU KWA KUZINGATIA SAYANSI NA MAANDIKO

Katika maandiko, Mungu alimkabidhi mwanadamu jukumu la kuwa msimamizi wa viumbe vyake. Mwanzo 2:15 inasema:

"Bwana Mungu akamtwaa mtu, akamweka katika bustani ya Edeni ailime na kuitunza."

Hii inaonyesha kuwa Mungu alitaka sisi *tutunze mazingira, rasilimali, na viumbe vingine*. Katika sura zilizopita, tumeona umuhimu wa:

- Kilimo endelevu kulingana na kanuni za Biblia (Walawi 25:4-5).
- Kuacha ardhi ipumzike kwa miaka fulani kwa manufaa ya mazingira.
- Kujifunza kutoka kwa asili (Mithali 6:6-8 – fundisho la mchwa juu ya bidii).

Hii inatufundisha kuwa *imani yetu haipaswi tu kuwa ya kiroho bali pia ya vitendo*, kwa maana tunapoitunza dunia, tunatii amri ya Mungu.

---

4. TUMAINI LA UFUFUO NA UUMBAJI MPYA

Tumaini la mwisho la waumini liko katika ahadi ya Mungu ya *uzima wa milele na uumbaji mpya*.

Paulo anaandika katika Warumi 8:21:

"Kwa sababu uumbaji wenyewe pia utakombolewa huru utoke katika utumwa wa uharibifu, upate kuwa na uhuru wa utukufu wa watoto wa Mungu."

Hii inaonyesha kuwa *mungu anapanga kuumba upya kila kitu*. Katika Ufunuo 21:5, Mungu anasema:

"Tazama, nayafanya yote kuwa mapya."

Hii ni ahadi kwamba *magonjwa, mauti, na uharibifu wa mazingira hautakuwepo tena katika mbingu mpya na dunia mpya*.

---

5. CHANGAMOTO KWA WAUMINI

Kama tunavyohitimisha, tunapaswa kujiuliza:

1. *Je, ninatambua uhusiano kati ya sayansi na maandiko?*

2. *Je, ninaonyesha shukrani kwa uumbaji wa Mungu kwa kutunza mwili wangu, mazingira, na jamii yangu?*

3. *Je, naishi kwa matumaini ya ufufuo wa miili na ahadi ya uzima wa milele?*

Biblia inatufundisha kuwa *sisi ni wasimamizi wa miili yetu, mazingira yetu, na hata uhai wa kiroho wa watu wengine.*

Tunaalikwa *kuishi kwa imani, kutunza uumbaji, na kujiandaa kwa maisha ya milele* kwa kumwamini Yesu Kristo na kuishi kulingana na Neno Lake.

HITIMISHO KUU

Mada zote tulizozichambua zinaonyesha kuwa *sayansi na imani si wapinzani bali ni washirika* katika kuelewa uumbaji wa Mungu. Tunapojifunza zaidi kuhusu mwili wetu, dunia yetu, na ahadi za Mungu kwa wanadamu, tunapata *imani iliyo imara na shukrani kwa Mungu.*

Hili linatufanya tuishi kwa uwajibikaji mkubwa, tukijua kwamba:

1. *Maisha yetu yana kusudi la kipekee ndani ya mpango wa Mungu.*

2. *Tunapaswa kuwa wasimamizi bora wa afya yetu na mazingira yetu.*

3. *Tunapaswa kujiandaa kwa uzima wa milele kwa kumwamini Kristo na kuenenda kwa haki.*

"Basi, ndugu zangu wapendwa, simameni imara, msitikisike, mkazidi sana kutenda kazi ya Bwana siku zote, kwa kuwa mwajua ya kuwa taabu yenu siyo bure katika Bwana." (1 Wakorintho 15:58)

Mungu atupe *hekima, neema, na uvumilivu* wa kuishi maisha *yanayodhihirisha utukufu Wake* katika viumbe vyote.

Amina!